# தலித்துகள்
நேற்று இன்று நாளை

## ஆனந்த டெல்தும்டே

ஆய்வாளர், கட்டுரையாளர், மனித உரிமைச் செயற்பாட்டாளர். மக்களுக்கான அறிவுஜீவியாகவும் திகழ்பவர். சாதி, வர்க்கம், அரசியல் பொருளாதாரம், ஜனநாயகம் ஆகிய துறைகளில் கவனம் செலுத்திவருபவர். அம்பேத்கரின் சிந்தனைகளைத் தொடர்ச்சியாக மக்களிடையே கொண்டு செல்பவர். கோவா நிர்வாகவியல் கல்லூரியின் பேராசிரியர். எகனாமிக் அண்ட் பொலிடிக்கல் வீக்லி, மெயின்ஸ்ட்ரீம், செமினார் உள்ளிட்ட இதழ்களில் இவருடைய ஆய்வுக் கட்டுரைகள் வெளிவந்துகொண்டிருக்கின்றன. *The Republic of Caste* (2018). *Mahad: The Making of the First Dalit Revolt* (2016), *The Persistence of Caste* (2010), *Khairlanji: A Strange and Bitter Crop* (2008), *Anti-Imperialism and Annihilation of Castes* (2005) உள்ளிட்ட குறிப்பிடத்தக்க நூல்களை எழுதியிருக்கிறார். இவருடைய பல படைப்புகள் தமிழில் வெளிவந்துள்ளன.

# தலித்துகள்

### நேற்று இன்று நாளை

ஆனந்த் டெல்டும்டே

தமிழில்: பாலு மணிவண்ணன்

தலித்துகள்: *நேற்று இன்று நாளை*
Dalithgal: *Netru Indru Naalai*

Anand Teltumbde ©

Authorised translation of the book *"Dalits: Past, present and future"*

First Edition: January 2020
200 Pages
Printed in India.

ISBN: 978-93-5135-041-5
Kizhakku 1190

Kizhakku Pathippagam
177/103, First Floor, Ambal's Building, Lloyds Road,
Royapettah, Chennai - 600 014. Ph: +91-44-4200-9603
Email : support@nhm.in   Website : www.nhm.in

**f** kizhakkupathippagam   **G** kizhakku_nhm

Author's Email: tanandraj@gmail.com

Cover Image: Shutterstock

Kizhakku Pathippagam is an imprint of New Horizon Media Private Limited

The views and opinions expressed in this book are the author's own and the facts are as reported by the author, and the publishers are not in any way liable for the same.

All rights reserved. No part of this publication may be reproduced, stored in a retrieval system, or transmitted, in any form or by any means, electronic, mechanical, photocopying, recording or otherwise, without the prior permission of the publishers.

## உள்ளே

| | | |
|---|---|---|
| முன்னுரை | ... | 07 |
| அறிமுகம் | ... | 09 |
| 1. சாதிய அமைப்பு | ... | 27 |
| 2. சாதி மறுப்பு போக்குகள் | ... | 45 |
| 3. அம்பேத்கருக்கு முந்தைய தலித் இயக்கங்கள் | ... | 57 |
| 4. அம்பேத்கர் தலைமையிலான தலித் இயக்கம் | ... | 83 |
| 5. அம்பேத்கருக்குப் பிந்தைய தலித் இயக்கங்கள் | ... | 107 |
| 6. விடுதலைக்கான மதமாற்றம் | ... | 129 |
| 7. தலைசிறந்த அரசியல்! | ... | 141 |
| 8. நவீன தாராளமயத்தின் கீழ் தலித்துகள் | ... | 157 |
| 9. தலித்துகள் மத்தியிலான புதிய போக்குகள்! | ... | 172 |
| 10. எங்கே தலித் விடுதலை? | ... | 194 |

# முன்னுரை

**க**டந்த ஒரு நூற்றாண்டுக்கு முன்புவரை மனிதர்கள் என்று குறிப்பிட இயலாத நிலையில், தீண்டத்தகாதவர்களாக, அணுகத் தகாதவர்களாக, ஏன், பார்க்கவும் தகாதவர்களாக வாழ்ந்திருந்த ஒரு பெரும் மக்கள்திரளை அறிமுகப்படுத்துகிறது இந்த நூல்.

உலகில் மனிதர்களால் உருவாக்கப்பட்டு நீண்ட காலம் நீடித்திருக்கிற உண்மையான வேறுபாடுகொண்ட சாதிய அமைப்பிற்குப் பலியானவர்கள் அவர்கள்! இன்னும், உலகின் சில பகுதிகளில், சாதி மாதிரியான பிரிவினைகள் காணப்பட்டாலும், இந்திய நிலைமை வேறு!

இவர்கள், தாம் வாழ்ந்ததற்கு அடையாளமாக ஏதோ சில நினைவுகளைத்தான் விட்டுச் செல்கிறார்கள். அந்த அளவுக்கு இவர்களது நிகழ்காலத்தை மிரட்டிக்கொண்டும், வாழ்ந்துகொண்டும் இருக்கிறது சாதிய அமைப்பு. இது இந்தியாவிற்கே உரித்தான ஒரு பிரத்யேக அம்சம்.

இந்தச் சாதி குறித்து விவரிப்பதற்கும் வரையறுப்பதற்கும் பல ஆய்வுகள் மேற்கொள்ளப்பட்டன. ஆனால் அவை ஒருமித்த விளக்கத்தைத் தரவில்லை. அந்த நீண்ட வரிசையில் இந்நூலும் ஒன்று. இந்நூல், மையமாக, தலித்துகள் குறித்து அலசினாலும், இந்தியாவில் நிலவும் சாதிய அமைப்பு குறித்தும் பேசுகிறது.

எனினும், சாதிகளின் ஆதி குறித்தும், தற்காலத்திய நிலவரம் குறித்தும், வாசகர்களின் சிந்தனையைத் தூண்டும்வகையில், விமர்சித்துப் பேசுவதால், அவற்றினின்று இந்நூல் வித்தியாசப்படுகிறது.

இத்தன்மையை பிற நூல்கள் கொண்டிருந்தனவா எனத் தெரியவில்லை. அந்தவகையில், வாசகர்களுக்கு இந்நூல் ஓர் ஆதார வாசிப்பை வழங்குகிறது. இதன் மூலம் வாசகர்கள் தலித்துகளின் பிரச்னை

குறித்து சிந்தித்து, தமக்குள் சொந்தக் கருத்துக்களை உருவாக்கிக்கொள்ள முடியும். ஆய்வாளர்களுக்கும் சாதி மற்றும் தலித்துக்கள் குறித்த விவரங்களை வழங்கி இந்நூல் உதவக் கூடும்.

ஆக, இந்நூலை வாசிப்பது ஒரு மந்தமான அனுபவமாக இருக்காது. ஆர்வக்குறைவோடு நான் இந்நூலை எழுதியிருந்தால், அந்த அனுபவத்தை நீங்கள் பெறமுடியாது. சாதி பற்றிய சந்தேகத்திற்கிடமான தகவல்கள் குறித்து, புதிதாகத் தேடி அறிதல்என்கிற வகையில் கல்வி சார்ந்ததாகத்தான் எனது முயற்சிகளை மேற்கொண்டேன். எனினும், எனக்குள்ளிருந்த சமூகச் செயல்பாட்டாளன் அடிக்கடி அந்த எல்லையைத் தாண்டிச் சென்றான்.

உண்மையில் ஓர் எழுத்தாளன், தனது எழுத்திடமிருந்து தன்னைத் தனிமைப்படுத்திக்கொள்ள இயலாது என நான் நம்புகிறேன். சரித்திரத்தில் மறைந்து போனதாக விடப்பட்ட எந்த ஒரு தகவலும் கூட அவனிடமிருந்து தப்பித்துவிட முடியாது.

தலித்துகள் போன்ற நிகழ்கால எதார்த்தங்கள் குறித்து எழுதுகிறபோது, அந்தப் பிரச்னையோடு தன்னை அவன் சம்பந்தப்படுத்திக் கொள்கிறான். ஒரு சமூக செயல்பாட்டாளனாக, பார்வையாளனாக, விமர்சகனாக, அந்தப் பிரச்னை உள்ளார்ந்த அம்சங்களைத் தவிர்த்திட இயலாது.

அந்தவகையில், இந்நூலினை எழுதும்போது கிடைத்த தகவல் களையும் அவற்றின்மீதான எனது கருத்துக்களையும் பிரித்துப் பிரித்தே வழங்கியுள்ளேன். இது அந்தக் கருத்தின்மீது, வாசகர்கள், தமது சொந்தக் கருத்தை ஏற்படுத்திக்கொள்ள உதவும். மற்றபடி, அந்தக் கருத்துகளின்மீது தீர்ப்பு வழங்கும் உரிமையை வாசகர்களிடமே விட்டுவிடுகிறேன்.

நான் கேட்கும்போதெல்லாம் தகவல்கள் தந்து உதவிய இளம் நண்பர் தேவேந்திர இங்ளே, எனது கையெழுத்துப் பிரதியைச் சரிபார்த்ததோடு, உரிய மாற்றங்களும் வழங்கிய எனது பழைய சகா அரவிந்த் கிருஷ்ணசாமி, தகவல்களை வரிசைப்படுத்தி உதவிய எனது மருமக்கள் ஸ்வப்னில், விஷால் பேலே மற்றும் எனது பல்வேறு சொந்தப் பணிகளிலும் உதவியாக விளங்கிய மனைவி ரமா ஆகியோருக்கும் எனது நன்றிகள்!

நான் விரும்பிச் செலுத்திய இந்த உழைப்பின் மூலம் வாசகர்கள் பயனடைவார்கள் என நம்புகிறேன்!

# அறிமுகம்

தலித்துகள் என்போர், இந்தியாவின் வேறுபட்ட, ஆயினும் குறிப்பிடத்தக்க கலாச்சார, சமூக அமைப்பினர் ஆவர். அவர்களுக்கு இந்து சமூகப் படிநிலையில், கீழ்நிலை வழங்கப்பட்டுள்ளதால் அன்றாட வாழ்வில் அவர்கள் சமத்துவமற்ற வகையிலேயே நடத்தப்படுகின்றனர். இந்த நிலையினால் பெரிதும் பாதிக்கப்பட்டவர்களாக இருப்பதால், இந்தியாவின் படிநிலையின் சாதிய சமுதாயத்தின் முக்கிய அங்கமாகவும் அவர்கள் விளங்குகிறார்கள்.

சரித்திர ரீதியாகவே கடந்த 2000 ஆண்டுகளாக சமூக, கலாச்சார, மத மற்றும் பொருளாதாரத் தளங்களில் அவர்கள் ஒதுக்கிவைக்கப்பட்டுள்ளனர். பிரிட்டிஷ் ஆட்சிக்காலத்தில் (1757-1847) தான் பரவலான மாற்றங்கள் ஏற்பட்ட ஆரம்பித்தன. சாதி அமைப்பிலும், செயல்பாட்டிலும் குறிப்பிடத்தக்க மாற்றங்கள் ஏற்பட்ட போதிலும், அடிநிலையிலுள்ள தலித்துகள் எப்போதும்போல தொடர்ந்து அடக்கப்பட்டவர்களாகவே இருக்கிறார்கள்.

இந்து சமூகப் படிநிலை என்பது, இந்தியாவிற்கே உரித்தானது என்றாலும், இந்தியா, பாகிஸ்தான், வங்காளதேசம், நேபாளம், ஸ்ரீலங்கா, மியான்மரில் மட்டுமல்ல, தற்போது அமெரிக்கா, இங்கிலாந்து, சிங்கப்பூர், மலேசியா தென் ஆப்பிரிக்கா, கனடா மற்றும் மேற்கிந்தியத் தீவுகளிலும் பரவியுள்ளனர். பஞ்சமர்கள் (ஐந்தாவது வர்ணத்தார்) அஷ்புருஷ்யா மற்றும் அச்சுத்துகள் (தீண்டத்தகாதவர்கள்) மற்றும் அந்த்யாஜா (இழிந்த பிறப்பினர்) என்று அறியப்பட்ட அவர்களை காலனி ஆட்சியாளர்கள் அடிநிலை வர்க்கத்தினர் என்றும், வெளிநிலை வர்க்கத்தினர் என்றும் குறிப்பிட்டார்கள்.

பின்னர் 1935ம் ஆண்டு இயற்றப்பட்ட கவர்மெண்ட் ஆஃப் இந்தியா சட்டத்தை அமல்படுத்தும்வகையில் 1936ம் ஆண்டு அட்டவணைப் பிரிவினர் என அழைத்து 'தீண்டத்தகாதவர் எனப் பெற்றவர்களை யெல்லாம். நிர்வாக வசதிக்காக ஒருங்கிணைத்து அட்டவணைப் பிரிவினர் என்றாக்கினர். காலனியாதிக்கத்தின் பின்னும், அவர்கள் வகுத்தபடியே அட்டவணைப் பிரிவினர் எனத்தான் இப்போதும் அரசுத்துறையில் அழைக்கப்படுகின்றனர். மகாத்மா காந்தி அவர்களை 'ஹரிஜன்' என்று அழைத்தார். அவரைப் பின்பற்றுபவர்கள் அந்தச் சொல்லைப் பிரபலப்படுத்தினர். ஆனால் பாபாசாகேப் அம்பேத்கரைப் பின்பற்றுபவர்கள் அதனை நிராகரித்தார்கள். மாறாக, தங்களைத் தாங்களே 'தலித்' என்று வரையறுத்துக் கொண்டார்கள்.

## தலித் என்றால் என்ன?

'தலித்' என்னும் சொற்பிறப்பியல் குறித்து ஆராய்ந்தோமானால், அது பிரிந்த, உடைந்த, கீறிய, நொறுக்கப்பட்ட எனும் பொருள் தரும், 'தல்' எனும் சமஸ்கிருதச் சொல்லிலிருந்து வந்ததாகக் கண்டறியப் படுகிறது. 'தல்' எனும் இந்த சமஸ்கிருதச் சொல்லின் பெயர் விவரணையாக உருமாறிய 'தலித்' எனும் சொல் உடைந்த, கீழ்நிலையிலுள்ள, ஒடுக்கப்பட்ட, சுரண்டப்பட்ட அடிமட்ட மக்கள் என்னும் பொருள் தருகிறது.

தலித், எனும் இந்தச் சொல் 19ம் நூற்றாண்டு சமூக சீர்திருத்தவாதியான மகாத்மா ஜோதிராவ் புலேயால் (1826-1890) பிரயோகிக்கப்பட்டது. துவிஜா சாதியினர் என்றழைக்கப்பட்டு வந்த இந்தத் தீண்டத்தகாத மக்களை மகாத்மா ஜோதிராவ் புலேதான் அடிக்கடி 'தலித்' என்று குறிப்பிட ஆரம்பித்தார். இது மராத்தி மொழியில் வழங்கிவந்த வழக்குச்சொல். பிராமணியத்தால் வஞ்சிக்கப்பட்ட மக்களைக் குறிப்பிடுவதற்கு, 'தலித்' எனும் சொல்லை முதன் முதலில் புலேதான் பயன்படுத்தினர்.

புலேயைத் தனது மூன்று குருக்களில் ஒருவரென்று குறிப்பிடும் தலித்துகளின் உயர்ந்த தலைவரான அம்பேத்கர் (1891 - 1956) தமது மராத்திய உரைகளிலும் எழுத்துகளிலும் பகிஷ்கரிக்கப்பட்டவர்கள் எனப் பொருள்படும் 'பகிஷ்க்ரட்' மற்றும் தீண்டப்படாதவர்கள் எனப் பொருள்ப்டும் 'அஷ்புருஷ்யவர்கா' ஆகிய சொற்களுடன் 'தலித்' எனும் சொல்லையும் பயன்படுத்தத் தொடங்கினர். பின்னர் அம்பேத்கரைப் பின்பற்றியவர்கள், தங்களது அடையாளமாக்கிக் கொண்டனர்.

1960களின் பிற்பகுதியில் அமெரிக்காவில் தொடங்கிய 'கறுப்பு இலக்கிய இயக்கத்தைத்' தொடர்ந்து மும்பை பல்கலைக்கழகத்தில்

படித்த முதல் தலைமுறை தலித் இளைஞர்களும் தமது எழுத்துகளில் 'தலித்' என்ற சொல்லையே பயன்படுத்த ஆரம்பித்தனர்.

பிராமணர்களால் ஆதிக்கம் செலுத்தப்பட்ட மராத்தி முக்கிய இலக்கிய இயக்கத்தினரும் அதற்கு 'தலித் இலக்கியம்' என்று குறிப்பிட்டனர். அமெரிக்காவில், கருஞ்சிறுத்தைகள் இயக்கம் தோன்றியதிலிருந்து உந்தப் பெற்று 1972ம் ஆண்டு இந்தியாவில் 'தலித் சிறுத்தைகள்' உதயமானார்கள். இந்த அதிர்ச்சி அலைகள் அடுத்தடுத்து இந்தியா முழுவதும் தோன்றி, தலித் சிறுத்தைகளை உருவாக்கியது. அவர்கள் தங்களது எழுச்சியின் அடையாளமாக 'தலித்' என்ற சொல்லை தமக்குள் சூட்டிக் கொண்டனர்.

இப்படியாகத்தான் பிராமணியத்திற்கு எதிரான யுத்தத்தில் அந்த மக்களின் தனித்த அடையாளமாக சமத்துவம் குறிக்கும் ஒரு புரட்சி கரமான மாற்றத்தின் அடையாளமானது 'தலித்'. 1973ம் ஆண்டு அண்டை மாநிலமான கர்நாடகாவில், அப்போதைய தலித் அமைச்சர் பி. பசவலிங்கப்பா மேல்தட்டு கன்னட இலக்கியவாதிகளின் படைப்புகளை 'மாடுகளுக்கான வைக்கோல்' என்று குறிப்பிட்டதால் எழுந்த பிரச்னையைத் தொடர்ந்து தலித் இளைஞர்கள் தமது தனித்த அடையாளமாக 'தலித் சங்கர்ஷ் சமதி' ஒன்றை உருவாக்கிக் கொண்டனர். அது நாடு தழுவிய வலுவான தலித் இயக்கத்தின் ஸ்தாபனமாக உருவெடுத்தது. பிற மாநிலங்களிலும் 'தலித் சிறுத்தைகள்' அமைப்புகள் உருவாக்கப்பட்டன.

## தலித்துகளின் வாழ்விடப் பரப்பு

மொத்த தலித் மக்கள் தொகையைப் பொறுத்தவரை நம்புதற்குரிய கணக்கெடுப்புகள் இல்லை. அட்டவணை சாதி என்று அறியப்படும் முன்பு தீண்டத்தகாதோராக இருந்த இந்துக்கள் மற்றும் சீக்கியர்களின் எண்ணிக்கையும் (1956 முதல்), புத்தமதத்தினரின் (1990 முதல்) எண்ணிக்கையும் 1951ம் ஆண்டு கணக்கெடுக்கப்பட்டது. அண்மையில் 2011ம் ஆண்டு எடுக்கப்பட்ட கணக்கெடுப்பின்படி அட்டவணைப் பிரிவு மக்கள் தொகை 20 கோடியே 10 லட்சம் இருந்தது. இது ஒட்டுமொத்த இந்திய மக்கள் தொகையின் 16.6 சதவிகிதமாகும்!

தலித் கிறிஸ்தவ மக்களின் மக்கள் தொகையான 2 கோடியையும் இஸ்லாமிய கிறிஸ்தவ மக்களின் மக்கள் தொகையான 10 கோடியையும் சேர்த்தால் மொத்தம் 32 கோடியாகிறது. இது இந்திய மொத்த மக்கள்தொகையில் கால்பகுதிக்கும் மேல் வருகிறது. உலக அளவில் இது, அடிநிலையிலுள்ள 150 நாடுகளின் ஒட்டுமொத்த

மக்கள் தொகையாகும். அவர்களை ஒரு நாடெனெக் கொண்டால், சீனா, இந்தியாவுக்கு அடுத்த மூன்றாவது பெரிய நாடாகும். ஆனால் அவர்கள் துரதிருஷ்டவசமாக அட்டவணை 1.1ன் படி நாடு முழுக்க சிதறிக் கிடக்கின்றனர்.

2001ம் ஆண்டு மக்கள் தொகை கணக்கெடுப்புப் பட்டியலைப் பாருங்கள். இந்த அட்டவணையின்படி, ஒவ்வொரு பிரிவிலும் அட்டவணைப் பிரிவினர், சிறுபான்மையாக உள்ளனர்.

**அட்டவணை 1.1: அட்டவணை சாதி மக்கள் தொகையின் சதவிகிதம்**

| மக்கள்தொகை விகிதாச்சாரம் | மாவட்டங்கள் | கிராமங்கள் | நகரங்கள் |
|---|---|---|---|
| பட்டியலில் இல்லை | 13 | 1,52,796 | 62 |
| 4. 9 வரை | 92 | 71,479 | 506 |
| 5 முதல் 9. 9 வரை | 68 | 61,275 | 1055 |
| 10 முதல் 19. 9 வரை | 271 | 1,10,590 | 1876 |
| 20 முதல் 49. 9 வரை | 148 | 1,53,481 | 856 |
| 50 முதல் 74. 9 வரை | 1 | 28,672 | 20 |
| 75 க்கும் மேல் | 0 | 15,322 | 3 |
| மொத்தம் | 593 | 5,93,615 | 4378 |

அட்டவணை 1.1ன் படி 46 சதவிகித மாவட்டங்களில் 10 முதல் 19.9 சதவிகித மக்கள் தலித் மக்கள். 25 சதவிகித மாவட்டங்களில் 20.0 முதல் 49,9 சதவிகித மக்களும், மிச்சமுள்ள 29 சதவிகித மாவட்டங்களில் 9.9 சதவிகித தலித்துகளும் உள்ளனர். கிராம அளவில் பார்த்தால், மொத்தமுள்ள 5,93,615 கிராமங்களில் 43,994 கிராமங்களில் 50 சதவிகிதத்திற்கும் மேற்பட்ட தலித்துகள் வாழ்கிறார்கள். இவற்றில் 15,322 கிராமங்களில் 75 சதவிகிதத்திற்கும் மேற்பட்ட தலித்துகள் வாழ்கிறார்கள்.

குறிப்பாக இந்தியாவின் தென்பகுதியில்தான் அதிக தலித் கிராமங்கள் உள்ளன. மக்கள் அடர்த்தியைப் பொறுத்தவரை உத்தரப் பிரதேசத்தில் 20.5%. மேற்கு வங்காளத்தில் 10. 7%. பீகாரில் 8. 2%. தமிழ்நாட்டில் 7.2%. இந்த 4 மாநிலங்களில்தான் தலித்துகள் அடர்த்தியாக வசிக்கின்றனர். மீதமுள்ள 29 மாநிலங்களில் பாதிக்கும் மேற்பட்ட தலித்துகள் வசிக்கின்றனர்.

அட்டவணை 1.2ன் படி கடந்த 5 கணக்கெடுப்புக் காலத்தில், கிராமம் மற்றும் நகர்ப்புறங்களில் தலித்துகள் எப்படியான அளவில் வாழ்கின்றனர் எனப் பார்ப்போம்.

அட்டவணை 1. 2: 1971-2011

அட்டவணை சாதியினரின் மக்கள் தொகைக் கணக்கு

| ஆண்டு | மொத்தம் - % | கிராமப்புறங்களில் - % | நகர்ப்புறங்களில் - % |
|---|---|---|---|
| 1971 | 7,90,92,841 | 6,96,20,416 | 94,72,425 |
| | 14. 8% | 16. 4% | 8. 8% |
| 1981 | 10,47,54,623 | 8,79,96,992 | 1,67,57,631 |
| | 15. 7% | 17. 3% | 10. 6% |
| 1991 | 13,82,23,277 | 11,23,43,797 | 2,58,79,480 |
| | 16. 5% | 18. 0% | 12. 0% |
| 2001 | 16,66,35,700 | 13,30,10,878 | 3,36,24,822 |
| | 16. 2% | 17. 9% | 11. 8% |
| 2011 | 20,13,78,372 | 15,38,50,848 | 4,75,27,524 |
| | 16. 6% | 18. 5% | 12. 6% |

இந்த அட்டவணையின்படி இந்தியாவில் மொத்த மக்கள்தொகையில் 1971ம் ஆண்டு 14.80% அளவில் இருந்த தலித் மக்கள்தொகை, 2011ம் ஆண்டு 16.6% ஆக தொடர்ச்சியாக உயர்ந்துள்ளது.

அதேபோல, நகர அளவில் பார்த்தால், 2001ல் சற்று குறைந்ததைத் தவிர, 2011ல் 12.6% என்ற நிலை அடைந்துள்ளது. ஆக, அடிப்படையில் தலித்துகள் கிராமப்புற மக்களாக உள்ளனர். ஒட்டுமொத்த அளவில் 2011ம் ஆண்டின் நகரமயமாதல் 32.42 சதவிகிதமாக இருந்த நிலையில் தலித் மக்களிடையே அது 23.74 சதவிகிதமாக மட்டுமே உள்ளது.

தலித்துகள் ஒன்றையானவர்களோ, ஒரே தன்மையுடையவர்களோ அல்ல. சாதி அமைப்பின் படிநிலைகள் அவர்களுக்குள்ளும் பிரதிபலிக்கவே செய்கிறது. அட்டவணைப் பிரிவில் குறிப்பிடப்பட்டுள்ளதைவிட பல சாதிகள் அவர்களிடையே உட்பிரிவுகளாக நிலவுகின்றன.

1936ம் ஆண்டில் அட்டவணைப்படுத்தப்பட்டபோதே, ஒவ்வொரு மாகாணத்திலும் பல உட்பிரிவுகள் குறிக்கப்பட்டுள்ளன. உதாரணமாக அனைத்து மாகாணங்களிலும் 74 உட்பிரிவுகள் காணக்கிடக்கின்றன. இது தவிர கவர்மெண்ட் ஆஃப் இந்தியா 1935 சட்டத்தின்படி சென்னை மாகாணத்தின் பிற்பட்ட பகுதிப் பிரதிநிதிகளைத் தேர்வு செய்தவதற்காகக் கணக்கெடுத்தபோது கூடுதலாக 12 சாதிகள் உள்ளதாகத் தெரிகின்றது.

அதேபோல பம்பாய் மாகாணத்தில் 25 உட்சாதிகளும் சில பகுதிகளில் கூடுதலாக 2 சாதிகளும் இருந்திருக்கின்றன. வங்காளத்தில் 70 சாதிகள், மத்திய மாகாணத்தில் 61 சாதிகள், பஞ்சாபில் 27 சாதிகள், பீகாரின் உள்மாவட்டங்களில் உள்ள சில உட்சாதிகள் தவிர 19 சாதிகள், ஒரிஸாவில் 43 சாதிகள், அஸ்ஸாமிலும் பல உட்பிரிவுகளோடு தலித் மக்கள் வாழ்ந்ததாகத் தெரிகிறது.

1950ம் ஆண்டு வெளியிடப்பட்ட அட்டவணைச் சாதிப் பிரிவின் பட்டியலில் கூடுதலாக சில தலித் பிரிவுகள் காணப்படுகின்றன.

இந்த அட்டவணை, அட்டவணைப் பிரிவினர் எனப்படும் தலித்துகள், ஒற்றையானவர்களாகவும் ஒரே தன்மை கொண்டவர்களாகவும் இல்லை என்பதைத் தெளிவாகத் தெரிவிக்கிறது. திருமண உறவு, உணவுப் பழக்கங்கள் என அவர்களுக்குள் பலசாதிப் பிரிவினைகள், அவர்களுக்குள் பல படிநிலைகள், இருந்திருக்கின்றன.

உதாரணமாக அம்பேத்கர் தோன்றிய மகாராஷ்டிராவின் முக்கிய தலித் சாதியான 'மகர்' சாதிக்குள் பல உட்சாதிகள் இருந்துள்ளன. அவற்றின் எண்ணிக்கை சுமார் 64. அம்பேத்கர் தலைமையிலான பல போராட்டங்கள் நடைபெற்ற பின்னும், அவற்றைத் தொடர்ந்து பல மாற்றங்கள் நிகழ்ந்த பின்னும், 1956ல் புத்த மதத்தினர் என்ற மாற்று அடையாளம் சூடிக்கொண்ட பின்னும், 'மகர்' இன மக்களிடையே உட்சாதி வெறிகள் உட்கிடக்கையாக இருக்கத்தான் செய்கின்றன. இப்பவும் கிராமப்புறங்களில் உட்சாதிகளிடையேயான திருமணங்களுக்கு தடை ஏற்படுத்தவே செய்கின்றனர். அம்பேத்கர் விருப்பப்படி தோற்றுவிக்கப்பட்ட இந்திய குடியரசுக் கட்சியில் ஏற்பட்ட பல பிரிவுகளில் 'மகர்' சாதியின் பிரிவுகள் பிரதிபலிக்கவே செய்கின்றன.

சாதி மற்றும் உட்சாதிப் பிரிவினைகள் போலவே, தலித்துகளிடையே வர்க்கப் பிரிவினைகளும் உண்டு. தலித்துகள் சமூகரீதியில் தனிமைப் படுத்தப்பட்டவர்களாகவும், அடக்கப்பட்டவர்களாகவும், தீண்டத் தகாதவர்களாகவும் இருந்தபோதிலும், அவர்களில் சில பிரிவினர் கிராம உற்பத்தியில் குறிப்பிடத்தக்க உயர்நிலையை அடைந்தனர்.

உதாரணமாக, செருப்பு தைத்தல் போன்ற தோல் தொழில் செய்து வந்த சாதியினரான 'சம்பர்கள்' முன்னர் விவசாய நீர்ப்பாசனத்திற்குப் பயன்பட்டு வந்த நீரிறைக்கும் பொருள் செய்து வந்தனர். துடைப்பம் செய்தல் மற்றும் விவசாய வேலைக்காக கயிறு திரித்துவந்த 'மாங்' எனப்படும் சாதியினர் கிராமங்களில் சிறப்புப் பெயர் பெற்றனர். தமது தனித்திறன் காரணமாக, இவர்களுக்குள்ளேயே 'மாங்'கனார்களை விட 'சம்பர்கள்' பெரும் மதிப்பு பெற்றவர்களாக விளங்கினர்.

இந்த மதிப்பு என்பது, தேவைகளை ஈடுகட்டும் வகையிலான பொருட்களை வழங்குவதில் இருந்தது. விதர்பா பகுதியைவிட மகாராஷ்டிராவின் மரத்வாடா பகுதியில் பெரும்பாலான தலித்துகளாக 'மாங்'கள் இருந்தனர். விதர்பாவில் கிராமத்திற்கு இரு 'மாங்' குடும்பங்கள் தான் இருந்தன. திறன் குறைந்தவர்களாக ஆக்கப்பட்ட அவர்கள் 'மகர்'களைப்போல பண்ணைத் தொழிலாளர்களாக இருந்தனர்.

சிறு அளவிலான பொருளாதாரக் குழுக்களாக இருந்த இவற்றுக்குள், ஒரு சில பிரிவினரின் மக்கள் தொகைப் பெருக்கம் வாழ்வாதாரத்தைப் பொறுத்தவரை பதற்றத்தை ஏற்படுத்துவதாக இருந்தது. ஆண்டாண்டு காலமாக வாழ்வாதாரத்தில் ஏற்பட்டு வந்த மாற்றங்கள், இந்தச் சாதிகளுக்குள் இணைப்பை ஏற்படுத்தின. எனினும் தங்களது பொருளாதார பலத்தைப் பொறுத்து, அவை தமக்குள் படிநிலைகளை ஏற்படுத்திக்கொண்டன. இப்படியாக தலித் சாதிகளின் எண்ணிக்கை உயர்ந்து வந்ததால் பொதுவான சாதிய சமுதாயத்தில் பொருளாதாரச் சரிவு தென்பட ஆரம்பித்தது.

### சமூகப் பொருளாதாரப் பார்வை

கடந்த 60 ஆண்டுகளுக்கும் மேலாக இந்திய அரசமைப்புச் சட்டத்தில் சாதியத் தீண்டாமைக்கு எதிரான அறிவிப்புகள் கடுமையாக வலியுறுத்தப்பட்டாலும் தலித்துகள் இன்னமும் சமூகப் பகிஷ்காரம், தீண்டாமை போன்றவற்றால் பாதிக்கப்படவே செய்கிறார்கள். அவற்றில் கொடூரமானது, உடல் ரீதியில் அவர்கள் பிரித்து வைக்கப் படுவது.

இந்திரா ஆவாஸ் யோஜனா, ராஜிவ் ஆவாஸ் யோஜனா போன்ற பல்வேறு அரசுத் திட்டங்களால் சமூகத்தில் வளர்ச்சி ஏற்பட்டுள்ள போதிலும், கிராமங்களில் தள்ளியோ, நகரங்களில் தனியாகவோதான் தலித்துகள் தொடர்ந்து வசிக்கிறார்கள்.

ஊரின் பொதுவிடங்களான கிணறு, நீர்க்கிடங்கு, கோயில்களுக்கு அவர்கள் செல்லும் உரிமை இன்னும் இல்லாமல்தான் இருக்கிறது. விவசாய நிலம் மற்றும் நிலமற்ற சொத்துகள் மீதான உரிமை மிகக் குறுகிய அளவிலேயே உள்ளது. இதன் கடமையாக நில வருவாய், கல்வி, வேலைவாய்ப்பு போன்ற அரங்கில் மிகக் குறைந்த செல்வாக்குப் பெற்றவர்களாகவே திகழ்கிறார்கள்.

கிராமப்புற இந்தியாவில் சொத்து என்றால் நிலங்கள் மட்டுமே. அதுவே பொருளாதார அந்தஸ்தை மட்டுமல்ல, சமூக அந்தஸ்தையும் வெளிப்படுத்துவதாக உள்ளது. கிராமப்புறங்களின் 42.8 சதவிகித

விளைச்சல் நிலங்களை 5.2 சதவிதக் குடும்பத்தினரே வைத்திருக் கிறார்கள். 55.6 சதவிகித விளைச்சல் நிலங்களை 9.5 சதவிதக் குடும்பத்தினரே வைத்திருக்கிறார்கள். மீதி நிலங்கள் 4.37 சதவிகிதக் குடும்பத்தினர் வைத்திருக்க, 41.6 சதவிகிதத்தினர் நிலமற்றவர் களாகவே உள்ளனர். இந்தக் கணக்கில் முற்றிலும் நிலமற்றவர்களாக தலித்துகள் உள்ளனர்.

தோரத் குறிப்பிட்டுள்ளபடி 1982ல் 70.11% கிராமப்புற தலித்துகள் கொஞ்சநஞ்சம்கூட நிலமற்றவர்களாக இருந்தனர். இதுவே 1999-2000ல், 75%மாக ஆனது. இந்தக் காலகட்டத்தில் நிலம் வைத்திருந்த தலித்துகள் படிப்படியாகக் குறைந்துபோயினர். ஒரு சில இடங்களில் ஏதோ கொஞ்சநஞ்ச நிலம் வைத்திருந்த சிலர் அதிக நில உடைமையாளர் என்ற இடத்திற்குச் சென்றனர்.

0.41 முதல் 1 ஹெக்டேர் வரையிலான, ‘சாதாரண விவசாயி’ பட்டியல் 14.9லிருந்து 14.7. ஹெக்டேர் ஆக குறைந்தது. 1.01 முதல் 2 ஹெக்டேர் வரையிலான ‘சிறு விவசாயி’ பட்டியல் 8.4லிருந்து 6.5 ஹெக்டேர் ஆக குறைந்தது. 2.01 முதல் 4 ஹெக்டேர் வரையிலான நடுத்தர விவசாயிகளின் பட்டியல் 4.52லிருந்து 2.82 ஹெக்டேராகக் குறைந்தது. 4.01 ஹெக்டேருக்கு அதிகமான பெருவிவசாயிகள் பட்டியல் 2.06லிருந்து 1.1 ஹெக்டேராகக் குறைந்தது.

இந்தக் குறைவு 1982-92 காலத்தைவிட, 1992-2000 காலத்தில் அதிகமாக இருந்தது. காரணம், ஜூலை 1991ல் ஆட்சி செய்த அரசு நவீன தாராளமயக் கொள்கையைக் கடைப்பிடித்ததால் விவசாயத்துறையில் ஏற்பட்ட பிரச்னைதான். இதன் காரணமாக மேலும் அதிக வறுமை ஏற்படலானது. 2009-10ம் ஆண்டுகாலத்தில் எடுக்கப்பட்ட கணக்கெடுப்பின்படி, கிராமப்புற மக்களிடையே 33.8 சதவிகிதமாக இருந்த வறுமையின் அளவு தலித்துகளிடையே 42.3 சதவிகிதமாக இருந்தது. நகர்ப்புற மக்கள் மத்தியிலான வறுமை, 20.09 சதவிகிதத்தில் இருக்கையில் தலித்துகளிடையே 34.1. சதவிகிதமாக இருந்தது.

நுகர்வு அளவிலும் இதே அளவிலான பற்றாக்குறை தென்பட்டது. அண்மையில் எடுக்கப்பட்ட தேசிய அளவிலான மாதிரிக் கணக் கெடுப்பு தெரிவிப்பதைப் பாருங்கள். 1999-2000 காலத்தில் கிராமப் புறங்களில் 5 பேர் கொண்ட உயர் சாதி குடும்பத்தினரின் மாதாந்திரச் செலவு சராசரியாக ரூ. 2885 ஆக இருக்கையில் 5 பேர் கொண்ட தலித் குடும்பத்தினர் மாதந்திரச் செலவு 2095 ஆக இருந்தது. 2011-12 காலத்தில் உயர்சாதி குடும்பத்தினரின் சராசரி மாதந்திரச் செலவு

ரூ.7150 ஆக இருந்தது. ஆனால் தலித் குடும்பத்தினரின் மாதாந்திரச் செலவு ரூ.6260 தான்.

நகர்ப்புறங்களில் இதே 1999-2000 ஆண்டுக் காலத்தில் உயர் சாதிக் குடும்பத்தினரின் சராசரி மாதச் செலவு ரூ. 5025 ஆக இருந்தபோது, தலித் குடும்பத்தினரின் சராசரி மாதச் செலவு ரூ 3455 ஆக இருந்தது. அதுவே 2011-12ல் உயர்சாதிக் குடும்பத்தினருக்கு ரூ 16,210 ஆக இருந்தபோது, தலித் குடும்பத்தினருக்கு ரூ 10,140 ஆக இருந்தது. ஆக, அந்த 12 ஆண்டு காலத்தில் கிராமப்புற உயர்சாதி மற்றும் தலித் குடும்பத்தினரின் மாதாந்திரச் செலவின் இடைவெளி, 37லிருந்து 36 என 1 சதவிகித அளவுக்குத்தான் குறைந்துள்ளது. நகர்ப்புறக் குடும்பங்களிடையேயான இடைவெளியும் 5 சதவிகித அளவுக்குக் குறைந்துள்ளது.

இந்தப் புள்ளிவிவரம் சொல்லும் இன்னொரு தகவல், கிராமப்புற தலித் குடும்பங்களின் மாதாந்திரச் செலவினம் 87லிருந்து 73 சதவிகிதமாகக் குறைய நகரப்புறத்தைப் பொறுத்தவரை 87லிருந்து 62 சதவிகிதமாகக் குறைந்துள்ளது. 'செலவினம் என்பதை இந்தியாவைப் பொறுத்த வரை வருமானத்தோடு இணைத்துப் பார்க்க முடியாது. சொல்லப் போனால், நம் நாட்டில் வருமானத்தை அளவிடமுடியாது. இவற்றுக்கு இடையே பெரும் இடைவெளி உள்ளது.

வறுமை இப்படி இருந்தாலும், கல்வியைப் பொறுத்தவரை தங்களது எதிர்கால சந்ததிக்குள்ள ஒரே முன்னேற்றகரமான வழியாக தமது தலைவர் அம்பேத்கர் காட்டியபடி, தலித்துகள் பெருமளவுக்கு முன்னேறியிருக்கிறார்கள்.

பள்ளிக்கல்வியின் 12ம் வகுப்பு வரையிலான பல்வேறு நிலைகளிலும் அம்மக்களின் நுழைவு சதவிகிதம் அதிகரித்துள்ளது. உயர்கல்வியைப் பொறுத்தவரை தேசிய அளவில் 21.1% ஆன பதிவு சதவிகிதம் தலித்துகளைப் பொறுத்தவரை 15.1% ஆகும். தலித்துகளை விடவும் மோசமான நிலையிலிருந்த சிறுபான்மையினரான ஆதிவாசிகள், இஸ்லாமியர்கள் ஆகியோரையும் இந்தக் கணக்கிற்குள் கொண்டு வந்தபோது உயர் சாதியினருக்கும் தலித்துகளுக்குமான உண்டான இடைவெளி தெரியாமல் போனது. இது மாதிரியான இடைவெளி ஆரம்பக்கல்வியில் தெரியவில்லைதான். மேல்நிலைக் கல்வியைப் பொறுத்தவரை 2001-2002ம் ஆண்டின் 4.2%லிருந்து 2011-2012ல் 11% அளவுக்கு உயர்ந்தது.

உயர்நிலைக் கல்வியின் தொழிற்கல்விப் பிரிவில் பெரும் இடைவெளி இருக்கவே செய்தது. அதிகார வர்க்கத்தின் அனைத்துப் பிரிவுகளிலும் இடஒதுக்கீடு கொள்கை நடைமுறைக்கு வந்ததால்

தலித்துகளில் ஒரு பகுதியினர் நல்ல முன்னேற்றம் கண்டனர். எனினும் நம் இந்திய சமூகத்தில் பெரும்பாலான தலித்துகள் சமூக, பொருளாதார நிலையைப் பொறுத்தவரை அடிமட்டத்தில் தான் அல்லாடுகிறார்கள்.

## தீண்டாமைப் பழக்கம்

'மகாத்மா காந்திக்கு ஜே' என்ற முழக்கத்தோடு இந்திய அரசமைப்புச் சட்டத்தின் 17வது பிரிவு, தீண்டாமையைக் கைவிட்டுவிட்டது. அதைக் கடைப்பிடிப்பது தண்டனைக்குரியது என்றும் தெரிவித்து விட்டது. தீண்டாமைக்கு எதிரான சட்டத்தை வலுப்படுத்தும் வகையில், மதம், இனம், சாதி, பாலினம் மற்றும் பிறந்த இடம் குறித்தவகையில் தீண்டாமையைக் கடைப்பிடிக்கக்கூடாது எனச் சொல்லியது. அதேபோல 1955ல் பிரிவு 15ல் தீண்டாமைக் குற்றச்சட்டம் இயற்றப்பட்டது. அதே சட்டம் 'மனித உரிமை பாதுகாப்புச் சட்டம் 1995' என்று 1976ம் ஆண்டு திருத்தி மறுபெயர் சூட்டப்பட்டது. எனினும் 1955 முதல் எடுக்கப்பட்ட கணக் கெடுப்புகள், தீண்டாமை கடைப்பிடிக்கப்படுவதாகத் தெரிவித்தது.

தொடர்ந்து 3 கணக்கெடுப்புகள் நடத்தப்பட்டன.

1. 2001ம் ஆண்டில் 11 மாநிலங்களிலுள்ள 550 கிராமங்களில் அகில இந்திய செயலுதவித்திட்டம் என்ற அமைப்பும்
2. 2009ம் ஆண்டு, குஜராத்தில் 1589 கிராமங்களில் நவ்சர்ஜன் டிரஸ்ட் என்ற அமைப்பும்
3. 2011-2912ம் ஆண்டில் பரவலாக இந்திய அளவில் 42,000 குடியிருப்புதாரர்களிடம், தேசிய பொருளாதார ஆய்வுக்குழு, அமெரிக்காவின் மேரிலேண்ட் பல்கலைக் கழகம் மற்றும் இந்திய மனித மேம்பாட்டு நிறுவனம் என்ற அமைப்பும் கணக்கெடுப்பு நடத்தின.

அனைத்து அமைப்புகளின் ஆய்வறிக்கைகளும் இந்தியாவில் தீண்டாமை தொடர்ந்து நிலவுவதை வெளிச்சம் போட்டுக் காட்டுகின்றன.

நாட்டில் மூன்று விதங்களில் தீண்டாமை கடைப்பிடிக்கப்பட்டு வருவதாக செயலுதவிக் குழு தெரிவிக்கிறது.

1. குடியிருப்புகளில் பிரிவினை.
2. பொதுச்சேவை அமைப்புகளிலிருந்து ஒதுக்கி வைத்தல்.
3. பொது இடங்களில் தள்ளி வைத்தல்.

குடியிருப்புகளில் பிரிவினை என்பது என்ன? இந்தியக் கிராமங்களில் தனித்துக் கட்டப்படும் காலனி அல்லது சேரிகளில் அரசின்

திட்டங்களான இந்திரா ஆவாஸ் யோஜனா, ராஜிவ் காந்தி ஆவாஸ் யோஜனா ஆகியவற்றின் மூலம் செயல்படுத்தப்படும் ஷெட்யூல்ட் இன மக்களுக்கான வீட்டுவசதித் திட்டங்கள்கூட மேல்சாதி மனோபாவப்படி தனித்த இடங்களில்தான் கட்டப்படுகின்றன.

பொதுக் கிணறுகளிலிருந்து நீர் எடுக்கவும், ஊர்க் கடைகளில் பொருள்கள் வாங்கவும், ஹோட்டல்களில் சாப்பிடவும், பொதுப் பேருந்துகளில் பயணிக்கவும் தலித்துகள் பெரும் இடைஞ்சலைச் சந்திக்கின்றனர். இந்தத் தடைகள் எல்லாம் மீண்டும் மீண்டும் தீண்டாமையை நிலைநிறுத்தவே பயன்படுகின்றன.

மேலும், தலித்துகளின் திருமண ஊர்வலங்கள் பொதுச் சாலைகளில் வருவதைத் தடுத்தல், உயர்சாதியின் முன் நின்று பேசாதிருத்தல், புதிய ஆடைகள் அணிவதை மறுத்தல் போன்ற பழக்கவழக்களைக் கடைப் பிடிப்பதன் மூலம் தீண்டாமை தொடர்ந்து நிலைப்படுத்தப்படுகிறது. இந்தியாவின் கிராமங்களில் இந்தப் பழக்க வழக்கங்கள் பல்வேறு தன்மைகளில் கடைப்பிடிக்கப்பட்டுவருகின்றன என்று இந்த ஆய்வுகள் தெரிவிக்கின்றன.

தலித்துகளிடமும், பிற சாதியினரிடமும் குஜராத்தின் கிராமப்புறப் பகுதிகளில் நவ்வர்ஜன் டிரஸ்ட் நடத்திய கணக்கெடுப்பு, பொது வெளிகளிலும் தனிப்பட்ட அளவிலும் தீண்டாமை திகழ்வதாகத் தெரிவித்தது. அதுமட்டுமல்லாமல், தலித்துகளுக்குள்ளும் பல சாதிகள் இருப்பதாக அறிவித்தது. 10% முதல் 98% வரையிலானவர்களிடையே வெவ்வேறு விதங்களில் தீண்டாமை நிலவுவதாகவும் தெரியவந்தது.

இந்த உண்மை, அப்போதைய குஜராத் முதலமைச்சர் நரேந்திரமோடி, ‘உயிர்த்துடிப்புள்ள குஜராத்’ என்று பிரச்சாரம் செய்ததைத் தவறென்று நிரூபித்ததோடு, குஜராத்தின் அழுகிய முகத்தைப் படம் பிடித்தும் காட்டியது. அதே குஜராத்தில் சாக்கடைகளில் மனிதர்களே இறங்கிச் சுத்தம் செய்யும் வழக்கம் நீடிப்பதையும் அந்த ஆய்வு வெளிப் படுத்தியது.

பிரபுல் திரிவேதி மற்றும் மரி மரீல் திகேகரா ஆகியோர் உரிய ஆதாரங்களை வெளியிட்டபோதும், கே. ஸ்டாலின் ‘லெஸ்ஸர் ஹ்யூமன்’ எனும் ஆவணப்படம் எடுத்து வெளியிட்டபோதும், குஜராத் அரசு கழிவுகளை மனிதர்கள் அகற்றும் வழக்கம் குஜராத்தில் இல்லை என்று 2003 ஆண்டு உச்ச நீதிமன்றத்தில் உறுதி மொழித்தாள் தாக்கல் செய்தது. குஜராத்தில் சுமார் 12,000 பேர் மனிதக் கழிவுகளை அகற்றும் பணியாற்றுகின்றனர் என 2007ம் ஆண்டு ‘டாடா சமூக அறிவியல் மையம்’ வெளிப்படுத்தியபோதும் குஜராத் அரசு தனது

நிலையில் அப்படியே நின்றது. வேடிக்கை என்னவென்றால், இந்த ஆய்வுக்கு நிதி உதவி செய்ததே, குஜராத் மாநில அரசின் குஜராத் சஃபாரி காம்தார் விகாஸ் எனும் அமைப்புதான்!

என்.சி.ஏ.இ.ஆர் எனும் தேசிய அமைப்பு அனைத்து சாதி மதத்தினரிடையே நடத்திய ஆய்வில் 27 சதவிகிதம் பேர், தாங்களே தீண்டாமையைக் கடைப்பிடிப்பதாகத் தெரிவித்துள்ளனர். இப்படி ஒப்புக்கொண்டவர்களில் பிராமணர்கள் 52%. இதர பிற்பட்ட வகுப்பினர் 33%. பிராமணரல்லாத உயர்சாதிப் பிரிவினர் 24% பேர். தலித் மக்களிலேயே 15% பேரும், ஆதிவாசிகளில் 22% பேரும் ஒப்புக்கொண்டுள்ளனர்.

அனைத்து மதப் பிரிவினரிடையேயும் தீண்டாமை கடைப்பிடிக்கப் படுகிறது. சமண மதத்தினரில் 35% சதவிகிதத்தினரும், இந்து மதத்தின் 30 சதவிகிதத்தினரும், சீக்கியர்களில் 23 சதவிகிதத்தினரும், இஸ்லாமியர்களில் 18 சதவிகிதத்தினரும், கிறிஸ்தவர்களில் 5 சதவிகிதத்தினரும் இதை வெளிப்படுத்தியுள்ளனர்.

எந்த மத நம்பிக்கையும் எந்த மதமாற்றமும் சாதி தொடர்பான மரபு சார்ந்த சிந்தனை முறையில் எந்த மாற்றமும் ஏற்படுத்தவில்லை என்பதை இது தெளிவாகக் காட்டுகிறது. அந்தப் பிரிவின்படி அதிக பட்சமாக மத்தியப்பிரதேசத்தில் 53%ம், இமாச்சலப் பிரதேசத்தில் 50%ம், சட்டீகரில் 48%ம், ராஜஸ்தான் மற்றும் பீகாரில் 47%ம் உத்தரப்பிரதேசத்தில் 43%ம், உத்தரகண்டில் 40 சதவிகிதமும் இந்தி பேசும் மாநிலங்களில் தீண்டாமை பரவிக் கிடக்கிறது.

## அடையாளப் பிரச்னை

தீண்டாமையின் அவலத்திற்கு உள்ளான அனைத்துச் சாதிகளும் ‘தலித்’ என்ற ஒற்றை அடையாளத்திற்குள் கொண்டுவர அம்பேத்கர் முயன்றார். ஆனால் அது முடியவில்லை. தம்மளவில் ஆழமாக ஊடுருவியுள்ள சாதியப் படிநிலை உணர்வுகளும் சாதி நலன்களும் அதன் சாத்தியத்தைத் தவிர்த்துவிட்டன. அம்பேத்கரின் சொந்த ‘மகர்’ சாதி மக்கள் ஆர்வத்தோடு அவரைப் பின்பற்றினாலும் மற்ற தலித் சாதியினர் ஆதரிக்கவில்லை.

ஆரம்பத்தில் சவ்தார் கிணற்றில் குடிநீர் எடுக்கும் உரிமைக்கான சத்யாகிரகம், கோயில் நுழைவுக்கான சத்யாகிரகம் போன்ற சமூக - மத மற்றும் கலாச்சார உரிமைகளுக்கான போராட்டங்களை அம்பேத்கர் முன்னெடுத்தபோது காட்டிய ஆர்வத்தை அவர் தீண்டாமை குறித்து பேசியபோது தலித் சாதியினர் காட்டவில்லை.

இந்நிலையில் அம்பேத்கர் அரசியலின் பக்கம் திரும்பியபோது தலித் மக்களை ஆளும் வர்க்கத்தினர் ஆசை காட்டி தம்பக்கம் இழுக்க ஆரம்பித்தனர். மகாராஷ்டிராவில் ஆரம்பித்த இந்தப் போக்கு நாளடைவில் நாடு முழுவதும் பரவ ஆரம்பித்தது. காலப்போக்கில் இட ஒதுக்கீட்டின் கீழ் வளர்ச்சியடைந்த தலித்தின் உயர்சாதியினர் தங்களின் உயர்வுக்காக அம்பேத்கர் ஆற்றிய பணிகளை அங்கீகரித்தனர். அவரைத் தலைவராக ஏற்றுக்கொண்டனர். 'அம்பேத்கரிய தலித்துகள்' எனும் அடையாளத்தின் கீழ் அமைப்பு ரீதியாகத் திரண்டனர்.

1960க்குப்பின், தேர்தல் அரசியலில் ஏற்பட்ட போட்டியைத் தொடர்ந்து ஆளும் வர்க்கத்தினர் தலித் வாக்குகளை வாங்கிட, அம்பேத்கரை உயர்த்திப் பிடித்த ஆரம்பித்தனர். அப்போதும் அதிகம் மக்கள் தொகை கொண்ட தலித் பிரிவினர் அம்பேத்கரை முழு மனதோடு ஏற்றுக்கொள்ளவில்லை. ஆளும் வர்க்கத்தினர் தமது சாதித் தலைவர்களை அம்பேத்கருக்கு மாற்றாகக் காட்ட ஆரம்பித்தனர். உதாரணமாக மகாராஷ்டிராவில் உள்ள 'மாங்' எனும் தலித் சாதியினர், அன்னபாவ் சாத்தே என்பரைத் தங்கள் சாதியின் முகமாக முன்னிறுத்தினர். பிறகு ஜெகஜீவன்ராமை அடுத்த தலைமுறையின் தலைவராக உயர்த்திப் பிடித்தனர். ஆரம்பத்தில் அதற்கு ஒரு பிடிப்பு இருந்தாலும், பின்னர் வெற்றி பெறவில்லை. இதனிடையேதான் கடந்த பல ஆண்டுகளாக அனைத்துப் பட்டியலின மக்களும் 'தலித்' என்று அடையாளப்படுத்தப்படுகின்றனர்.

தலித் என்ற சொல், மொழியியலின் எல்லைகளைக் கடந்து இந்து சமூக அமைப்பில் ஒடுக்கப்பட்ட வர்க்கத்தினரைப் பிரதிநிதித்துவப் படுத்தித் தொடங்கியது இப்படித்தான். முற்போக்கு மராத்திய இலக்கியவாதியும் தலித் சிறுத்தைகளின் கருத்தியலாளருமான பாபுராவ் பாகல் 'தலித்' என்னும் சொல்லை புரட்சியின்பாற்பட்டது என்கிறார். பாகலின் கருத்துக்கு முட்டுக் கொடுக்கும் வகையில் குரு என்பவர் கீழ்க்கண்டவாறு குறிப்பிடுகிறார்.

'தலித்' எனும் சொல்லை தலித் சிறுத்தைகள் புரட்சியின் பாற் பட்டதாகத்தான் பார்க்கிறார்கள். காரணம் அச்சொல்லின் உள்ளார்ந்த திறனும், இறந்தகாலத்தின் புரட்சிகரமான அர்த்தத்தை மீட்டுக் கொண்டுவரும் தன்மையும்தான். மேலும் பெரும்பாலான தலித் மக்களைச் சென்றடையும் வலுப்பெற்றுள்ளது இந்த 'தலித்' என்னும் சொல். வெறும் மொழி சார்ந்ததாக இல்லாமல் அர்த்தம் மிக்கதாகவும் உள்ளது. மேலும் தலித்துகளின் புரட்சிகரமான போராட்டங்களின் சரித்திரபூர்வமாகக் கட்டமைக்கப்பட்ட சொல்லாகவும் உள்ளது.

இறுதியாக சிறுத்தைகளும் பாகலும் வரையறுப்பதுபோல, ஆதிவாசிகள், உழைக்கும் வர்க்கத்தினர் மற்றும் பெண்களைத் தனக்குள் கொண்டுவரும் சொல்லாகவும் இருக்கிறது. தலித் என்னும் சொல்லுக்கு எதிரானவர்கள் சொல்வதற்கு மாறாக சிறுத்தைகளின் புரிதல் அறிவுபூர்வமான வகையில் தனித்துவமிக்கதாக உள்ளது.

தலித் எனும் அடையாளத்திற்கு எதிராக தலித்துகளில் ஒரு பிரிவினர் இருப்பதையும் காணமுடிகிறது. மத்தியதர வர்க்கத்தைச் சேர்ந்த படித்தவர்கள் புத்தமதத்திற்கு மாறிய பிறகு தலித் என்று சொல்லிக் கொள்வதில் என்ன அர்த்தம் இருக்கிறது என்கின்றனர். மேலும், தமது இறுதிக்காலத்தில் அம்பேத்கர் தனது அடையாளத்தை மாற்றிக் கொண்டதால், அவரைப் பின்பற்றியவர்கள், தலித் என்னும் அடையாளத்தை விட்டுவிட்டு புத்த மதத்தினர் என்று அடையாளப் படுத்திக்கொள்ள விரும்பினர்.

இந்த விவாதம் இப்படிப் போய்க் கொண்டிருக்கையில், கன்ஷிராம் தலித்துகளுக்கு பெரும்பான்மை என்னும் அர்த்தம் தரும் வகையில் சூத்திரர்கள் அல்லாதார், மதச் சிறு பான்மையினர் ஆகியோரோடு தலித்துகளுக்கும் அரசியல் அடையாளம் வழங்கினார். பகுஜன் சமாஜ் கட்சி என தனி அரசியல் கட்சியும் தொடங்கினார். அதிலிருந்து பிரிந்த ஒரு பகுதியான பாம்செஃப் (அகில இந்தியப் பிற்பட்டோர் (பட்டியல் இனத்தவர் மற்றும் இதர பிற்பட்ட வகுப்பினர்) மற்றும் சிறுபான்மை சாதி ஊழியர் சங்கம்) தலித் என்பது பலவீனமான, இரக்கத்துக்குரிய அடையாளமாக இருப்பதாகக் கருதியது. எனவே அம்மக்களுக்கு நம்பிக்கையும் உறுதியும் ஏற்படுத்தும் வகையில் முல்நிவாசி (பூர்வகுடிகள்) எனும் பெயரை முன்னிலைப்படுத்தினர். பகுஜன் என்னும் சாதுவான பெயரைப் போலன்றி இந்தப் புதிய அடையாளம் தலித்துகளைப் போர்க்குணமிக்கோராக மாற்றும் என்று அவர்கள் கருதினர். தலித்துகள் ஆள்பவர்களாக இருக்கவேண்டும் என்னும் அம்பேத்கரின் முழக்கத்தையும் அவர்கள் துணைக்கு அழைத்துக் கொண்டனர்.

இப்போதும் தலித்துகளின் உயர்தர நடுத்தர வர்க்கத்தினர், இதில் எந்த அடையாளத்தையும் ஏற்றுக்கொள்ளாமல், தலித் மக்களிடமிருந்து தங்களைத் தனிமைப்படுத்திக் கொண்டனர். எனினும் மிகச் சிறுபான்மைய இருந்தால் குறிப்பிட்டதாக இல்லை. எனினும் இவர்கள் எண்ணிக்கையளவில் சொற்பமாக இருந்தனர். இருந்தாலும் இது ஒரு வர்க்கம் சார்ந்த பார்வை என்பதே மறந்துவிடமுடியாது. இதில் ஒரு குழுவினர் வணிகக் கல்வி கற்று தலித் பூர்ஷ்வாக்கள், தலித் முதலாளிகள் போன்ற அடையாளங்களைத் தங்களுக்காக உருவாக்கிக்

கொண்டனர். 'மற்றவர்களுக்கு வேலை கொடுப்பவராக இரு; வேலை தேடுபவராக இராதே' போன்ற முழக்கங்களையும் எழுப்பினர்.

## நிகழ்கால பிரச்னைகள்

கடந்த நூற்றாண்டில், தலித்துகள் குறிப்பிடத்தக்க வகையிலான முன்னேற்றம் அடைந்துள்ளனர் என்பதில் ஐயமில்லை. இட ஒதுக்கீடு கொள்கையின் காரணமாக, ஆயிரக்கணக்கான தலித் இளைஞர்கள் உயர்கல்வி கற்று, அதிகார வர்க்கத்திற்குச் சென்று, பொதுத்துறை நிறுவனங்களில் நிர்வாகப் பொறுப்புகளைப் பெற்றுள்ளனர். இரண்டாவது மற்றும் மூன்றாவது தலைமுறை தலித்துகள் சிறந்த கல்வி பெற்றதால் - தன்னம்பிக்கை அளவு அதிகமாகியதால் - தமது பெற்றோர்களைப்போல அரசு ஊழியராக, பொதுத்துறை நிறுவன ஊழியராக குறைந்த சம்பளத்திற்குச் செல்வதில்லை. பலரும் சர்வதேச நிறுவனங்களில் பணிபுரியப் போகின்றனர். பொதுவான இந்திய மனப்பான்மை! அரசியலிலும்கூட தலித்துகள் மிக உயர்ந்த பதவிகளை அடைந்துள்ளனர். கடந்த இரண்டாயிரம் ஆண்டுகளுக்கு மேலாக மனிதர்களிலே மட்டமாக நடத்தப்பட்ட அந்தச் சமூகத்தின் மிகவும் பெருமைக்குரிய சாதனைதான் இது. ஆனால் துரதிருஷ்ட வசமாக கிராமப்புறங்களில் பெருமளவில் வாழும் தலித் மக்கள் அந்த உயரத்தை அடையாதது பெருமையைக் குறைப்பதாக உள்ளது. படித்த நகர்ப்புற தலித்துகள் மிகவும் சிறுபான்மையாக உள்ளதால், பெரும்பான்மையான கிராமப்புற தலித்துகளின் அவலநிலை அதை அமுக்கிவிடுகிறது. கிராமப்புற தலித்துகளைப் பொறுத்தவரை, கடந்த பல நூற்றாண்டுகளிலும் சிறிய அளவு மாற்றமே ஏற்பட்டுள்ளது.

மாறாக, பெருமளவு சுமைகளை அவர்களின் தோளில் ஏற்றியுள்ளன. நகர்புற தலித்துகளின் முன்னேற்றத்தின் காரணமாக கிராமப்புற தலித்துகள் அவ்வப்போது உயர்சாதியினரின் தாக்குதல்களையும் அடாவடிகளையும் எதிர்கொள்ளவேண்டியுள்ளது. அவர்கள் இன்னும் தமது பகுதிகளில் தனிமைப்படுத்தல் முதலான அவலங்களால் பாதிக்கப்படுகின்றனர். கடந்த காலத்தைவிட, அண்மையில் ஏற்பட்டுவரும் வளர்ச்சிகள் குறிப்பிடத்தக்கவைதான். ஆயினும் இந்த வளர்ச்சியை, பிற சாதியினரின் வளர்ச்சியோடு ஒப்பிட்டுப் பார்க்க வேண்டியுள்ளது. அது மிகப்பெரிய இடைவெளி! தலித்துகளுக்கும் பிறருக்கும் இடையிலான வளர்ச்சி கடந்த நூற்றாண்டில் ஒரு மாற்றத்தையும் ஏற்படுத்தவில்லை.

நிகழ்கால இந்தியா தொடர்ச்சியையும் மாற்றங்களையும் பிரதி பலிக்கிறது. நிலப்பிரபுத்துவ சாதியக் கலாச்சாரம் தொடர்கின்றது;

நவீன தாராளமயத்தின் காரணமாக முதலாளித்துவ வளர்ச்சி முறையில் மாற்றம் ஏற்பட்டுவருகிறது. ஆங்கில ஆட்சிக்குப் பிந்தைய அரசியல் பொருளாதார நிலை, பண்பாட்டு ரீதியான பழக்க வழக்கங்களை அழிப்பதன் மூலம் சாதி கட்டமைப்பில் தாக்கத்தை ஏற்படுத்தி வருகிறது. முதலாளித்துவ முறையிலான பசுமைப் புரட்சித் திட்டத்தை அரசு அமல்படுத்தியதன்மூலம், சூத்திரப் பிரிவினர் இடையே ஒரு கிளர்ச்சி ஏற்பட்டது. அதன் அம்சங்கள் 6வது அத்தியாயத்தில் விவாதிக்கப்படுகின்றன என்றாலும் அண்மைக்கால சாதி அமைப்பு முந்தைய அடுக்குமுறையான சமத்துவமின்மையுடன் கூடிய சாஸ்திரிய முறையிலான சாதிய அமைப்பினைச் சித்தரிக்க வில்லை. மாறாக, அது தலித்துகள் மற்றும் தலித் அல்லாதவர் களிடையே வர்க்கத் தன்மையுடன் கூடிய ஒரு பிரிவினை ஏற்பட்டுள்ளதைப் பிரதிபலிக்கிறது. சாதி அமைப்பின் அடிநிலையில் இருக்கும் தலித்துகளைப் பொறுத்தவரை முக்கியத்துவம் வகிக்கிறது. தற்காலத்திய இந்திய அரசியலமைப்பில் அனைத்து அரசியல் கட்சிகளும் தலித்துகளை இணைத்துக்கொள்ளத் துடிப்பது அவர்களுடைய முக்கியத்துவத்தை உணர்த்துகிறது. தலித் என்கிற குழுவை நீக்கிவிட்டுப் பார்த்தால் இந்தியத் தேர்தல் அரசியலை உங்களால் நினைத்துக்கூட பார்க்கமுடியாது. தலித் என்னும் சமூக அமைப்பின் இருத்தலால்தான் விவசாயத் துறையில் குறைந்த கூலிக்கு எண்ணற்ற ஆள்கள் கிடைக்கிறார்கள். பொருளாதார நெருக்கடியில் அல்லலுறும் பிரிவினரும் தலித்துகளைப் பார்த்து நாம் எவ்வளவோ பரவாயில்லை என்று உளவியல் ரீதியில் திருப்தியடைகிறார்கள். சமூக அடுக்குகள் எப்போதும் நிலவுவதுபோல் நீடிப்பதற்குத் தலித் என்னும் பிரிவு பயன்படுத்தப்படுகிறது. ஆளும் வர்க்கத்தைப் பொருத்தவரை தலித்துகள் ஒரு திரட்சியாக அன்றி தனித்தனியாகப் பிரிந்திருப்பது சாதாகமானதாக இருக்கிறது. தலித்துகளின் வர்க்க ஒற்றுமையை மிகப் பெரும் அச்சுறுத்தலாக அவர்கள் கருதுகிறார்கள்.

## இந்நூலின் நோக்கம்

நவீன இந்தியாவிலுள்ள தலித்துகளின் பொருளாதார, அரசியல் வரலாற்றை அறிமுகப்படுத்துவதே இந்நூலின் நோக்கம். கடந்த நூற்றாண்டில் உள்ளும் புறமுமாக பல மாற்றங்கள் நிகழ்ந்துள்ளன. அதில் ஒரு முக்கியமான மாற்றம் சாதிகள் அதன் பாரம்பரிய பழக்க வழக்கங்களிலிருந்து மாறியதும், தலித் - தலித் அல்லாதோர் என வர்க்க மாதிரியிலான பிரிவினை ஏற்பட்டதும்தான். சாதிய நடை முறையில் மிக முக்கியமான அம்சம், அரசியலமைப்புச் சட்டத்தின் படியிலான அரசமைப்பும் சாதி எதிர்ப்பு மற்றும் தலித் ஆதரவு எனும் நிலை அதில் உருவானதும்தான்.

தலித்துகள் குறித்த இந்த வளர்ச்சிநிலை இலக்கியங்களில் பெருமளவுக்கு வெளிப்படவில்லை. என்றாலும், தலித்துகளின் போராட்டதிசை குறித்து இலக்கியங்கள் உள்ளன. இலக்கியத்தில் தவறவிடப்பட்ட மற்றொரு முக்கிய அம்சம், தலித் இயக்கங்களின் பரிணாம வளர்ச்சி மற்றும் சக்தி குறித்தது. பெரும்பான்மையான தலித்துகள் கடந்த நூற்றாண்டில் இதே நிலை இப்படிதான் இருந்ததென்று நினைக்கிறார்களா? தலித்துகளுக்கு இயல்பான நண்பர்களாக இருக்கவேண்டிய பிற்படுத்தப்பட்ட சாதியினர் ஏன் தலித்துகளுக்கு பெரும் துன்பம் விளைவிப்பவர்களாக ஆனார்கள்?

சில தலித் சாதியினர் பொருளாதார ரீதியால் சற்று முன்னேற்றம் காண்கிறபோது சக தலித்துகளே ஏன் அவர்கள்மீது வெறுப்பு காட்ட வேண்டும்? தலித்துகள் கம்யூனிஸ்டுகளுடன் நெருங்காமல் ஏன் வலதுசாரி பிற்போக்குவாதிகளுடன் நட்பு பாராட்டுகிறார்கள்? மத மாற்றம் தலித்துகளை விடுதலை செய்துள்ளதா? தலித் முதலாளித்துவம் அவர்களை விடுதலை செய்யுமா? தலித்துகள் அரசியல் அடையாளம் பெறுவதற்கான முயற்சியில் உள்ள படுகுழிகள் என்னென்ன? இது போன்ற பல கேள்விகள் இந்நூலில் அலசப்பட்டுள்ளன.

தலித்துகளின் தோற்றுவாய், விடுதலைக்கான அவர்களது போராட்டங்கள், அம்பேத்கரின் விடுதலைப் பயணங்கள், தற்காலத்திய தலித் இயக்கங்கள் என்று அத்தியாயங்கள் காலவாரியாக அமைக்கப் பட்டுள்ளன. இறுதி அத்தியாயம் தலித்துகள் இப்போதிருக்கும் நிலையில் ஏன் இருக்கின்றனர் என்பதை அலசுவதோடு அவர்களுடைய எதிர்காலத்தையும் கணக்கில் கொள்கிறது.

ஒன்று

# சாதிய அமைப்பு

இந்திய சாதிய அமைப்பின் உற்பத்திப் பொருள்தான் தலித்துகள். இந்தச் சாதிய அமைப்பு நீடிக்க தலித்துகள் அவசியம். இந்த அடிமைத் தளையிலிருந்து இவர்களை விடுவிப்பதே, பிற சாதிகளோடு சரி நிகராக்கும் என்கிறார் அம்பேத்கர். தலித்துகளைப் பொறுத்தவரை, அந்த அளவுக்கு சாதிய அமைப்பு ஓர் இறுக்கமான பங்கு வகிக்கிறது.

சாதிய அமைப்பின் முக்கிய அம்சங்கள் குறித்தும், தனித்துவமான அதன் மூலாதாரம் மற்றும் பரிணாம வளர்ச்சி குறித்தும் இந்த அத்தியாயம் பேசுகிறது. மேலும் இதுபோன்ற பிற அமைப்புகளோடு, சாதிய அமைப்புக்கு உள்ள பொருத்தம் மற்றும் பிற சாதிகளால் ஒடுக்கப்படும் தலித்துகளின் நிலைகுறித்துப் பேசுகிறது. முக்கியமாக சாதிய அமைப்பு குறித்து அலசுவதோடு, சாதிகளின் பரிணாம வளர்ச்சி இன்னும் எந்த அளவுக்குத் தொடர்கிறது என்பதையும் விவரிக்கிறது. மேலும் தொடர்ந்து வரும் அத்தியாயங்களில் நாம் விவாதிக்க விருக்கும் தலித்துகளின் போராட்டங்கள் அவர்களின் விடுதலை குறித்த விளக்கங்கள் குறித்தும் புரிந்துகொள்ள இந்த அத்தியாயம் ஓர் அடித்தளம் அமைக்கிறது.

## சாதியும் வர்ணமும்

சாதிதான், இந்திய சமூக அமைப்பைத் தீர்மானிக்கும் முக்கிய அம்சமாக விளங்குகிறது. மொழியியல் வரலாற்றின்படி, 'சாதி' என்னும் ஆங்கிலச் சொல் 'Easta' எனப்படும் ஸ்பானிஷ் மற்றும் போர்ச்சுக்கீசிய சொல்லிலிருந்து பெறப்பட்டது. அதன் வேர் 'Easta'

எனப்படும் லத்தீன் மொழிவரை நீள்கிறது. அதன் அர்த்தம் 'இனம், பாரம்பரியம், வம்சாவளி'. ஆக 'Easta' எனப்படும் அவற்றுக்கு மாற்றான இந்தியச் சொல்தான் சாதி!

இந்தியாவின் படித்த இலக்கியவாதிகளுக்கு இடையே இந்தச் 'சாதி' குறித்தும் 'வர்ணம்' குறித்தும் பெரும் குழப்பம். இரு சொற்களுமே சாதிய அமைப்பைக் குறிக்கின்றன என்றாலும், 'வர்ணம்' என்பது, சரித்திரத்தின் இருண்ட காலத்தில் இந்தியாவை ஆக்கிரமித்த ஆரியர்களால் கொண்டு வரப்பட்ட சொல். ஆரம்ப காலத்தில், படிநிலை என்றில்லாமல் மூன்று வர்ணங்கள்தான் இருந்தன. பின்னாளில் பிராமணர், ஷத்திரியர், வைசியர், சூத்திரர் எனும் 4 பிரிவுகளாகப் பரிணமித்துள்ளது. 'சதுர்வர்ணம்' எனப்படும் இந்தச் சாதிய அமைப்பு, ரிக்வேத காலத்தின் பிற்பகுதியில் தோன்றி, 4 படிநிலைகளை உருவாக்கியதோடு, ஐந்தாவதாக, அவர்ணா அல்லது பஞ்சமர் எனப்படும் சாதிக்கு அப்பாற்பட்டவர்களையும் உருவாக்கியது.

வர்ணங்கள் 5 தான். ஆனால், சாதிகளை எண்ணி மாளாது. 'வர்ணங்கள்' வேதகாலத் தொழில்களின் அடிப்படையில் 4 தரங்களில்தான் பிரிக்கப் பட்டன. 'சாதிகள்' தொழில்களின் அடிப்படையிலும் சுத்தமானது, அசுத்தமானது என்று அவற்றுக்குள்ளேயே பிரிவினையை உண்டாக்கியும் பல்வேறு படிநிலைகளை உருவாக்கிவிட்டன. வர்ணங்கள் இந்துத்துவத்தின் எல்லைகளை நிர்ணயம் செய்தன. ஆனால் சாதிகள் உள்ளூர்த்தன்மை வாய்ந்தவை. வர்ணங்கள் கொள்கை சார்ந்தவை என்றால், சாதிகள் எதார்த்தமானவை; இறுக்கமானவை!

பிராமணர்கள் மற்றும் வர்ணமற்ற தலித்துகள் உள்ளிட்ட அனைத்துப் பிரிவினரையும் இந்துக்கள் என்ற வரையறைக்குள் கொண்டுவரலாம். பிற வர்ணத்தார் எங்கோ சிலர்தான் பிற இடத்தில் காணப்படுவார்கள். ஆனால் சாதிகள் அங்கிங்கெனாதபடி எங்கெங்கும் பரந்து படர்ந்துள்ளன. இந்நிலையில், இடைநிலை வர்ணத்தாரோடு சாதிகளை வரையறுப்பது தெளிவற்றதாக உள்ளது; பல சாதியினர் அதை ஏற்றுக் கொள்வதுமில்லை. வர்ணத்தின் படிநிலையை, அதன் தார்மீகத் தன்மையை பல சாதிகள் நிராகரிக்கின்றன.

பிராமணர்கள் அதிகமாக உள்ள தென்னிந்தியாவில்கூட இடைநில வர்ணம் என்பது இல்லாது போய்விட்டது. அப்படி அது இருக்கும் இடத்திலும் பல்வேறு உள்ளூர் வேறுபாடுகள். சரித்திர ரீதியில்கூட, எந்த ஊரையும், பிராமணர்களின் எந்தப் பிரிவினரும் ஆளவில்லை. அப்படியே இருந்தாலும் சொத்து மற்றும் அதிகார பலத்தால்

இருக்குமே தவிர, அவர்களின் புராணியத் தன்மைகளால் இருக்காது. ஆக, பிராமணர்கள் என்னும் புகழும் பெருமையும் பிராமணர்களுக்கு இல்லாமல் போய்விட்டது. வர்ணாசிரம தர்மம் குறித்த அவர்களின் விளக்கம் திருப்தியளிக்காததால் இந்தியாவைத் தவிர வேறெங்கும் 'அந்தத் தர்மம்' சென்று பரவவில்லை, நின்று நிலைக்கவில்லை.

## சாதிகளின் மூலாதாரம்

சாதிகளின் மூலாதாரம் குறித்து, அறிஞர்கள் ஒன்றுபட்ட வகையில் பேசவில்லை. அவர்களின் பல்வேறுபட்ட கொள்கைக் குறிப்புகளை ஏறக்குறைய 9 வகையில் பிரிக்கலாம்.

1. பாரம்பரியமான வழி
2. இன ரீதியிலான தோற்றம்
3. அரசியல் கோட்பாடு
4. மதக் கோட்பாடு
5. தொழில்முறை கோட்பாடு
6. இன மற்றும் நடைமுறைக் கோட்பாடு
7. சங்கம் மூலமான தோற்றம்
8. 'மணா' கோட்பாடு
9. பரிணாமம் அல்லது பலவகைக் காரணிகள்

பாரம்பரியமான வழியில், சாதிய அமைப்பு இறை நம்பிக்கை சார்ந்ததாக உள்ளது. பிரபஞ்சத்தைப் படைத்த உயர்ந்த சக்தியான கடவுள் தன் சாதியையும் படைத்தார் என ரிக்வேதத்தின் 'புருஷ ஷுக்தா' விவரிக்கிறது. பழங்காலத்தின் பல்வேறு வர்ணத்தார் இடையே திருமணங்கள் நிகழ்ந்ததால் சாதிகள் பிறந்ததாகக் கூறப்படுகிறது. அறிவார்ந்த கருத்து அல்ல என்றாலும் இதுவே பரவலாக நம்பப்படுகிறது.

இன ரீதியிலான கோட்பாடு சர்ஹெர்பர்ட் ரைஸ்லி என்பவரால் அறிமுகப்படுத்தப்பட்டது. இந்தியாவுக்குள் வந்து குடியேறிய ஆரியர்கள் மற்றும் ஏற்கெனவே இங்கிருந்த ஆரியரல்லாத பிரிவினருக்கும் இடையிலான இனவேறுபாடுகளால் சாதி உருவானது என்கிறார் சர் ஹெர்பர்ட் ரைஸ்லி. இந்தக் கருத்தை ஜி. எஸ். குர்யே மற்றும் வெஸ்டர் மார்க் ஆகியோர் வழிமொழிகின்றனர். அரசியல் கோட்பாடு என்பது, ஏற்கெனவே இங்கிருந்த சமூகத்தினர் மீது ஆதிக்கம் புரிவதற்காக, வந்தேறிய பிராமணர்கள் செய்த அரசியல் சதி என்று குறிப்பிடப்படுகின்றது. இந்தக் கொள்கையை முதன் முதலில் தெரிவித்தவர் பிரெஞ்சு நாட்டு அறிஞர் அபெ துபைஸ்

என்பவராவார். இந்தக் கருத்துக்கு டென்ஸில் இப்பெட்சன், எஸ். ஜி. குர்யே போன்ற பல அறிஞர்களிடமிருந்து ஆதரவு கிடைத்தது.

மத ரீதியான கோட்பாடு ஹோகர்ட் மற்றும் செனார்ட் போன்றோரால் முன்வைக்கப்பட்டது. இதன்படி கடவுள் மற்றும் மதத்தின் பிரதி நிதியாக மன்னன் அல்லது உள்ளூர் குழுத் தலைவன் வைக்கப் படுகிறான். சமூகத்தின் மேம்பாட்டுக்காக, ஒவ்வொருவரும் ஆற்ற வேண்டிய மதச் சடங்குகளைக் கொண்டு சாதிப் படிநிலைகளை அவன் உருவாக்குகிறான். ஒரு பிரிவினர் கடவுளின் பிரசாதத்தைப் பெறுவதற்காக விதிக்கப்பட்ட தடையை முன்வைத்து சாதிய அமைப்பை செனார்ட் விவரிக்க முயன்றார்.

'தொழில் சார்ந்த முறையிலான சாதிகள்' என்பதை முதன்முதலில் விவரித்தவர் நெஸ்ஃபீல்ட். தொழில்களின் தாழ்ச்சி மற்றும் உயர்ச்சியை வைத்து சாதிகளின் தாழ்ச்சி மற்றும் உயர்வு வரையறுக்கப்பட்டன.

செயல்பாடு சார்ந்த சாதியப் பார்வையை ஸ்லேட்டர் எனும் அறிஞர் முன்வைக்கிறார். பல்வேறு இனங்களின் தொழில் முறையிலான செயல்பாடுகள் மற்றும் அவற்றின் தனித்துவத்தைப் பாதுகாக்கவே சாதிய அமைப்பு உருவாக்கப்பட்டது என்கிறார் ஸ்லேட்டர். ஆரியர்களின் வருகை, ஏற்கெனவே இங்கிருந்த இனத்தோரின் செயல் பாடுகளில் இறுக்கத்தையும், பாரம்பரியமான முறைமையையும் வலுப்படுத்தியது. தத்தமது இனத்துக்குள்ளேயே திருமணம் செய்விப்பதை உறுதிப்படுத்தியது. பின்னர் மதரீதியிலான சடங்கு களையும் சம்பிரதாயங்களையும் ஏற்படுத்தியது.

சங்கம் மூலமான தோற்றம் டென்ஸில் இப்பெஸ்டன் என்பவரால் முன்வைக்கப்பட்டது. பழங்கால இனக்குழுக்களின் நவீன வடிவம்தான் இது என்கிறார் டென்ஸில் இப்பெஸ்டன். மேலும் ஆதிவாசிகள், சங்கம் மற்றும் மதம் ஆகிய மூன்று அம்சங்களின் மூலமாக உருவானதே சாதிய அமைப்பு என்றும் வலியுறுத்துகிறார். இந்த அமைப்பின் மூலமே, அதாவது பெருமைமிக்க மதகுருமார்கள் வர்க்கத்தைப் பார்த்தே அதன் படிநிலைகளிலே சாதிய அமைப்பு உருவானது.

'மணா' என்பது J.H.ஹட்டன் என்பவரது கருத்தாக்கத்தை அடிப்படையாகக் கொண்டது. (பாலினீஷிய மதத்தின்படி மணா என்பது இது ஓர் அமானுஷ்ய சக்தி) இது ஆரியர்களின் வருகைக்கு முந்தைய ஆதி இனங்களை அங்கீகரிக்கிறது. அந்த மனிதர்கள் மணாவின் கொள்கைகளை நம்பியதன் அடிப்படையில்தான் சாதிய அமைப்பு ஏற்பட்டது என்கிறார். இந்த அமைப்பில் மணாவுக்கு மிக உயர்ந்த அந்தஸ்தும் அபாயமிக்க அதிகாரங்களும் வழங்கப்பட்டன.

அதன் காரணமாக, ஆதிவாசிகள் பெரும் உளவியல் சிக்கல்களுக்கு உள்ளானார்கள். பிற இனங்களிடமிருந்து தம்மைக் காத்துக்கொள்ள இயலாதவர்களானார்கள். இதுபோன்ற பலமுனைக் காரணிகளால் சாதிய அமைப்பு பரிணாம வளர்ச்சி பெற்றதென சமூகவியலாளர்கள் கருதுகின்றனர். எனவே சாதி அமைப்பை ஒரேயொரு அம்சத்தை மட்டும் கொண்டு விவரிக்கமுடியாது. இன மேன்மை மீதான நம்பிக்கை, பூகோள ரீதியில் தனிமைப்படுத்தப்படுதல், மணா மீதான நம்பிக்கை, இனத் தூய்மையைப் பின்பற்றுவதில் உள்ள ஆர்வம்ஆகிய நம்பிக்கைகளின் விளைவே சாதி அமைப்பு என்கின்றனர். இவற்றில் எந்தக் கருத்தாக்கமும் சாதி அமைப்பின் மூலத்தையும் பரிணாம வளர்ச்சியையும் குறிப்பாய் விளக்குவதாக இல்லை. மாறாக, அவை வர்ண அமைப்பை விளக்குவதோடு, அதிலிருந்துதான் சாதிய அமைப்பு உருவாகியிருக்குமென எடுத்துக்கொள்கின்றன.

## சாதிய அமைப்பு குறித்து அம்பேத்கர்

தலித்துகளின் விடுதலைக்காகவே தம் வாழ்நாளை முழுமையாக அர்ப்பணித்துக்கொண்டவர் டாக்டர் அம்பேத்கர். நடைமுறையில் தலித்துகளின் விடுதலைக்காக பல போராட்டங்களை நடத்தி வந்ததோடு, சாதிய அமைப்பின் பல அம்சங்களைத் தத்துவார்த்த வடிவத்தில் கொண்டுவரவும் பாடுபட்டார். ஒரு மாணவராக 9 மே *1916* அன்று கொலம்பியா பல்கலைக்கழகத்தில் டாக்டர் ஏ. ஏ. கோல்டன்வீஸர் நடத்திய கருத்தரங்கில் அம்பேத்கர் சாதிய அமைப்பு குறித்த தனது ஆய்வறிக்கையை தாக்கல் செய்தார். 'இந்தியாவில் சாதிகள்; அவற்றின் செயல்பாடு, வளர்ச்சி' எனும் தலைப்புகொண்ட அந்த ஆய்வறிக்கை அம்பேத்கரின் தத்துவங்களைக் குறிப்பிடுகிறது.

அந்த ஆய்வறிக்கையில் சாதி குறித்த டாக்டர் கெட்கரின் காரணங் களையும் விளக்கங்களையும் நிராகரிக்கிறார். மாறாக 'வர்க்கத்தை உள்ளடக்கியது சாதி' என்கிறார். அதேபோல, சாதியின் புனிதம் மற்றும் சாதிக் கலப்பு என்பவற்றுக்கான அவரது விளக்கத்தையும் டாக்டர் அம்பேத்கர் நிராகரிக்கிறார். அம்பேத்கரைப் பொறுத்தவரை, சாதிக் கலப்பு என்பதை விட்டுவிட்டும் சாதிகளின் செயல்பாடுகள் குறித்து விவாதிக்கமுடியும். புரோகிதப் பிரிவில் இருப்பவர்கள் மிக உயர்ந்த இடத்தில் இருப்பதால்தான் கலப்பு அல்லது அசுத்தம் என்பது சாதியோடு ஒட்டிக்கொண்டிருக்கிறது என்கிறார் அம்பேத்கர். சாதி வட்டத்துக்கு வெளியில் குழப்பம் ஏற்படுத்தும் வழக்கத்தைக் காண இயலவில்லை என்னும் நெஸ்ஃபீல்ட் கருத்தையும் அம்பேத்கர் மறுக்கிறார். விளைவைக் காரணத்தோடு போட்டுக் குழப்பிக் கொள்வதால் நேர்ந்த தவறு இது என்கிறார் அவர்.

அதேபோல ரிஸ்லியின் கூற்று விமர்சனத்திற்கான தகுதியற்றது என்கிறார். ஆனால், சாதியக் கட்டமைப்பில் சாதி குறித்த கெட்கரின் வரையறையை ஏற்றுக்கொள்ளும் அம்பேத்கர், நிலைத்து நிற்பதற்கான சாதியக் கட்டமைப்பில், சாதிகளின் பிரத்தியேக குணாம்சங்களில் கவனம் செலுத்துகிறார். மேலும், கெட்கரின் சாதிய கலப்பு மணத்திற்காகத் தடை மற்றும் தன்சாதியில் தனித்திருத்தல் ஆகிய இரு குணாம்சங்கள் குறித்த கருத்துகளை விமரிசனம் செய்யும் அம்பேத்கர், இவ்விரண்டுமே ஒரே அம்சத்தின் இரண்டு பக்கங்கள், இன்னும் சொல்லப் போனால், இரண்டுமே ஒரே விஷயம் என்கிறார்.

சாதிகளின் கலப்பு மணம் தடை செய்யப்பட்டால், அந்தக் குறிப்பிட்ட சாதியில் பிறந்தோரின் சாதி அங்கீகாரமும் தடை செய்யப்படுகிறது என்கிறார். பிற பிரிவுகளைப் போலவே வர்க்கத்தன்மை கொண்டதே இந்து மதமும் என அம்பேத்கர் வாதிடுகிறார். தகுதிபெற்ற தனிநபர்கள் தமது வர்க்கத்தை மாற்றிக்கொள்ளலாம். ஆனாலும் இங்கே, சரித்திர நிகழ்வுகளை வைத்துப் பார்த்தால், புரோகிதம் செய்யும் வர்க்கம், பிற சாதிகளிலிருந்து தன்னைப் பிரித்து, ரகசியமாக ஒரு தனிச் சாதியாகவே அடையாளப்படுத்தி வருகிறது. பிற வர்ணத்தைச் சேர்ந்தவர்கள், தொழில் அடிப்படையில் சமூக ரீதியிலாகப் பிரிக்கப்பட்டிருப்பதால், தமக்குள் வர்க்க உட்பிரிவுகளை ஏற்படுத்திக்கொள்கிறார்கள்.

அவர்களும்கூட, வெளிப்படையாகத் தம்மை வர்க்கங்களாகக் காட்டிக் கொள்ள இயலாமல், சாதிகளாகவே இருத்திக் கொள்கிறார்கள். இப்படிச் சாதிகளாக அவர்கள் இருப்பதை, 'இந்து சமூகச் சாதிய அடுக்கின் உயர்நிலையில், பிராமண புரோகிதர்கள் இருப்பதைப் போலவே, தாமும் இருப்பதாகக் காட்டிக்கொள்வதற்காகவே, பிற சாதியினரும் அவர்களைப் பின்பற்றி அகமணமுறையைக் கடைப் பிடிக்கின்றனர்' என உளவியல் ரீதியில் அம்பேத்கர் விவரிக்கிறார். அகமணமுறை நாகரிகமான ஒரு ஏற்பாடாக நாளடைவில் மாறிப்போனது. எல்லோரும் இதைப் பின்பற்றத் தொடங்கியபோது சாதி அமைப்பு இறுக்கமானதாக மாறிப்போனது. பழங்காலத்தில், ஆதிவாசிகளிடையே இனம் விட்டு இனம் திருமணம் செய்துகொள்ளும் வழக்கம் இருந்தது. அந்த வழக்கம் அகமணமுறையால் முடிவுக்கு வந்தது. இது நடக்காமல் இருந்திருந்தால் சாதி அமைப்பு நிலைத் திருக்காது. புறத் திருமணத்திற்குத் தடைவிதித்ததோடு, கணவன் இறந்தவுடன் 'சதி' மேற்கொள்வது, இறந்தவரின் மனைவி விதவையாக நீடிப்பது ஆகியவையும் பிராமணர்களால் பின்பற்றப் பட்டது. இந்த வழக்கங்களும் மற்ற சாதிகளுக்குப் பரவின என்று ஜி. எஸ். குர்யே சொல்வதற்கு முன்பே அம்பேத்கர் சொல்லிவிட்டார்.

இருந்தாலும் சமூகவியலாளர்கள் அம்பேத்கரின் இந்த ஆய்வை ஏற்கவில்லை. முதல் சமூகவியல் ஆய்வேட்டை எழுதியவராக அம்பேத்கர் அல்ல, குர்யேவே நினைவுகூரப்படுகிறார்.

பிராமணர்களை மதிக்காத புத்தர்கள் தீண்டத்தகாதவர்களாக கருதப் பட்டதையும் அம்பேத்கர் கவனப்படுத்துகிறார். தீண்டாமையின் தோற்றம் குறித்து விவரிக்கும்போது 'புரோக்கன் மென்' என்றொரு பதத்தை அவர் பயன்படுத்துகிறார். இனக்குழு மோதல்களின்போது தங்கள் இனத்திலிருந்த பிளவுண்ட மனிதர்களை இந்தப் பதம் குறிக்கிறது.

> '... புத்த மதத்தினர் என்போர் உடைந்துபட்ட மனிதக் குழுவினர்தான். புத்தமதத்தினர் பிராமணர்களை வணங்க மறுத்ததால், அவர்களை புனிதமற்றவர்கள் எனக்கூறி புரோகிதர் களாக நியமிக்கவில்லை. மேலும் அவர்கள் புத்தமத்தினரை விரும்பாததோடு, அவமதிப்புக் குற்றம் சுமத்தியும், வெறுப் புணர்ச்சியை வளர்க்கும் வகையில் 'தீண்டத்தகாதவர்கள்' என்றும் குறிப்பிட்டனர்.'

மேலும் புத்தமதத்தினர் மாட்டுக்கறி சாப்பிட்டதால் தீண்டத்தகாதவர் என்றாக்கப்பட்டனர். காரணம் குப்தர்கள் ஆட்சி புரிந்த பொஆ 4ம் நூற்றாண்டில் மாட்டுக்கறி உண்பது பாவச்செயலென்று தடை விதிக்கப்பட்டிருந்தது. எனினும் புத்தமதத்தினர் தொடர்ந்து மாட்டுக் கறி உண்டுவந்ததால், அவர்களிடமிருந்து தம்மை மேலானவர்களாகக் காட்டிக்கொள்ளும் வகையில் பிராமணர்கள், தீண்டாமையை நடைமுறைப்படுத்தியதாகத் தெரிகிறது.

அதுவே, அம்பேத்கரை, புத்தமதத்தினரைக் குறிக்கும் 'தலித்' என்ற சொல்லோடு சொல்லாட வைத்தது. அம்பேத்கரின் தீண்டாமை பற்றிய தத்துவம், சாதிகளின் ஆழமான பிடிப்பு குறித்த தத்துவம் போலவே பிரச்னைக்குரியதாக உள்ளது. அம்பேத்கரே அடக்கத்துடன் குறிப்பிடுவதுபோல அதற்கு ஆதாரபூர்வமான தகவல்கள் இல்லை. ஆனாலும், இந்துக்களில் பெரும்பான்மை யினராக புத்த மதத்தினரே இருந்ததால், அதற்கு வேறு ஆதாரத் தகவல்கள் தேவையில்லை என்று முடிக்கிறார். அதை அப்படியே எடுத்துக்கொள்ளலாம் என்றும் முடித்து வைக்கிறார்.

இந்த முடிவு இயற்கையாகவே, பசு வதையும், மாட்டுக்கறி உண்பதும் ஏன் தடை விதிக்கப்பட்டன? தீண்டத்தகாதவர்களாக ஆக்கப்படும் அபாயத்தை அறிந்திருந்தும், ஏன் புத்தமதத்தினர் மாட்டுக்கறி உண்டனர்? போன்ற கேள்விகளை எழுப்புகின்றது.

## சாதி பற்றி நரசுவின் ஆய்வு

பொகாலா லட்சுமி நரசு (*1851-1954*) ஒரு குறிப்பிடத்தக்க சமூக செயற்பாட்டாளர், கல்வியாளர். இவர் தனது சாதி குறித்த ஓர் ஆய்வில், சாதிகள் தம்மைத் தாமே வேறுபடுத்திக்கொள்கின்றன என்று தீவிரமாக தெரிவித்ததன்மூலம் கண்டுகொள்ளப்படாமல் போனார். அவர் மற்றவர்களைப்போல் அல்ல. அவரது முக்கிய அக்கறை அறிவியல் மற்றும் பகுத்தறிவு மூலம் சமூகத்தைப் புதிதாகப் புனரமைப்பதாக இருந்தது. அவர் நடப்பிலுள்ள சாதியக் கொள்கைகளைப் புறந்தள்ளிவிட்டு, தனது புதிய சிந்தனைகளை முன்வைத்தார். உள்நோக்கம் கொண்ட புரேகிதர்கள் தங்களது வசதிக்காக செய்து கொண்ட ஏற்பாடே சாதி என்னும் கொள்கையை அவர் மறுதலித்தார்.

அதேபோல், மத்திய காலத்தில் ஐரோப்பாவில் தோன்றிய குழுக்கள் (கில்ட்) வழியிலேயே இந்திய சாதிகளும் தோன்றியிருக்கலாம் என்பதை ஏற்றுக்கொள்கிறார். அதே சமயம், அந்தக் குழுக்கள் போலன்றி, சாதிகளுக்கிடையிலான திருமணம், சமபந்தி போஜனம் மற்றும் பிறரையும் தம் சாதியில் ஏற்றுக்கொள்ளும் போக்கு ஆகிய மூன்றையும் சாதி ஒத்துக்கொள்வதில்லை. இந்தப் பண்புதான் சாதிய முறையின் அடிப்படையாக ஆனது என்கிறார். ஈரானின் பூர்வீக 'பிஸ்ட்ராஸ்' போலவே திராவிட சமூகத்தில் வர்க்கங்கள் அறிமுகப் படுத்திய பிராமணர்கள் தங்களை கடவுளுக்கும் மனிதர்களுக்கும் இடையிலான நடுவராக உயர்த்திக்கொண்டனர். சாதிகளுக் கிடையிலான திருமணம், சமபந்தி போஜனம் பிறரையும் தம் சாதியில் சேர்த்துக்கொள்ளும் போக்கற்ற சாதிகளின் தனித்தன்மை போன்றவற்றை கடைபிடிக்காததால், இங்கே தொழில் முறை சார்ந்த சங்கம் ஏற்படவில்லை எனும் கருத்தை நரசு ஏற்றுக்கொள்கிறார்.

அதேபோல ஆரிய ஆதிவாசிகள்தான் சாதிகளை ஏற்படுத்தினார்கள் என்பதையும் நரசு மறுக்கிறார். ஈரானியர்களைப் போலவே, வேதகால ஆரியர்களும் சோம பானம் குடித்துத் திரித்திருக்கிறார்கள். தீ வளர்த்து யாகங்கள் நடத்துவது போன்ற சடங்கு சம்பிரதாயங்களை நிகழ்த்தியிருக்கிறார்கள் என்பதையும் ஏற்றுக்கொள்கிறார் நரசு அதனை சோம-ஹோமா என்னும் இந்தப் பண்புகளைக் கொண்டிருந்த பிராமண சாமியார்கள் இந்தியாவில் பிறந்தவர்கள்; நாளடைவில் தமக்குள் நான்குவகை வர்க்கங்களையும் 'அவெஸ்தா' போன்றும் உருவாக்கிக் கொண்டனர் என்கிறார். இந்தப் பிரிவினர் சாதிகளில்லை, வர்க்கப் பிரிவினைகள் என்று மிகச் சரியாகவே வரையறுக்கிறார். இந்த பிராமணர்கள் சோதிடர்களையும் இந்திரன் அக்னி வழிபாட்டையும்

இங்கே கொண்டுவந்தனர். சில பெண்களையும் அவர்கள் தம்மோடு அழைத்து வந்திருக்கலாம். பிறகு திராவிடர்களுடன் கலந்தனர். கருப்பு திராவிடர்களிடையே இருந்த கொஞ்சம் விவரமானவர்களைத் தம்வசப்படுத்திய பிராமணர்கள் தங்களை ஆச்சாரியார்கள் என்று சொல்லிக்கொண்டு இங்கிருந்த சில பெண்களைத் தமக்கானவர்களாகத் தனிமைப்படுத்தினர். இப்படி தங்களுக்கு சேவை செய்வதும், தாங்கள் திருமணம் செய்துகொள்ள உடன்படுவதும் கடமை என்று திராவிடர்களை நம்ப வைத்தனர். இதைத்தான் அம்பேத்கர் 'தங்களுக்குள் அடக்குதல்' என்றார்.

ஆதிகால சமூகங்கள் போலல்லாமல் இதில் பிராமணர்கள் தங்களை உயர்ந்த இடத்தில் மிகவும் புனிதமான ஆச்சார்யர்களாக வைத்துக் கொண்டனர். ஆனால் பொருளாதாரம் குறித்து கட்டுப்பாடுகள் உள்ளூர் குழுத் தலைவர்கள் அல்லது மன்னர்களிடமே இருந்தன. பிராமணர்கள் சமூகத்தின் உள்ளே, மிகவும் தனிப்பட்ட முறையிலும் கூட, தமது ஆதிக்கத்தை மதம் என்ற அமைப்பின் கீழ் ஏற்படுத்திக் கொண்டனர். அதன்மூலம் கீழிருந்து மேல் வரையிலான சாதிகள் தமக்கு அனுமதிக்கப்பட்ட இடத்தோடு திருப்தியடைந்து கொண்டன.

இப்படி தொடக்கத்தில் நரசு ஆதாரப்பூர்வமான தகவல்களுடன் சாதிகளின் தோற்றத்திற்கான அடிப்படைகளை விவரித்தாலும், இறுதியில் பிராமணர்கள் தற்செயலாகவே இந்த அளவிற்கான உயரத்தை அடைந்தனர் என அம்பேத்கரைப் போலவே முடிவுக்கு வருகின்றனர்.

### ஆதாரபூர்வமான கொள்கை

கொள்கை சார்ந்த திட்டங்கள் சமூக அமைப்பை நிறுவ்வதில் முக்கியபங்கு வகித்தாலும், கொள்கைகளே சமூக அமைப்பை நிறுவ முடியாது. சாதி அடிப்படையிலான பிரிவினைகள் ஆரம்ப காலத்தின் பல பகுதிகளிலும் நிலவியிருக்கிறது. அது வெறும் மதம் சார்ந்து உருவானது என்று கருத்தியலால் விவரிப்பது பிரச்னைகளை உருவாக்கக்கூடியது. ஒரு சமூக அமைப்பு உருவாக பொருளியல் சார்ந்த சூழல்கள் தேவை. அது குறித்த கொள்கை விளக்கங்கள் எல்லாம் மேல்கட்டுமானத்தை நிலைநிறுத்த மட்டுமே. சாதிய அமைப்பின் பலன்பெறக்கூடிய பிரிவினர், அதைத் தக்க வைத்துக் கொள்ள கொள்கை சார்ந்த ஆயிரம் விளக்கங்கள் தருவர்.

அந்தவகையில் இந்தியாவில் உருவாக்கப்பட்ட நமது துணைக் கண்டத்தில் மக்கள் திருப்தியாக வாழ்கிறார்கள் என்றால் அதற்கு வெறும் கொள்கை சார்ந்த விளக்கங்கள் தருவதை விடுத்து பொருள்

சார்ந்த காரணிகள் என்னவாக இருக்குமென்று தேடவேண்டும். அநேகமாக நமது துணைக்கண்டத்தில் கொட்டிக் கிடக்கும் இயற்கை வளங்கள், அதன் உற்பத்திக் காரணிகள் அதன் காரணங்களாக இருக்கக்கூடும். விவசாயத்திற்கேற்ற விளை நிலங்கள், ஆறுகள், பிற நீர் நிலைகள், சூரிய வெப்பம் மற்றும் சுற்றுச்சூழல்கள் நமது துணைக்கண்டத்தில் நிறைந்து உள்ளன.

இவைதாம் நமது சாதிய அமைப்பும் அதன் பிரிவினைகளும் தோன்றி இருப்பதற்கான காரணங்களாக இருக்கக்கூடும். விவசாயத்தில் ஈடுபட்ட ஆதிவாசிகள் சுற்றியுள்ள பொருளியல் நிலவரங்களின் அடிப்படையில் தமக்குள் ஓர் சமூக அமைப்பை உருவாக்கிக் கொண்டிருக்கக்கூடும். நீர்நிலைகள் அற்ற - நில வளமற்ற - வறண்ட பகுதிகளில் வாழ்வோரிடையே உடல் உழைப்பைச் செலுத்தக்கூடிய அடிப்படை சமூகம் உருவாக்கியிருக்க வேண்டும்.

விளைநிலங்களில் பெரும் விளைச்சலை உருவாக்க அடிமைச் சமூகமும் அவர்களைக் கட்டுப்படுத்த பிரபுக்களும் வேண்டும் எ ன்கிற நிலை. ஆயினும் இந்திய ஆதிவாசிகளிடையே அப்படி ஒரு கூட்டமைப்பு மட்டும் ஏற்படவில்லை. மாறாக ஆதிவாசி என்கிற அடையாளத்தோடு இயங்கினர். அந்த அடையாளம் சாதியாக இருக்கலாம் அல்லது வேறு மாதிரியாகவும் இருக்கலாம்.

சாதியப் படிநிலை மற்றும் சாதிய அடையாளம் என்பது ரிக்வேத காலத்திற்குப் பிந்தைய வர்ண அமைப்பினால் ஏற்படுத்தப் பட்டிருக்கலாம். இன்னும் சரியாகச் சொல்லப்போனால், கொள்கை அளவில் பாரம்பரியமாகச் சொல்லப்படுவதுபோல, வர்ணங்கள் முதலிலும் சாதி அதிலிருந்தும் தோன்றியிருக்காது. மாறாக இதிலிருந்துதான் அது தோன்றியிருக்க வேண்டும்.

இந்தியாவில் ஏற்கனவே விவசாயத் தொழில் புரிந்துவந்த ஆதிவாசிகளிடையே மந்திரமும் மதமும் கலந்த நம்பிக்கைகள் வலுபெற்றிருந்தன. அவர்களிடையே வர்ணமுறையைப் புகுத்தி இருக்கின்றனர். விவசாய உற்பத்தி பெருகியிருந்த நிலையில் அதனைக் கையகப்படுத்திக்கொள்ள அந்த ஆதிவாசிகளை ஏதாவது ஒரு கொள்கை சார்ந்து அடிமைப்படுத்தி வைக்க வேண்டியிருந்தது. அந்தப் பணியை புரோகிதர்களாக இருந்த பிராமணர்கள் செய்தனர். இப்படித்தான் ஆரம்பத்தில் கடவுள்களுக்கும் மனிதர்களுக்கும் இடையே நடுவர்களாக இருந்த பிராமணர்கள், நாளடைவில் கடவுள்களாகவே மாறிப்போயினர். நீங்கள் இப்படி இருப்பதற்கும், நாங்கள் இப்படி இருப்பதற்கும் கர்மவினைதான் காரணம் என்று விளக்கமளித்தனர். இதன்மூலம் கீழேயுள்ளோர் தங்கள் சாதி

அந்தஸ்தை விதியேயென்று ஏற்றுக்கொள்ளச் செய்தனர். அது போதாதென்று அடுத்த பிறவியில் உயர்ந்த சாதியில் பிறக்க வேண்டு மென்றால், இப்போதைய சூழ்நிலைக்கேற்ற கர்மவினைகளை முறையாக ஆற்றவேண்டுமென்றும் வலியுறுத்தினர். அதை நியாயப்படுத்தி 'மனுதர்மம்' பல விதிகளை விதித்தது. கடைப்பிடிக்க வேண்டிய கடமைகளைப்பற்றியும் அவற்றைக் கடைப்பிடிக்கா விட்டால் பெறவேண்டிய தண்டனைகள் பற்றியும் எச்சரித்தது. இப்படியாக மேற்கொள்ளப்பட்ட பல்வேறு செயல்பாடுகளும்தான் வாழ்க்கையை சாதியின் உலகமாக்கிவிட்டன.

தலித்துகள் இந்த நான்கு வர்ணமுறையின் ஒடுக்கப்பட்ட இனமாக்கப் பட்டனர். அவர்களை அயோத்திதாச பண்டிதரும், அம்பேத்கரும் புத்த மதத்தினர் என்றனர். அந்த புத்த இனத்தவர்மீது பிராமணர்கள் கொண்டிருந்த வெறுப்புணர்வின் காரணமாக தலித்துகளைத் தீண்டத் தகாதவர் ஆக்கினர். அவர்களை முற்றிலும் விலக்கி வைப்பதை ஒரு வாழ்க்கை முறையாக்கி விட்டனர். இப்படி சாதிகளின் உலகம் உருவாக்கியதோடு அதில் உள்ளடங்கிய சாதிகளுக்கிடையே யார் முதலில்? என்ற போட்டியை அவர்களுக்குள் உருவாக்கினர். இதன் மூலம் நால்வர்ணமுறைக்கு எந்த எதிர்ப்பும் ஏற்பட வாய்ப்பில்லாது போனது.

உள்ளடங்கிய கிராமங்களில்கூட இந்த நால்வர்ணமுறை நன்கு செயல்பட ஆரம்பித்தது. தமது சாதிநிலையை ஏற்றுக்கொண்டுவிட்ட பின், தமக்குள் ஓர் ஒழுங்கு கட்டுப்பாட்டை உருவாக்கிக்கொண்டனர். நாளடைவில் இந்தச் சாதியக் கட்டமைப்பு பல்வேறு அரசியல், பொருளாதார, கலாசார மாற்றங்களுக்கு உட்பட்டும்கூட, தமது நிலையில் கொஞ்சம் கொஞ்சம் மாற்றம் செய்துகொண்டு, தமக்குள் உட்சாதிப் பிரிவுகளுக்கு வழிவிட்டு, வெளியாட்களுக்கு இடம் கொடுத்து அம்மக்கள் வாழ்ந்ததால் 'மனிதர்களால் உருவாக்கப்பட்ட' இந்தச் சாதிக் கட்டமைப்பு நீண்ட நிலைத்திருக்கும் அமைப்பானது.

## தலித் மாதிரியான பிற மக்கள்

உலகின் சில பகுதிகளில் நம்மூர் தலித் சாதி மாதிரியான அமைப்பும், தீண்டாமையைக் கடைப்பிடிக்கும் போக்குகளும் நிகழ்ந்தபடிதான் உள்ளன. நைஜீரியா மற்றும் தெற்கு கேமரூன் நாடுகளிலுள்ள 'ஒசு' இனமக்கள் மேம்பட்ட சாதியான 'இக்போ', மதரீதியான மக்களால் தீண்டாமைக் கொடுமைக்கு உள்ளாக்கப்படுகிறார்கள். மனிதர் களாகவே நடத்தப்படுவதில்லை. பிற ஆப்பிரிக்க நாடுகளிலும் சாதி ரீதியில் நமது தலித்துகளைப்போலவே ஒடுக்கப்பட்டவாறு பல பிரிவினர் உள்ளனர். செனகல், ஜாம்பியா, கியானா, சியரா லியோன் லைபீரியா,

ஐவரி கோஸ்ட் மற்றும் கானா நாடுகளில் அடிமை மக்கள் உள்ளனர். அவர்களது முன்னோர்கள் ஆதிவாசி யுத்தங்களின்போது பிற மேல்தட்டு சாதியினரால் அடிமைகளாக்கப்பட்டனர். மேலும் வடகிழக்கு கென்யா, தெற்கு எத்தியோப்பியா மக்களிடையே வர்ணம் போன்ற பகுப்புமுறை இருந்திருக்கிறது. இவர்களில் போரானா எனும் பிரிவினர் மாறாக குடு (பரிசுத்தமானவர்கள்) என்ற வர்ணப் பிரிவினர் மேலும் கப்ரா, சகுயே வாட்டா பகுதிகளில் உள்ள வேடர்கள் கீழோராக இருந்தனர்.

மேல்சாதி மக்களுக்குச் சேவை செய்பவர்களாகவே தகுதி குறைந்தோர் என்று குறிப்பிடப்படும் 'வட்டா' மக்களை வைத்திருந்தனர். போரானா மற்றும் கப்ரா போன்ற உயர்பிரிவு மக்களுக்கிடையே இன்னும் சாதிக்கலவரம் நிகழ்ந்துகொண்டுதான் இருக்கிறது. ஏமன் நாட்டிலும் வேலக்காரர்கள் என்று அர்த்தம் தரும் அல்-அக்தம் என்னும் பிரிவினரை வைத்துள்ளனர். மனிதக் கழிவுகளை இவர்கள்தான் அகற்றுகின்றனர். இவர்களைத் தீண்டத்தகாதவராகத்தான் வைத்துள்ளனர்.

1000 ஆண்டுகளுக்கும் மேலாக இவர்கள் இஸ்லாமிய மதத்தை தழுவிவரும் போதிலும், தலித்துகளைப் போலத்தான் நடத்தப் படுகின்றனர். அவர்களைக் ஒதுக்கப்பட்டவர்கள் என்று அர்த்தம் தரும் வகையில், 'அல் முஹமஸீன்' என்றுதான் குறிப்பிடுகின்றனர். அதேபோல ஜப்பானில் சேரிவாழ் மக்கள் எனும் பொருள்பட பராகுமின் என்னும் மக்கள் உள்ளனர். இந்தியாவில் தலித்துகள் மாதிரியே இம்மக்களும் ஒதுக்கிவைக்கப்பட்டுள்ளதாக ஆய்வுகள் தெரிவிக்கின்றன.

அதேபோல காலனியாதிக்கத்திற்கும் முந்தைய கொரியாவில் பிக்ஜியாங் என்னும் மக்கள் தீண்டத்தகாதவர்களாக வைக்கப் பட்டிருந்தனர். இவர்கள் 19 மற்றும் 20ம் நூற்றாண்டுகளில் போராட்டம் செய்யவும் தயாராக இருந்தனர். முதலில் சீர்திருத்தம் பின்னர் தீவிரம் என்னும் நடைமுறை திட்டம் வைத்திருந்த இவர்களின் இயக்கம் கொரியாவில் ஏற்பட்ட பல சிக்கல்களால் நலிந்து போனது.

இவற்றை உதாரணம் காட்டி தலித் மக்களின் பிரச்னைகளைக் குறைத்து மதிப்பிட்டனர். ஆனால் இதுபோன்ற இயக்கங்களின் தொடக்கத்தில் பிரச்னைகள் இருக்கத்தான் செய்யும் என்பதை மறந்து விட்டனர். இயக்கம் தொடரும் காலத்தில் மாற்றங்கள் ஏற்படும். பழைய கட்டுமானங்கள் தகர்ந்து புதியன தோன்றும். இந்தியாவின் சாதி மாதிரி இவையெல்லாம் மேல் தோற்றத்தில் தெரியலாம்.

ஆனால் அவை வித்தியாசமானவை. உதாரணமாக ஜப்பான் தேச பராகுமின் மக்கள் மிகவும் சிறுபான்மையினர். இரண்டாவதாக அந்த சாதிக்கு மதப்பூச்சு இல்லை. மூன்றாவதாக இந்தியாவைப்போல அது வர்ணபேதம் என்ற தனித்தனிப் பிரிவினைக்கு உட்படவில்லை. நான்காவதாக ஒட்டுமொத்த சமுதாயத்தை அது பிரதிபலிக்கவில்லை.

இந்தியாவைப் பொறுத்தவரை இந்துயிஸத்தில் தோன்றி வளர்ந்த சாதிய அமைப்பு, இந்தியாவில் பிற மதப்பிரிவுகளிலும்கூட தாக்கத்தை ஏற்படுத்தியது. அதனால் இந்தியாவின் சாதிய அமைப்பு பூதாகரமாக உருவெடுத்தது. வர்ணம் என்கிறவகையில் ஒன்றோடொன்று இறுக்கமானதாகவும் உருவானது. அதே நேரத்தில் பாரம்பரியமாக இது இணைக்கமானதாய் விளங்கியது. ஆகவே தர்க்கரீதியிலும், அளவு ரீதியிலும் மற்றவற்றைவிட வேறுபட்டதாகவே விளங்குகிறது.

## தலித்துகளும் அடிமைகளும்

இந்திய சமூக அமைப்பின் 4 பிரிவுகளும் இறுக்கமான எல்லைகளைக் கொண்டவை. எத்தரப்பினரும் எவரது எல்லைக்குள்ளும் எளிதில் நுழைய முடியாத அளவிற்குத் தடுக்கப்பட்டவை. ஐரோப்பிய நாடுகளில் மதகுருமார்கள், விவசாயிகள், வணிகர்கள், கைவினைஞர்கள் என்றிருந்த பிரிவுகளைப் போலவே இருந்த இந்தப் பிரிவில், வேறு ஒரு நபரின் உரிமைக்கு ஆட்பட்ட சொத்து போன்றும், தேவைப்பட்டால் விற்கவும் வாங்கவுமான பொருட்களைப் போன்றவரும் அடிமைகள் என்றழைக்கப்பட்டனர்.

நவீன சமூகத்தில் வர்க்கம் என்று சொல்லப்படுகிற அவர்களோடு தலித்துகளை அடிமைகளென ஒப்பிடலாம். அடிமைத்தனம் என்பது பழைய உலகில் நிறுவனமையமாக ஒத்துக்கொள்ளப்பட்ட அமைப்பு. முந்தைய மெசபடோமியா, எகிப்து, கிரேக்கம், இஸ்ரேல், பெர்ஷியா, ரோம், பைசாண்டியத்தோடு சீனர், மயன்கள், இந்தியர்கள், அஜ்டெக்ஸ், பல ஆப்பிரிக்க நாட்டினர், பாலினீசியர்கள், மெலனீசியர்கள் உள்பட பலரும் கைக்கொண்டிருந்ததுதான் இந்த அடிமைமுறை. சுமார் 10 ஆயிரம் வருடங்களுக்கு முன்பு வேளாண்மை நடைமுறைக்கு வந்த காலத்தில், உற்பத்தி அதிகமாக இருந்தபோது அதை கைக்கொள்வதில் மனிதர்களுக்கிடையே மோதல் ஏற்பட்டது. மற்றவர்களை வீழ்த்தி வெற்றி பெற்றவர்கள் அந்த உற்பத்தியைக் கைப்பற்றியதோடு, வீழ்ந்தவர்களைத் தமக்கு வேலை செய்பவர்களாகவும் ஆக்கினர். அடிமைத்தனத்தின் ஆரம்ப கட்டமான இத்துடன், தலித்துகளின் அமைப்பை ஒப்பிடலாம்.

நிலம்தான் வாழ்வியல் ஆதாரமாக விளங்கியதால், அதனை மற்றவர்களிடமிருந்து கைப்பற்றிட சிலர் ஆக்கிரமித்தனர். அந்த யுத்தத்தில் தோற்றவர்கள் அடிமை ஆனார்கள். வெற்றியாளர்களின் நிலத்தை உழுதிடும் பணி அவர்களுக்கு ஒதுக்கப்பட்டது. இந்தத் தண்டனையில் இருந்து தப்பி ஓடுகிறவர்கள் சமூகத்திலிருந்து ஒதுக்கி வைக்கப்பட்டனர். தலைமுறை தலைமுறையாக வரும் அடிமைகளின் பிள்ளைகளும் அடிமைகளாக்கப்பட வேலையாட்கள் பெருமளவுக்குக் கிடைத்தனர்.

பல பகுதிகளிலும் பொதுவாக அடிமைகளின் தோற்றுவாய் இப்படித்தான் இருந்ததென்றாலும், இந்தியாவைப் பொறுத்தவரை அதிலொரு குறிப்பிடத்தக்க அம்சம் இருந்தது. உதாரணமாக, மெஸபடோமியாவில் அடிமைகளுக்கும் சொத்துரிமை, வணிகம் செய்யும் உரிமை, சுதந்திரமாக பெண்ணைத் தேர்ந்தெடுத்து திருமணம் செய்துகொள்ளும் உரிமை இருந்தது. எகிப்து மற்றும் ரோமாபுரிப் பகுதிகளில் இன அடிப்படையிலான அடிமைகள் இல்லை. எகிப்தில், பக்கத்து இஸ்ரேலில் இருந்தும் பிற ஆப்பிரிக்க நாடுகளிலிருந்தும் அடிமைகள் கொண்டு வரப்பட்டனர். ரோமைப் பொறுத்தவரை பிரிட்டனிலிருந்து நீலநிறக் கண்களைக் கொண்ட ஆங்கிலோ - சேக்ஸன்கள் கொண்டுவரப்பட்டனர். அல்லது சகாரா பாலைவனப் பகுதியிலிருந்து கருப்பர்கள், மேலும் அதுமாதிரியான இத்தாலியர்களும் கொண்டுவரப்பட்டனர். பொதுவாக ஆரம்ப காலத்தின் அனைத்து நாகரிகப் பிரதேசங்களிலும் அடிமைகள் தாழ்ந்தவர்களாகவே நடத்தப்பட்டார்கள் என்றாலும், அதில் இனம் சார்ந்த அம்சம் அதில் இருக்கவில்லை.

இன்னும் சொல்லப்போனால், பிறரிலிருந்து அவர்களை வேறுபடுத்திப் பார்க்கவில்லை. உதாரணமாக, ரோமானியர்கள் அடிமைகளிலிருந்து தோற்றத்தால் தங்களை வேறுபடுத்திக்காட்ட விரும்பினாலும், அது அடிமைகளிடையே ஓர் ஒருமைப்பாட்டை ஏற்படுத்தி, அவர்களைக் கிளர்ந்தெழச் செய்துவிடுமோ என்ற அச்சம் அவர்களுக்கு! ஏனென்றால், ஏற்கெனவே அவர்களது வரலாற்றில் கிமு 2 மற்றும் முதல் நூற்றாண்டில் அடிமைகள் கிளர்ந்தெழுந்து, தங்களை விடுவித்துக்கொண்ட சம்பவங்கள் பல உண்டு. இந்தியாவிலும் கிமு 6ம் நூற்றாண்டு தொடங்கி, கிறிஸ்து காலம் தொடங்கும்வரை அடிமைகொள்ளும் வழக்கம் இருந்திருக்கிறது. அதன் பிறகுதான் சாதிய அமைப்பு தோன்றியிருக்கிறது. பிறகு மொகலாயர்கள் ஆட்சிக்காலத்தில் அடிமைமுறை இருந்ததாகத் தெரிகிறது. மொகலாயர்கள் இங்கு வரும்போதே ஆப்பிரிக்கர்களை அடிமைகளாகக் கொண்டுவந்திருக்கின்றனர். பிறகு தொடரவில்லை

என்றாலும், தற்போதுவரை கொத்தடிமைமுறை இப்போதும் இந்தியாவின் பலபாகங்களில் நிலை கொண்டுள்ளது. அதற்கு சாதிய அமைப்புதான் காரணம். கொத்தடிமைகளாக இருப்பவர்களில் பலரும் தலித்துகளாகத்தான் இருக்கின்றனர்.

சர்வதேச அடிமைமுறை எதிர் அமைப்பினரால் 2008ல் நடத்தப்பட்ட ஆய்வின்படி பட்டுப்புழு வளர்ப்பு, அரிசி ஆலைகள், உப்பளங்கள், மீன்பிடி மையங்கள், கல் உடைக்கும் குவாரிகள், தேயிலை எஸ்டேட்கள் மற்றும் செங்கல் சூளைகள், பருத்தி ஆடை தயாரிப்பு மையங்களில் தலித்துகள் கடுமையான பணிகளில் ஈடுபடுத்தப் பட்டதாகத் தெரிகிறது. இதன்படி பார்த்தால், சாதிய அமைப்பிலான பணிமுறைகளைவிட, அடிமைமுறையிலான படி பணிமுறைகள் பொதுவான தன்மையிலேயே இருந்தன.

இந்திய சாதி அமைப்பில் சாதிகளிடையே பல பிரிவினைகள் இருந்ததோடு, அவற்றிலும், சாதி அடுக்குகள் இருந்தன. அதனால்தான், அடிமைமுறை மேலோங்கியிருந்த அமைப்புகளில் அடிக்கடி கிளர்ச்சிகள் ஏற்பட்டபோதும், இந்தியாவின் மிக நீண்ட சரித்திரத்தில் அப்படியான எழுச்சிகள் ஏற்பட்டதாக தகவல் இல்லை. சாதிகளிடையே இனம் சார்ந்த அம்சம் இல்லையென்றாலும் அவரவர் சாதிகள் கிராமப்புறங்களில் தெளிவாகத் தெரியும். நகரங்களில்கூட சாதிகளை மறைக்கக்கூடிய வாய்ப்புகள் அதிகமிருந்தாலும் தலித்துகள் ரொம்ப கஷ்டப்பட்டுத்தான் தமது சாதி அடையாளத்தை மறைக்க முடியும். அடிமைமுறையில் இருந்ததைப்போல, சாதி அமைப்பிலும், சாதி சார்ந்த உரிமைகள் இருந்தன. என்ன, உயர் சாதியினருக்கு அனைத்து உரிமைகளும் இருந்தன. தாழ்ந்த சாதியினருக்கு ஓர் உரிமையும் இல்லை.

ஆனாலும், அடிமை முறையில் ஒருவர் தன்னை விடுவித்துக்கொள்ள வசதி இருந்ததுபோல, 'சாதி அடையாளமான' விதியை எவராலும் மாற்றி எழுத முடியாது. அடிமை மனநிலை போலின்றி, சாதிய மனநிலை, ஒருவரை சாதிய உணர்வுகளிலேயே ஆழ்த்தி வைத்து விடுகிறது. அடிமைச் சமூகத்தில், அதிலிருந்து விடுபடுவதற்கு இயல்பான ஓர் ஏற்பாடு இருந்தது. ஆனால் சாதிய அமைப்பில் அப்படி ஒரு நம்பிக்கை ஏற்படுவதற்கான வாய்ப்பே இல்லை. அம்பேத்கர் கூறுவதுபோல, ரோம், ஐரோப்பா, மற்றும் அமெரிக்காவில் நிலவிவந்த அடிமைமுறையைவிட இந்தியாவில் கடைப்பிடிக்கப்படும் தீண்டாமை மோசமானதுதான்! அதன் மிகவும் மோசமான அம்சம் என்னவெனில், சாதிய அமைப்பு மற்றும் அடிமைமுறை ஆகியன ஒரே உணர்வுகளைப் பிரதிபலிக்காமல்

எதிரெதிர் உணர்வுகளையே பிரதிபலித்தன. அதாவது சாதிய உணர்வு அந்தச் சாதியோடு மேலும் அவர்களை இறுக்கமாக்கியது. அடிமை உணர்வு, அதைவிட்டு வெளியேற வேண்டுமென்ற உணர்வை ஏற்படுத்தியது.

'ஓர் அடிமையைப் பார்த்து 'நீ அடிமை' என்று சொன்னால் அவன் கிளர்ந்தெழுவான். ஆனால் தீண்டாமையில் அவமதிக்கப்படு பவனிடம் அதைச் சுட்டிக் காட்டினால் அவன் விருப்பத்தோடு அதை அங்கீகரிப்பான்' என்றார் அம்பேத்கர். தீண்டாமை அவர் களிடத்திலே, போராடும் உணர்ச்சியைக் கொன்றுவிட்டது. அடிமை முறையும் சாதிய அமைப்பும் இருவேறு கட்டமைப்புகளைக் கொண்டவை என்பதால்தான் இந்த இருவேறு உணர்வுநிலைகள். அடிமைமுறையைப் பொறுத்தவரை, அடிமை, அடிமைப்படுத்த ஆள்பவன் என்ற இரு நிலைதான்! ஆனால் சாதி அமைப்பைப் பொறுத்தவரை ஒவ்வொரு நிலையிலும், ஒடுக்கப்படுவோருக்கும் ஒடுக்குவோருக்கும் இடையே 'ஒழித்துக்கட்டு' என்ற உணர்வே ஏற்படாமல் ஒருவரே ஒடுக்குபராகவும் ஒடுக்கப்படுவோராகவும் உள்ளார்.

ஒரு சாதி தான் ஒடுக்கப்பட்டுள்ளதை திருப்தியாக ஏற்றுக் கொள்கிறது. அதேவேளை, மற்ற சாதியைவிட தன்னை மேலானதாகக் காட்டிக் கொள்வதில்தான் அதன் ஆர்வமும் அக்கறையும் அதிகமாக உள்ளது. இதன் காரணமாக தாம் ஒடுக்கப்படுவதை நீக்குவதைவிடவும், தாம் ஒடுக்குபவராக இருக்க விரும்புகிறது. தாம் உயர்நிலையை அடைவதற்காக பிற சாதியினரும் தம்மைப்போல ஒடுக்கப்படுவதில் விருப்பம் கொள்கின்றன. இந்தத் தன்மைதான், கிளர்ச்சிகள் தோன்று வதற்கான வாய்ப்புகளைத் தடுத்துவிடுகிறது.

## தலித்துகள் மற்றும் இனரீதியல் பாதிக்கப்பட்டோர்

சாதிய அமைப்பு அடிமைமுறையோடு மட்டுமின்றி, அமெரிக்காவில், ஆப்பிரிக்க அமெரிக்கர்களிடையே கடைப்பிடிக்கப்படும் இன ரீதியிலான பகுப்புடனும் ஒப்பு நோக்கப்படுகிறது. வெள்ளை அமெரிக்கர்களால் ஒடுக்கப்பட்ட ஆப்பிரிக்க அமெரிக்கர்கள், தங்களது சிவில் உரிமைகளுக்காக நீண்டகாலமாக யுத்தம் நடத்தினர். சில அம்சங்களில் இனிரீதியிலான ஒடுக்குமுறை, சாதிய ஒடுக்கு முறையைவிடக் கடுமையானதாகத் தென்படுகிறது. ஏனெனில் இனரீதியில் ஒடுக்கப்பட்டோர் தப்பித்தால், அவர்களது கறுப்பு நிறத்தைக்கொண்டு அடையாளம் காணப்பட்டுவிடுவார்கள். ஆனால் தாழ்ந்த சாதியினர் எளிதில் தப்பித்துவிடமுடியும். இனம் எப்படி

இரண்டு

# சாதி மறுப்பு போக்குகள்

**சா**தி அமைப்புக்கு எதிரான தடை என்பது பிராமணியத்தின் பிறப்பிலேயே தொடங்கிவிட்டது. அது கொள்கை அடிப்படையில் பிராமணர்களுக்கு எதிரான ஷ்ரமண்களின் எதிர்ப்பாக இருந்தது. ஷ்ரமண்கள் பிராமணர்களுக்கு நேர் எதிரானதாக வாழ்க்கை மற்றும் சமூகத்தின் மீது பகுத்தறிவு சார்ந்த கொள்கையைக் கொண்டிருந்தனர். தமது நிலப்பகுதிகளில் பரவலாக வந்து போய்க்கொண்டிருந்த மக்களிடையே, அந்தக் கொள்கையைப் பரப்பியும் வந்தனர். எனினும் ஷ்ரமண்களின் இந்த இயக்கம் பலவாகப் பிரிந்து கிடந்தது. ஒரு தளத்தில் இணையவில்லை. எனினும் பிரம்மா போன்ற உயர் கடவுள் ஏதும் தம்மை படைக்கவில்லை என்பதிலும், மனிதர்களிடையே சமத்துவம் என்பதிலும் ஒன்றுபட்டவர்களாக இருந்தனர்.

ஷ்ரமண்களின் பிரிவுகளைக் குறித்து அதிகமாக அறியப்படவில்லை என்றாலும், சமணம் மற்றும் பௌத்தம் ஆகிய இரு மதங்களாக, மன்னர்களின் ஆதரவுடன் நிறுவனமையமாகின. புத்த மதம் தோன்றிய அதே ஆறாம் நூற்றாண்டில் புத்த மதம் தோன்றிய இடமான அதே பீகாரில் சமண மதமும் தோன்றியது. பிராமணிய சாதியமைப்புகள் வலியுறுத்திய பழக்கங்கள் பலிகள் போன்ற வற்றிற்கு எதிராகவே இருந்தது. ஆனாலும், நாளடைவில் படைப்பு சார்ந்த அடிமைத்தனமான சாதி அமைப்புக்கு ஆளானது.

அதே தத்துவார்த்த விளக்கங்களோடு சாதிய கட்டமைப்பை தம்மளவிலும் ஆட்கொண்டது. இந்த நிலை மாற்றத்திற்கு சமண மதத்தின் தத்துவார்த்த அடிப்படை ஏதுவாக இருந்தது. உதாரணமாக

அது, ஆத்மா அழிவற்றது மற்றும் கர்மவினை போன்றவற்றில் நம்பிக்கை ஏற்படுத்திக் கொண்டது.

அதுவும் போக சமண மதத்தின் ஆரம்ப நிலையிலேயே சாதி பற்றிய குறிப்புகள் இருந்ததாக சில கல்வியாளர்கள் தெரிவிக்கின்றனர். அந்தச் சூழலிலிருந்த பிறரைப்போல, சமணர்கள் சாதி அடிப் படையில் நிறுவனமாக இணைந்ததற்கான ஆதாரங்கள் இருந்தன. உண்மையில் சமண தத்துவ ஞானிகளும் சாதியப் பிரிவினைகள், சமண மதத்தைத் தோற்றுவித்த முதல் மன்னன் ரிஷபர் காலத்திலேயே தோன்றிவிட்டன என்பதை ஒத்துக் கொண்டிருக்கின்றனர். முதல் தீர்த்தங்கரரான இவர்தான் சமண மதத்தை ஸ்தாபித்தார். இவரது மூத்தமகன் பரதா அதை வளர்த்தெடுத்தார்.

ஆனால் பௌத்த மதம் அப்படியல்ல! தத்துவ ரீதியிலேயும் நடைமுறையளவிலும் சாதி அமைப்பை எதிர்த்தது. அம்மதத்தின் கொள்கை பல்லாயிரம் ஆண்டுகளைக் கடந்தும் நமது துணைக் கண்டத்தின் வலுவான கொள்கையாகத் திகழ்கிறது. புத்தமதம் கொள்கையளவில் சாதி சமத்துவமின்மையை எதிர்த்தது. என்றாலும், பொதுவான அளவில் சாதிகளாலான மக்களின் நடைமுறை வாழ்க்கையில் பெரிய தாக்கம் எதையும் ஏற்படுத்தவில்லை. ஆனால் புதிதாக ஒரு சாதி ஏற்பட்டுவிடக்கூடாது என்பதில் குறியாக இருந்தது. ஏனெனில் அதன்மூலமாக முரண்பாடு ஏதும் தோன்றுவதை அது விருப்பவில்லை. எனவே மாக்ஸ் வெபர் *(2001)* என்பவர் புத்த மதத்தின் சாதிமறுப்பு கொள்கைமீதான அக்கறையை கேள்விக்கு உள்ளாக்குகிறார். கீழ்த்தட்டு மக்களுக்காக 'சங்கம்' ஏற்படுத்தியதைத் தவிர உயர் சாதியினரின் சாதி அடுக்கை கேள்விக்குள்ளாக்கவில்லை என்கிறார். மேலும் புத்தரின் சீடர்களில் பெரும்பாலானோர் உயர்சாதி பிராமணர்களாகவே இருந்தார்கள் என்றும் பெருமளவிலான சங்கங்களிலும் பிராமணர்களே பெரும்பான்மையாக இருந்தனர் என்றும் ஏற்கெனவே குறிப்பிட்டுள்ள ஹேன்ஸ் வுல்ஃப்கேங் ஷுமன் மேற்கோள் காட்டுகிறார்.

எனினும் பாரம்பரியமான பிராமண வழக்கங்களுக்கு புத்த மதம் சவாலாக இருந்தது என்பதையும், பிராமண மத பழக்கவழக்கங் களுக்கும் அஹிம்சை சார்ந்த தியாகங்களுக்கும் எதிராக இருந்ததையும் ராண்டெல் தெரிவிக்கிறார். அதேசமயம் அந்த அணுகுமுறை சாத்வீக அடிப்படையில் ஒரு சீர்திருத்த இயக்கமாகவே இருந்ததாகவும் அவர் சொல்கிறார்.

மேலும் பிராமண மதத்தை எதிர்த்து எவரும் வெளியிலிருந்துவந்து இயக்கம் நடத்தவில்லை; மாறாக பிராமணர்களிலேயே படித்த

எளிதில் அடையாளம் காணப்படக் கூடியதாக உள்ளதோ, அப்படியே இனரீதியிலான ஒடுக்குமுறையும் எளிதில் அடையாளம் காணக் கூடியது. சாதிரீதியிலான ஒடுக்குமுறையைப் பொறுத்தவரை, அது ஆழமானது; தீங்கு விளைவிக்கக்கூடியது.

பரீட்சார்த்த முறையில் பார்த்தால், சாதிய ஒடுக்குமுறை இனரீதியிலான ஒடுக்குமுறை போன்றதுதான்! அதனால் இயல் பாகவே, தலித் செயல்பாட்டாளர்கள் சாதியை இனமாகப் பார்க்கிற பார்வை வந்துவிட்டது. இனரீதியலான பார்வை என்பது உடற்தன்மை சார்ந்தது. சாதி ரீதியிலான பார்வை என்பது கலாச்சாரம் சார்ந்தது! காக்ஸ் அவர்கள் குறிப்பிட்டதுபோல, 'இன ரீதியிலான ஒடுக்கு முறையோடு இரண்டறக் கலந்ததாக இருந்தாலும், சாதிய அமைப்பு பழைமையானதாகவும், தகுதி உணர்வு மிக்கதாகவும், பிரச்னைகள் அற்றதாகவும், தொழில் சார்ந்து நிலையானதான முன்னோட்டமும் முன்னேற்றமும் அற்றதாகவும், செயல்பாடில்லா நிலையிலும் இருந்தது. அவற்றுக்கிடையிலான அடிப்படை வித்தியாசம் என்பது வரையறுக்கப்பட்ட நிலையாக இருந்தது. அந்த வரையறைகள் சமூகத்தின் பால் வெவ்வேறான தாக்கங்கள் ஏற்படுத்துவதாகவும் இருந்தது.

இனம் சார்ந்த நம்பிக்கைகளும் நலன்களும் உலகளாவியவை. சாதிய உணர்வுகளோ உள்ளூர்த்தன்மை கொண்டவை. இந்தியாவின் தலித்துகளைப் போலன்றி, ஆப்பிரிக்க அமெரிக்கர்கள் ஒருமைப் பாட்டுக்காகவும் கலாச்சார ஆதிக்கத்திற்காகவும் முனைப்புடன் செயல்படுகின்றனர். சாதியைப் பொறுத்தவரை அப்படியொரு உந்துதல் ஏற்படாதது, அதன் இயல்பான தன்மைகளில் பிரிக்க முடியாத ஓர் அம்சமாக உள்ளது. அடிப்படையில் கறுப்பின மக்களுக்குத் தாழ்வு மனப்பான்மை உண்டுதான், ஆனால் சாதிகளைப் போன்ற மத ரீதியிலான தாக்கம் இல்லை. அதனால் அமெரிக்க கறுப்பின மக்கள் ஜிம் குரோவின் அடிமைமுறைச் சட்டத்தை எதிர்த்துத் தடுத்தனர். அவர்களது 'கார்வி' இயக்கம், 1920களிலேயே மிகப் பெரிய மக்கள் இயக்கமாக வடிவெடுத்தது. இவற்றின் வழியாக வெள்ளை அமெரிக்கர்களின் உயர்வு மனப்பான்மைகளை எதிர்த்து தங்களுக்கிடையிலான தாழ்வு மனப்பான்மையைத் தகர்த்தெறிந்தனர்.

அதன்மூலம், தங்களது தனித்துவமிக்க ஆப்பிரிக்கக் கறுப்பின கலாச்சாரத்தையும் கறுப்பின வரலாற்றையும் உயர்த்திப்பிடித்தனர். அதன்மூலம் மேற்கத்தியக் கலாச்சாரத்தோடு ஒவ்வொரு முனையிலும் மாற்றாகத் திகழ்ந்தனர். மாற்றுக் கலாச்சாரத்தை முன்னெடுத்தனர். அதுதான் 'ஹெர்லம் மறுமலர்ச்சி யுகத்தைத்'

தோற்றுவித்தது. அது கருப்பின இலக்கியம், இசை, நாடகம் என பல்வேறு முனைகளில் முளைவிட்டது.

1960ல் மலர்ந்து 'கறுப்புதான் அழகு' என்னும் அழகியல் சார்ந்த இயக்கம், தாழ்வு மனப்பான்மை என்னும் அடிப்படையையே தகர்த்ததோடு, கறுப்பின மக்களாக இருப்பதிலேயே புதிய பெருமையைப் புகுத்தியது. கறுப்பராக இருப்பது அசிங்கமானது; தாழ்வானது என்ற அவலத்தை அகற்றியது. அவர்கள் இந்தியாவின் தலித்துகளைப்போல அல்ல. தங்கள்மீது சுமத்தப்பட்டிருந்த சமூக இழிவை அவர்கள் சுமக்கத் தயாராக இல்லை. அதன் காரணமாக சமூகத்தின் பொதுவான கலாச்சாரப் போக்குடன் இணைந்து பெருமளவுக்கு பங்களிக்க முயற்சித்தார்கள். ஆனால் தலித்துகளைப் பொறுத்தவரை வெறுப்புமிக்க சமூகம் தங்களின் தோள்களில் சுமத்திய தாழ்வு மனப்பான்மை என்னும் சுமையை உதிர்த்துவிட முடியாததாக இருக்கிறது.

பிரிவினர்தான் அதைச் செய்தார்கள் என்கிறார். அதன் காரணமாக பௌத்த மதத்தோடு பிராமண மதத்தின் சாதிகளும் இணைந்தே இருந்தன. சற்று ஆதரவின்றி. எனினும், பௌத்த மதத்திற்கு எதிராக எட்டாம் நூற்றாண்டில் ஆதிசங்கரர் தலைமையிலான எதிர்ப்புரட்சி தோன்றி பௌத்த மதத்தை சீர் குலைத்தது. அதனால் சாதி அமைப்பில் இயற்கையாகவே ஓர் எழுச்சி ஏற்பட்டது.

## இடைக்காலம்

இடைக்காலத்தில் எங்கிருந்தோ இந்தியாவிற்கு வந்த ஒரு கலாச்சாரமுறை சாதி அமைப்பில் அதிர்வுகளை ஏற்படுத்தியது. சரித்திரக் காலத்திற்கு முன்பிருந்தே, வெளியிலிருந்து சில ஆதிவாசி பிரிவினர், இந்தியாவிற்குள் அவ்வப்போது ஊடுருவி, இங்குள்ள மக்களோடு இணைந்து, தாங்களே ஒரு சாதியை அமைத்துக் கொண்டனர்.

இஸ்லாமிய மதத்தவர் இதற்கு விதிவிலக்கு! இஸ்லாமியர்கள் இந்தியாவுக்குள் ஏழாம் நூற்றாண்டிலிருந்தே வட மேற்கிலிருந்து ஆக்கிரமிப்புகளை நடத்தி வந்தனர். அவையெல்லாம் கொஞ்சம் காலமே தாக்குப்பிடித்தன. ஆனால் 12ம் நூற்றாண்டில் அவர்கள் திமுதிமுவென ஊடுருவி உள்ளூர் மன்னர்களைத் தோற்கடித்து தங்களது சமூகத்தை ஸ்தாபித்தனர். இந்த இஸ்லாமிய சமூக அமைப்பு இந்தியாவை நேராகப் பிளந்து, இருவேறு கலாச்சாரங்களையும் மதங்களையும் நேருக்கு நேராக நிறுத்திவைத்தது. முதலில் வணிகர் களாகவும் பின்னர் ஆக்கிரமிப்பாளர்களாகவும் வந்த சூபிகள், தங்களது புதிய நம்பிக்கைகளைப் பரப்ப ஆரம்பித்தார்கள்.

தங்களது இலகுவான ஆன்மீகம் மற்றும் ஏழைகளோடு ஐக்கியம் போன்றவற்றில் சூத்திரர்கள் மற்றும் தலித்துகளை இஸ்லாமியர்களாக மாற்றினார்கள். அது கற்பதற்கான வாய்ப்புகளையும், ஸ்தூலமான நிலைமைகளை மாற்றுவதையும் சாத்தியமாக்கியது. எனவே நாளடைவில், தாழ்ந்த சாதியினர் இஸ்லாமிய மதத்தைத் தழுவ ஆரம்பித்ததால் இந்து மதம் ஐந்தில் ஒரு பங்கு மக்கட் பிரிவினரை இழக்க நேர்ந்தது.

இந்தியாவில் தோன்றிய இஸ்லாம் மதத்தின் நோக்கம் சீர்திருத்தம் அல்ல. இந்நிலையில் சாதிக்கு எதிரான எழுச்சிகள் இந்து மதத்தில் முளைவிட்டன. மதம் மற்றும் கலாச்சார ரீதியில் தாழ்த்தப்பட்ட சாதியினருக்கு இஸ்லாம் மதம் விடுத்த வேண்டுகோளை மற்றும் இஸ்லாமிய ஆட்சி முறையின் தன்மைகளை ஊரக நிதி நிர்வாகம், உற்பத்தி முறை மாற்றம், அதன் காரணமாக உருவான நகரங்கள்

ஆகியன தாழ்ந்த சாதியினர் கிராமங்களை விட்டு வெளியேற வாய்ப்பு ஏற்படுத்தித் தந்தன.

அந்த வகையில் தாழ்த்தப்பட்ட மக்கள் பெரும் அளவிற்கு இஸ்லாமிற்கு மதம் மாறியது உயர்சாதியினரை எதிர் எதிராக நிறுத்தியது. ஆனாலும் அவர்களுக்கு இஸ்லாமிய ஆட்சியாளர்கள் நிதி மற்றும் அதிகார ஆசை காட்டியதும் அவர்களும் இஸ்லாமுக்கு மதம் மாறினர். இந்நிலையில் இஸ்லாம் மதத்திலும் சாதி அடுக்குகள் உண்டாயின. முஸ்லிம்களின் ஆட்சி அதிகார வர்க்கத்தினர், அரசாங்கத்தின் இந்து சமூக அமைப்பின்படியான அடுக்குகளை ஏற்படுத்தினர். அதன் காரணமாக இஸ்லாமியரின் தலித் மக்களிடையே ஏற்படுத்திய நம்பிக்கை குறைந்த காலமே ஜீவித்தது.

ரொமிலா தாப்பர் கருதுவதுபோல இஸ்லாமியர்களின் நோக்கம் உயர்வானதாகச் சொல்லப்பட்டாலும், சாதி ஒழிப்பில் அது தாக்கம் செலுத்தவில்லை. மாறாக இந்தியாவின் சாதி முறையை இஸ்லாத்தின் சமூக உயிர்ப்புக்கு உதவிகரமானதாக மாற்றிக்கொண்டது. சாதிய ஒடுக்குமுறை பிறப்பு அடிப்படையிலானது என்று இஸ்லாமியர்களும் புரிந்துகொள்ளத் தொடங்கினர். அதன் அடிப்படையில் உலாமாக்களும், இஸ்லாமிய மத அமைப்பினரும், கஃபா என்பதன் கருத்துகளை முன்னிறுத்தி சாதிகளுக்கு மதரீதியிலான உரிமைகளை வழங்கினர்.

## பக்தி இயக்கம்

இதே காலகட்டத்தில், சாதி மறுப்பு வழியில் பக்தி இயக்கம் எனும் புதிய அலை உருவானது. குறிப்பாக 7 முதல் 10ம் நூற்றாண்டுகளுக்கு இடையே தென் இந்தியாவில் இஸ்லாமிய கிறிஸ்துவ தாக்கங்களால் உருவான இந்த இயக்கம் கடவுள் ஒருவரே, உணர்வுபூர்வமான குருவழிபாடு, சடங்குகளுக்கு மறுப்பு, சமஸ்கிருத மறுப்பு, உள்ளூர் மொழி உபயோகம் ஆகிய அம்சங்களை தமிழ் இயக்கம் மற்றும் புத்த மதம் மூலம் தமதாக்கிக் கொண்டிருந்ததாக பல கல்வியாளர்கள் தெரிவிக்கின்றனர்.

பக்தி இயக்கம் ஒருங்கிணைந்ததாக இல்லாத போதிலும், சாதியைப் பொறுத்தவரை கபீர் பந்தின் சில பகுத்தறிவு சார்ந்த கொள்கைகளையும் தனித்தனியான கிளர்ச்சிகளையும் பிரதிபலித்தது. இந்த இயக்கம் கீழ்சாதிகளிலிருந்து ரவிதாஸ், சொக்கமேலா, கனகா, நந்தனா, மற்றும் தமிழ்நாட்டில் ஆண்டாள், ராஜஸ்தானில் மீராபாய், கர்நாடகாவில் அக்கமாதேவி, மகாராஷ்டிராவில் சொக்கமேலாவின் மனைவியான சாய்ரா பாய் போன்ற பெண் துறவிகளையும் உருவாக்கியதோடு கீழ் சாதியினருக்கு பெரும் நம்பிக்கை ஊட்டுவதாகவும் இருந்தது.

தலித் சாதியினர் பக்தர்களாக உருவாக முடியாதெனும் தடையை பக்தி இயக்கத்தினர் உடைத்தபோதிலும் அவர்களின் சமத்துவத்தையும் சாதிய நடைமுறைகளையும் விமர்சிக்கத்தான் முடிந்தது. மற்றபடி அவர்களது தாக்கம் என்பது ஆன்மீகம், மோட்சம் என்கிற அளவில் தான் இருந்தது. தலித் விடுதலைக்கும் அவர்களின் சமூக பொருளாதார பிரச்னைகளின் தீர்வுக்கும் பக்தி மார்க்கம் போதுமானதாக இல்லை. தனிநபர்களின் தார்மீக நெறி குறித்து பக்தி இயக்கத் துறவிகள் போதித்த விஷயங்கள், சமூக நடைமுறையை எதிர்கொள்ள ஏதுவாக இல்லை. சமூகத்தில் சாதி சார்ந்த வேலைப்பிரிவினைகளின் மூலமாகவே உணவு தானிய உற்பத்தி நடைபெற்றதால் சாதிய அடுக்கினை எதிர்கொள்வதில் அது பெரும் தோல்வியைத் தழுவியது. ரொமிலா தாப்பரும் இந்தத் தோல்வியை உணர்ந்துள்ளார்.

நெடுவாக்கில் சாதிப் பிரிவினை இருந்ததால் கீழே இருப்பவர்கள் கீழே, மேலே இருப்பவர்கள் மேலே என்கிற நிலையில் எந்த மாற்றமும் நிகழவில்லை. கீழ்மேலாக எந்தப் போக்கும் சாத்தியப்படவில்லை. இது பக்தி இயக்கத்தின் அரசியல் ரீதியான தோல்விகளுக்குக் காரணம் ஆனது. பின்னர் பதினைந்தாம் நூற்றாண்டில் சீக்கிய மதம், பக்தி இயக்கத்தின் மற்றும் இஸ்லாம் மதத்தின் சாதிப் பிரிவினைகளை ஒழிப்பது என்ற கொள்கையை உயர்த்திப் பிடித்தபோது பஞ்சாப் பகுதியில் உள்ள தலித்துகள் சீக்கிய மதத்தைத் தழுவத் தொடங்கினர், ஆனாலும் என்ன, தலித்துகளுக்கு மழபி சீக்கியர்கள் ரவிதாஸிகள் என்று பெயர் சூட்டியதைத் தவிர, அவர்கள் வாழ்வில் மாற்றம் ஏதும் ஏற்படவில்லை. ஆக, வெறும் கொள்கைகளோ மதம் சார்ந்த வார்த்தை ஜாலங்களோ மக்களின் பொருளாதார நலன்களைப் பாதுகாக்கப் போதுமானதல்ல என்பது நிரூபணமானது.

அப்பகுதியின் நில உரிமையாளராக இருந்த ஜாட் இனத்தினர், நிலமற்ற வேலையாட்களாக இருந்த தலித்துகள் ஆகியோரிடையே யான பொருளாதார நலன்கள் வேறுவேறாகவே புதிய வடிவத்தில் நீடித்தன. அந்தவகையில் பார்த்தால் இப்போதைய இந்து சாதிய அமைப்புக்கும் சீக்கிய சாதி அமைப்புக்கும் வித்தியாசம் எதுவும் இல்லை.

## உள் நோக்கமற்ற காலனியாதிக்க உந்துதல்

ஐரோப்பாவுடனான இந்தியாவின் தொடர்பு நீண்டது. கிமு 327 - 326 காலகட்டத்தில் மாவீரன் அலெக்சாண்டர் இந்தியாவின் வடமேற்குப் பகுதியை சிறிது காலமே ஆக்கிரமித்து, அப்பகுதிகளை நிர்வகிக்க தனது சத்ரபதிகளையும் நியமித்தார். அதன்பின், ரோமானியர்கள்

வணிகர்களாக வந்தார்கள், போனார்கள். நிலையாக ஒரு தளமும் அமைத்துக் கொள்ளவில்லை ஆனால், 15ம் நூற்றாண்டுக்குப்பின் வந்த போர்ச்சுக்கீசியர்கள், டென்மார்க்கியர்கள், நெதர்லாந்தினர், பிரான்ஸ் மற்றும் இங்கிலாந்து நாட்டினர், வணிகப் போட்டி யாளர்களாக உருவெடுத்ததோடு, தமக்கென இங்கு வணிகத் தளங்களையும் உருவாக்கிக்கொண்டார்கள்.

இதன் காரணமாக வாசனை திரவியங்கள் பொருளாதாரத்தில் அப்போது இந்தியா ஒரு முக்கிய மையமாகத் திகழ்ந்தது. கி.பி 1502ல் போர்ச்சுக்கீசியர்கள் கேரளத்தில் கொல்லம் அருகே வணிகத்தளம் அமைத்தனர். ஆங்கிலேயர், தங்களது காலனியாதிக்கத்தின் காரணமாக மூன்றில் இரண்டு பங்கு இந்தியாவை அவர்கள் வளைத்துக்கொள்ள, போர்த்துக்கீசியர்களும் பிரெஞ்சு நாட்டினரும் சிறு சிறு பகுதிகளை தங்கள் பங்குக்கு வைத்துக்கொண்டனர்.

பிரிட்டிஷாரின் காலனியாதிக்கம் இருநூறு ஆண்டுகளுக்கு மேலாக நீடித்தது. அது, இந்தியாவில் சாதி அமைப்பில் இரண்டு வழிகளில் தாக்கம் செலுத்தியது.

1. மேற்கிந்திய முறையான அரசாங்கம், ராணுவம், போலீஸ், சட்டம், நீதித்துறை, நவீனக் கல்வி, மனித உரிமை, ஜனநாயகம் மற்றும் மனித மதிப்பு போன்றவற்றை நிறுவனமயமாக்கியது.

2. புதிய தொழில்நுட்பம் மற்றும் அறிவியல் அறிவு போன்றவற்றை உள்ளடக்கிய முதலாளித்துவத்தைக் கொண்டுவந்தது.

இவற்றின் காரணமாக சமூக உற்பத்தி முறையில் ஏற்பட்ட மாற்றம் சாதிமுறையில் பெரும் தாக்கத்தை ஏற்படுத்தியது. அதேபோல காலனி ஆட்சியாளர்களுக்கே உரியமுறையில் கீழ்மட்டத்திலிருந்த சாதியினர் உயர் சாதியினருக்கு எதிரான உள்நோக்கமற்ற வடிவம் எடுக்க வாய்ப்பு ஏற்பட்டது.

காலனி ஆட்சியாளர்கள் முக்கியமாக ராணுவம், காலனியாதிக்க அமைப்புகள் மற்றும் தங்கள் இல்லங்களில் தலித்துகளுக்கு வேலை வாய்ப்பு வழங்கினர். போர்வீரர்களாக உருவான தலித்துகள் பிரிட்டிஷ் ஆட்சியாளர்களுக்காக பல போர்களில் வெற்றி பெற்று தங்களது போர்த்திறனை வெளிப்படுத்தினர். குறிப்பாக 1818ல் நிகழ்ந்த சரித்திரப் புகழ்பெற்ற பீமா கோரேகான் யுத்தத்தில் குறைந்த அளவிலான மகர் மற்றும் பறையர் சாதியினர் அடங்கிய ராணுவம், பேஷ்வாக்களின் ராணுவத்தை பல முனைகளில் தோற்கடித்து பேஷ்வாக்களின் ஆட்சியை முடிவுக்குக் கொண்டுவந்தது. ஒன்று பட்ட இந்தியாவை பிரிட்டிஷ் ஆளுகையின்கீழ் கொண்டு வந்ததை உதாரணமாகச் சொல்லலாம்.

அந்த வகையில் ராணுவம் மற்றும் பல தளங்களில் கிடைத்த வேலை வாய்ப்புகள்தான் தலித்துகளை பொருளாதார ரீதியாக உயர்த்தியது. குறிப்பாக ராணுவப் பள்ளிகளில் பயிற்றுவித்த கல்வியில் பெரும் முக்கியத்துவம் இருந்தது. அது, தலித்துகள் தமது அடிமை நிலையில் இருந்து விடுதலையடைய நம்பிக்கையான பல்வகை பாதைகளை ஏற்படுத்தியது. பொதுமக்களுக்கும் நீண்டகால ஆங்கிலேயக் கல்வி கிடைத்தது. தலித்துகளின் கல்வியைப் பொறுத்தவரை, மத நீதியிலான நடுநிலை வகிப்பதெனும் அரசின் கொள்கையை கடைப் பிடிப்பதா? இந்துமதக் கல்வி முறையில் தலையிடுவதா? என்ற குழப்பம் நீடித்திருக்க, கிறிஸ்துவ சமய பரப்புணர்கள், புத்துயிர்ப்பு வழங்குவதெனும் அடிப்படையில் பற்பல பள்ளிகளைத் திறந்தனர்.

கல்வித்துறையில் கிறிஸ்துவ சமய பரப்புணர்களின் இத்தகைய செயல்பாடு சாதி அமைப்பின் கேடுகளிலிருந்து தலித்துகள் மீள உதவியது. 1830ம் ஆண்டிலேயே பல கல்விக் கூடங்கள் திறக்கப் பட்டன. ஆனால், அவை தலித்துகளிடையே கல்வி ஒளியைப் பரப்ப சுமார் அரை நூற்றாண்டு காலம் பிடித்தது. நவீன கலாச்சார மையங்களாக உருவான பள்ளிக்கூடங்கள் சாதியமுறை குறித்த ஒவ்வாமையை உற்பத்தி செய்தன.

பல சாதி எதிர்ப்பு சீர்திருத்தவாதிகளின் கருத்தாக்கம் இந்த மதப் பரப்புணர்களின் கல்வியால் ஏற்பட்டதுதான். சாதி எதிர்ப்பு இயக்கத்தின் பிதாமகரான மகாத்மா ஜோதிராவ் புலேவும் இந்தக் கல்வி முறையில் உருவானவர்தான்! 1848-1852ம் ஆண்டுகளுக்கு இடையே அவர் பிராமணர் அல்லாதவர்களுக்கு பள்ளிகள் திறந்த போது ஃப்ரீ சர்ச் ஆஃப் ஸ்காட்லாண்டு, அகமது நகரில் உள்ள அமெரிக்கன் மராத்தி மிஷன் ஆகியன அவர்களுக்கு ஆதரவளித்தன. இதன் மூலம், இந்திய சமூகத்தின் சமூக பிரச்னைகளில் தலையிடு வதில்லை எனும் கொள்கையைக்கொண்ட காலனியாட்சியின் வருத்தத்தை அவர்கள் சம்பாதிக்க நேர்ந்தது. ஆனால், மதம் பரப்புணர்களின் கல்விச் செயல்பாடுகளை மகாத்மா ஜோதிராவ் புலே கீழ்சாதியினரின் விடுதலைக்கு உதவி செய்பவை எனப் பாராட்டினார்.

'சிலுவையில் பலியான ஏசு மகாராஜாவைப் பின்பற்றுபவர்கள் நமது நாட்டுக்கு வந்து சூத்திரர்கள் மத்தியில், ஏசுநாதரின் உண்மையான பிரசங்கம் குறித்து பிரச்சாரம் செய்வதோடு, சாதி அடிமை நிலையில் இருந்து சூத்திரர்களை மீட்டெடுத்தனர்' என்றும் எழுதினார். அம்பேத்கரும் மதப் பரப்புணர்கள்தான் தலித் மக்களின் கல்விக்கு ஆதாரமாக இருந்தனர் என்று பாராட்டியுள்ளார். இந்தப் பணியில் ஒத்துழைக்காத வில்லியம் கவுட், ஆடம் ஆண்ட்ரூ, ரெவரண்ட் ஹேட்ச் ரினஸ் தவிர, பிற மதப் பரப்பாளர்கள் எல்லாம் அதைத்

தங்களது மதப்பரப்புதலின் ஒரு பகுதியாகத்தான் செய்தனரே தவிர, தலித் மக்களுக்கு ஆன்மீக விடுதலை பெற்றுத்தர வேண்டுமென்கிற நோக்கம் எல்லாம் இல்லை.

தலித்துகளும் ஏதோ ஆன்மீக தாகத்தில் கிறிஸ்துவ மதத்திற்கு மாறவில்லை. உணவு, உடை, இருப்பிடம், வேலைவாய்ப்பு, மருத்துவ உதவி மற்றும் சாதிய ஒடுக்குமுறைகளிலிருந்து பாதுகாப்புப் பெறுவது என்கிற தேவைகளுக்காகத்தான் மாறினர். காலனிய ஆட்சியைப் பொறுத்தவரை, 1854க்குப் பிறகுதான் இந்தியாவின் அரசுவழிக் கல்வி என்கிற கொள்கையை சர் சார்லஸ் வுட் செயல் படுத்தத் தொடங்கினார். வுட் சென்றபிறகுகூட உயர்சாதியினர் சொல்படி அவர்கள் தலித்துகளுக்கு கல்வி மறுத்ததை ஒப்புக்கொண்டு தான் கிழக்கிந்திய கம்பெனி செயல்பட்டது. 1856ம் ஆண்டு ஜுன் மாதம் தர்வாட் பகுதியைச் சேர்ந்த 'மகர்' சாதிச் சிறுவன், தாம் தலித் என்பதால் அரசு பள்ளியில் இடம் மறுக்கப்படுகிறது என்று மனு அளித்த விபரம் வெளிவந்த பின்புதான் அரசு உதவி பெறும் பள்ளிகள் சாதி இன வேறுபாடின்றி அனைவருக்கும் இடம் தரவேண்டும் என்று அறிவித்தது.

தலித்துகளின் கல்வி விஷயத்தில் இன்னொரு வசதி ராணுவப் பள்ளிகளில் கிடைத்தது. காரணம் ராணுவத்தில் தலித்துகள் சேர்த்துக் கொள்ளப்பட்டனர். பிரிட்டிஷ் இந்திய ராணுவம் அழைத்தபோது இதில் முன்வந்து சேர்ந்தவர்கள் தலித்துகள்தான். அவர்களின் மேம் பாட்டுக்காகவே ராணுவத்தில் பள்ளிகளும் துவக்கப்பட்டன. இதில் ஆயிரக்கணக்கான தலித் பிள்ளைகள் சேர்க்கப்பட்டனர்.

மகாராஷ்டிராவின் கொங்கன் மற்றும் மேற்கு தொடர்ச்சி மலைப் பகுதியில் உள்ள மகர்கள், ராணுவத்தில் பெருமளவில் சேர்த்தனர், அங்கிருந்து வந்தவர்கள்தான் பின்னர் துவக்கப்பட்ட தலித் இயக்கங்களில் பெரும் பங்காற்றினர். கற்கக் கிடைத்த வாய்ப்பும், சமூக அந்தஸ்து பெறக் கிடைத்த ராணுவ வேலைகளும் 'மகர்'களுக்கு பெரும் பயன் அளித்தன. இதுதான் தலித் இயக்க வரலாற்றில் புரட்சி கரமான பங்களித்தது. அவர்களின் உலகத்திற்கு கல்வியைக் கொண்டு வந்ததும் வேலைவாய்ப்புகளைக் கொண்டு வந்ததும் தலித்துகளுக்கு உளவியல் ரீதியான பலத்தை அளித்தது. அந்த பலமே அவர்கள்மீதான ஒடுக்குமுறைகளை எதிர்க்கவைத்தது. அம்பேத்கருக்கு முந்தைய தலித்துகளின் போராட்டங்களில் இதைத்தான் நாம் பார்க்கிறோம்.

### பிற காரணிகள்: பொருளாதாரம் - அரசியல்

பிரிட்டிஷ் காலனியாதிக்கத்தின் தோற்றம் சாதி அடிமை நிலையில் இருந்து தலித்துகள் விடுதலை பெறுவதற்கு அதிக வாய்ப்புகளை ஏற்படுத்தித் தந்தது. நிர்வாக முறை மற்றும் தொலைதொடர்பினால்

கிடைத்த புதிய, வேலை தேடி தலித்துகளை வெளியே செல்லவைத்தது. ராணுவ வேலைகளைத் தவிர, பிரிட்டிஷாரின் வீட்டு வேலைகள், பிரிட்டிஷாரின் கிளப்புகளில் உதவிப் பணிகள் தலித்துகளுக்குக் கிடைத்தன. பிரிட்டிஷார் உள் கட்டமைப்புப் பணிகளை மேற்கொண்ட போது சாலை அமைப்பு, ரயில் பாதை அமைப்பு, கட்டுமானப் பணிகள், துறைமுகங்கள் மற்றும் நகர உருவாக்கங்களில் தலித்து களுக்கு பெருமளவிலான வேலை வாய்ப்புகள் உருவாகின.

மகாராஷ்டிராவில் உள்ள 'மகர்கள்' மற்றும் அவர்கள் போலப் பிறபகுதிகளில் இருந்தவர்களுக்குப் பிற தலித்துகளைவிட அதிக வாய்ப்புகள் கிடைத்தன. எனவே ஆரம்பத்தில் வேலை தேடி நகரங் களுக்குச் செல்லும் இடம் பெயர்ச்சி, சிறிதளவாகவே இருந்தாலும் சிறிது காலத்திலேயே பெருமளவுக்கு உயர்ந்தது.

உள்கட்டமைப்பு வசதிகளை உயர்த்தியபோது, முதலாளித்துவ தொழிற் சாலைகள், பெரிய நகரங்களில் உதயமாகின. ஆடைத் தொழிற் சாலைகள், வெடிமருந்துத் தொழிற்சாலைகள், துறைமுகம் ரயில்வே பணிமனைகள், தொழில்நுட்பத் தொழிற்சாலைகள் மற்றும் கட்டுமானப் பணிகளில் தலித்துகள் வேலை வாய்ப்பு பெற்றனர்.

நாளடைவில் உயர் வருமானம் கிடைக்கும் வகையான பட்டப்படிப்புகள் படித்தவர்களாக, சிறு சிறு ஒப்பந்ததாரராக, வேலையாட்களை வழங்கும் தரகர்களாக, விற்பனையாளர்களாக, கடை உரிமையாளர் களாகவும் உயர்ந்தனர். இதன் காரணமாக தலித்துகளுக்குள்ளேயே அவர்களது சாதிநிலை நடைமுறையில் மறைந்தொழிந்தது. பொருளாதார ரீதியில் வளர்ச்சி கண்டனர். ஆனால், அவர்களது அடுத்தடுத்த கட்ட வளர்ச்சிகளுக்கு தடை ஏற்பட்டது. சமநீதியற்ற இந்த நிலையை எதிர்த்து நிற்க வேண்டியவர்களாயினர். எதிர் காலத்தில் தலித் இயக்கங்கள் முளைவிட இதுவே காரணமாயிற்று.

## பிராமணர் அல்லாதோர் இயக்கம்

பிராமணர் அல்லாதோர் இயக்கம் தலித் சாதிகளைவிட சூத்திர சாதிகளுக்கு பேருதவியாக இருந்தது. தலித்துகளைவிட 50 ஆண்டுகளுக்கு முன்பே இவர்களுக்கு கல்வி வாய்த்து விட்டதால் சாதி எதிர்ப்பு ஏற்கெனவே முளைவிடத் தொடங்கியது. அது ஜோதிபா புலே ஆரம்பித்த முதல் பிராமணர் அல்லாதோர் இயக்கத்தில் பிரதிபலித்தது.

இந்தக் கட்டத்தில் சூத்திரர்கள் மற்றும் தலித்துகள் மீதான அடக்கு முறை உயர் சாதியினருக்கு ஒரு பிரச்னையாக இருக்கவில்லை. உயர் சாதியினரின் ஒடுக்குமுறையினில் சூத்திரர்கள் தலித்துகள் இருவருமே

பாதிக்கப்பட்டவர்கள்தானே. சொல்லப்போனால் மதச் சடங்குகளில் குறிப்பிடப்பட்டுள்ள அனைத்து ஒடுக்குமுறைகளும் சூத்திரர்கள் மீதானதே. வர்ணமற்றவர்களாலும் சாதியிலிருந்து விலக்கப்பட்டவர்களாகவும் இருப்பதால் தலித்துகளை மதச் சடங்குகளில் சம்பந்தப்படுத்தவில்லை.

அடிப்படையில் நிலத்தோடு அல்லது நிலம் சார்ந்த வேலைகளோடு சம்பந்தப்பட்ட சாதியினராக இருந்ததால் தலித்துகள் நிலச்சுவான்தாரர்களாலும் பிராமண குருக்களாலும் சுரண்டப்பட்டனர். இப்படிச் சுரண்டுவதற்கான அதிகாரத்தை புலேயின் வார்த்தைகளில் சொல்வதானால் இந்து சமூக அமைப்பு வழங்கியிருந்தது.

இந்த நிலையை ஜோதிராவ் புலே எரிந்துவிழும் விண்கல்லுக்கு உவமைப்படுத்தியிருந்தார். சாதிரீதியில் தோட்டவேலை செய்து வந்தாலும், புனேயில் ஸ்காட்டிஷ் மிஷின் உயர்நிலைப்பள்ளியில் படித்தார். அங்கு தன்னுடன் படித்த சதாசிவ் பல்லல் கோவண்டே, மோரோ விதல் வலவேகர் போன்ற ஏழை பிராமண நண்பர்களுடன் இணைந்து இந்தியாவை வெளிநாட்டவர் ஆட்சியிலிருந்து விடுவிக்க வேண்டுமென பிரசாரம் மேற்கொண்டார். தமக்கு ஊக்க சக்தியாக வீரசிவாஜி மற்றும் ஜார்ஜ் வாஷிங்டன் ஆகியோரை வரித்துக் கொண்டனர்.

தாமஸ் பெயின் எழுதிய 'ஏஜ் ஆஃப் ரீசன்', 'ரைட்ஸ் ஆஃப் மேன்' எனும் நூல்கள் புலேவுக்கு வழிகாட்டியாக விளங்கின. அவற்றின் வழியாக சூத்திரர்கள் மற்றும் தீண்டத்தகாதவர்களின் (ஆதி சூத்திரர்கள்) இழிநிலை கண்டு வருந்திய புலே, அவர்களை ஒரு சங்கமாக சங்கமிக்கச் செய்ய பெரும் முயற்சிகளைச் செய்தார். பிராமணர்களின் தீயசெயல்களால் அவர்களுக்குக் கல்வி மறுக்கப்பட்டிருப்பதைச் சுட்டிக் காட்டினார். எனவே அவர்களுக்கான பள்ளிக்கூடங்கள் தொடங்கும் முயற்சிகள் மேற்கொண்டார்.

பெண்களே இவர்களால் பெரிதும் பாதிக்கப்பட்டவர்கள் என்பதால் அவர்களுக்கென 1848ல் புனேயில் பள்ளிக்கூடங்கள் தொடங்கினார். தனது மனைவி சாவித்திரியை ஓர் ஆசிரியராக உருமாற்றினார். பள்ளி நிர்வாகத்தைப் பார்த்துக்கொள்ளவும் கற்றுக்கொடுத்தார். பழமைவாதிகளின் கடும் எதிர்ப்பு கிளம்பியது. அவற்றுக்கிடையிலும் ஜோதிபா புலேயும் சாவித்திரியும் இப்பணிகளை மேற்கொண்டனர். அதைத் தொடர்ந்து மெகர் மாங் உள்ளிட்ட தலித்துகளுக்காகப் பள்ளிகள் தொடங்க, 1853ல் தனது சிறு வயது நண்பர் கோவந்தேயை தலைவராகக் கொண்டு ஒரு சங்கத்தை நிறுவினார். இந்தச் சங்கம் புனேயில் 3 பள்ளிகளைத் தொடங்கியது. இப்படித்தான் புலே பிராமணியத்திற்கு எதிராக பலமுனைப் போர்களை நடத்தினார்.

புலேயின் இந்த முயற்சிகளுக்கு அவரது சாதி மற்றும் பிராமணர் உள்ளிட்ட உயர் சாதியினர் சிலரும் தோள் கொடுக்கத்தான் செய்தனர் என்றாலும் புலே, தலித்துகளிலிருந்து செயல்பாட்டாளர்களை உருவாக்க விரும்பினார். அதற்காக தலித்துகளின் குடியிருப்புகளுக்கு அடிக்கடி சென்று அவர்களுக்குள்ளிருந்த அறிவார்ந்த துணிச்சலான இளைஞர்களைக் கண்டெடுத்து ஊக்குவித்தார். எழுதவும் பேசவும் கற்றுக் கொடுத்தார். பின்னாளில் அம்பேத்கரால் தலித் இயக்கங்களின் முன்னோடி எனப் போற்றப்பட வாலங்கரைத் தயாரித்தவர் புலேதான்.

புலேயின் வழிவந்தவர்கள் அவரது மறைவுக்குப் பிறகு அவரது பணிகளைத் தொடரவில்லை. 1891ல் புலே இறந்தபின் அவரது இயக்கம் பிளந்தது. ஒரு பிரிவினர் கம்யூனிஸ்டுகளுடனும் மறு பிரிவினர் காங்கிரஸுடனும் சேர்ந்தனர்.

## அரசியல் சூழ்நிலை

20ம் நூற்றாண்டு பெரும் அரசியல் சிக்கல்களோடும் குழப்பங் களோடும் வந்துசேர்ந்தது. 1905ல் கர்ஸன் பிரபு மேற்கொண்ட வங்கப் பிரிவினையின்போது நாடு முழுவதும் கடும் எதிர்வினைகள் கிளம்பின. வங்கத்தைப் பொறுத்தவரை அமைதியாக ஆரம்பித்த எதிர்ப்புணர்வு பின்னர் வன்முறைக்கு மாறியது. தீவிரவாதிகள், வெறித்தனங்களும் விடலைத்தனங்களும் தலைக்கேற ஆயுதங்களைக் கையிலெடுத்து பல்வேறு பிரிட்டிஷ் அதிகாரிகளைக் கொலை செய்தனர். பயங்கரவாத இயக்கம் 1908ல் அபாயக் கட்டத்தைத் தொட்டது. பயங்கரவாதிகளை ஒடுக்க முயற்சிப்பது என்றும், இந்திய உயர்வர்க்கத்தினரை அனுசரித்துப்போகவேண்டும் என்றும் உணர்ந்து கொண்ட ஆட்சியாளர்கள் 1909ல் 'இந்தியன் கவுன்சில் சட்டம்' கொண்டு வந்தனர். அச்சமயம் பிரிட்டிஷ் இந்திய நிர்வாகத்தில் அதிக அளவிலான இந்தியர்களைப் பங்கேற்கச் செய்வது என அறிவித்தது.

இப்படியான ஓர் அரசியல் சூழல் இந்தியர்களுக்கு ஆட்சியில் பங்கு எனும் ஒரு பெரும் வெற்றியை ஏற்படுத்தித் தந்தது. ஆனால் தலித்துகளை ஒரு சாதியாகவே அவர்கள் அங்கீகரிக்கவில்லை. இந்துக்களில் ஒரு பகுதி என அவர்கள் அங்கீகரிக்கப்பட்டிருந்தாலும், சட்டத்தின்படியோ நடைமுறை அனுபவத்திலோ இந்துக்கள் என்ற அங்கீகாரம் கிடைக்கவில்லை.

ஆகாகான் தலைமையில் 1906ம் ஆண்டு வைஸ்ராய் மிண்டோவைச் சந்தித்த இஸ்லாமிய அமைப்பினர் இந்தப் பிரச்னையைச் சுட்டிக் காட்டியுள்ளனர். அதனை ஏற்றுக்கொண்ட பிரிட்டிஷ் ஆட்சியாளர் களால் 1990ம் ஆண்டு எடுக்கப்பட்ட மக்கள் தொகை கணக்கெடுப்பில்

(i) இந்துக்கள் (ii) ஆதிவாசிகள் (iii) ஒதுக்கப்பட்ட அல்லது தீண்டத்தகாதோர் என்ற மூன்று பிரிவுகளின் கீழ் இந்தியர்களைக் கொண்டுவந்தனர். இப்படியான ஒரு பிரிவினை எழுந்தபோது தமக்கென ஒரு பிரிவினையைக் கோரலாமே என்ற உணர்வு இயல்பாகவே இஸ்லாமியர்களுக்கு ஏற்பட்டது. இப்போதுதான் காங்கிரஸ் கட்சிக்கும் இது தொடர்பான விழிப்புணர்வு ஏற்பட்டது. சாதிப் பிரச்னை குறித்த ஒவ்வாமையைக் கைவிட முன்வந்தது.

இந்த விழிப்புணர்வு 1915ம் ஆண்டு தென் ஆப்பிரிக்காவிலிருந்து திரும்பிய காந்திக்குத்தான் முதன் முதலில் ஏற்பட்டது. 1916ம் ஆண்டு ஜூன் மாதம் அவர் அகமதாபாத்தில் ஆற்றிய முதல் உரையில் தீண்டாமைக் கொடுமை குறித்து விவரமாகப் பேசினார். அதுவரை காங்கிரசில் சிறுபான்மையினர் சமூக சீர்திருத்தத்தையே முன்னெடுத்தனர். பெரும்பான்மையோர் அதைத் தடுத்தனர். காங்கிரசின் சமூக சீர்திருத்தத்திற்கான சிறுபான்மையோர் 1887 முதல் 1895 வரை தொடர்ந்து கருத்தரங்குகள் நடத்தினர். பாலகங்காதர திலகர் போன்ற பழமைவாதிகளின் பகுதியான புனேவில் கட்சியின் 11வது மாநாடு 1895ல் கூடியபோது சீர்திருத்தத்திற்கு கடும் எதிர்ப்பு கிளம்பியது. தாங்கள் அதற்கு ஒத்துழைக்கப் போவதில்லை என்றும் அறிவித்தனர். எனவே மாறி வரும் அரசியல் சூழ்நிலைகள் காங்கிரஸ் கட்சியின் அணுகுமுறையில் மாற்றத்தை ஏற்படுத்தின.

அதிகாரப் பசி கொண்ட காங்கிரஸ் முஸ்லிம் லீக் கட்சியுடன் லக்னோ ஒப்பந்தம் செய்துகொண்டது. அதன்மூலம் தலித்துகளின் ஆதரவையும் பெற்றுக்கொண்டது. 1921ல் காங்கிரசின் தலைமைப் பொறுப்பை காந்தி ஏற்றுக்கொண்ட பின், காங்கிரஸ் கட்சி தலித்துகளின் நண்பனாகவே மாறியது. தலித்துகளின் நிலையை மேம்படுத்தும் திட்டங்களைத் தீட்ட சுவாமி சதானந்தர், சரோஜினி நாயுடு, இந்துலால் யாக்கை, ஜி.பி. தேஷ்பாண்டே ஆகியோர் அடங்கிய நால்வர் குழுவை 1922ல் அமைத்தது. தலித்துகளுக்கு மானியமாக ரூபாய் 5 லட்சம் வழங்குவதாக முடிவெடுத்தது. ஆயினும் அது ஒன்றும் பெரிய பலனளிக்கவில்லை.

1923ல் கூடிய காங்கிரஸ் காரியக் கமிட்டி, இந்தப் பொறுப்பை மிகவும் அடிப்படைவாதிகளான இந்து மகா சபாவிடம் ஒப்படைத்தபோது அவர்களும் ஒன்றும் செய்யவில்லை.

மூன்று

## அம்பேத்கருக்கு முந்தைய தலித் இயக்கங்கள்

மகாராஷ்டிராவில் பாபா சாகேப் அம்பேத்கர் 1920ம் ஆண்டு ஜனவரி 31ம் நாள் 'மூக்நாயக்' எனும் பத்திரிகையை ஆரம்பித்து, பொது வாழ்வில் நுழையும்முன்னரே, இந்தியாவில் பல பகுதிகளிலும் தலித்துகள், தலித் அல்லாதோர் தலைமையில் பல குறிப்பிடத்தக்க தலித் இயக்கங்கள் இயங்கி வந்தன.

வங்காளத்தில் நாமசூத்ரா இயக்கம், தமிழகத்தில் பறையர் இயக்கம், கேரளாவில் புலையர் இயக்கம், உத்தரப்பிரதேசம், பஞ்சாபில் ஆதி இயக்கம், சத்தீஸ்கரில் சத்னமி இயக்கம், மகாராஷ்டிராவில் மகர் இயக்கம் எனப் பலவும் தலித்துகள் தலைமையில் இயங்கி வந்தன. மகாராஷ்டிராவில் விதல் ராம்ஜி ஷிண்டே போன்ற தலித் அல்லாத சமூக சீர்திருத்தவாதிகள் தலைமையிலும் தலித் இயக்கங்கள் செயல்பட்டுவந்தன. தலித் இயக்கம் எனும் தொடுவானத்தில் அம்பேத்கர் முளைவிடத் தொடங்கிய சகாப்தத்தை இந்த அத்தியாயம் கோடிட்டுக் காட்டுகிறது.

### தலித் அல்லாதோர் நடத்திய இயக்கங்கள்

முந்தைய ஆளும் வர்க்கத்திடையே நவீன நாகரிகம் இரண்டு விதமான எதிர்வினைகளை உண்டு பண்ணியது. பழமைவாதிகளான ஒரு பகுதியினர், சமூக அமைப்பை அப்படியே இருக்கச் செய்வதில் முனைப்புகாட்ட, ஆங்கிலம் படித்த, முற்றிலும் அறிவாளிகளான

பிறபகுதியினர் இந்து சமூக அமைப்பில் சீர்திருத்தம் தேவை என உணர்ந்தனர். ஆங்கிலக் கருத்தாக்கங்கள் முதலில் வேர்விடும் வங்காளத்தில்தான், சீர்திருத்த இயக்கங்களும் தோன்றின.

ராஜாராம் மோகன்ராய், தேவேந்திர நாத் தாகூர் போன்றோர் இணைந்து 1828ம் ஆண்டு ஆகஸ்ட் 20ம் நாள் 'பிரம்ம சமாஜம்' எனும் அமைப்பை பிராமணர்கள் வைத்திருந்த சமூக அமைப்புக்கு எதிராகத் தோற்றுவித்தனர். இப்படி நாடு முழுவதும் பல இயக்கங்கள் தோன்றின. ஆனால் அவையெல்லாம் மேல்தட்டு மனோபாவத்துக் குள்ளேயே சுருங்கிக் கொண்டன. அவை பொத்தாம் பொதுவாக 'தீண்டாமை ஒரு பாவச்செயல்' என்று பேசினரே தவிர, தலித் மக்களின் பிரச்னைகள் குறித்து சிந்திக்கவில்லை.

உயர் சாதியினர் நடத்திய இந்த இயக்கங்கள் தங்களது சமூகத்தின் தீண்டாமை போன்ற பாவச்செயல்களிலிருந்து விடுபட வேண்டு மென்று விரும்பினரே தவிர, தங்களது மதம் சார்ந்த - கலாச்சாரம் சார்ந்த பாரம்பரியப் பெருமைகளைப் பாதுகாக்கவே விரும்பினர். இன்னும் சொல்லப் போனால், 'சாதி' பற்றி எதுவும் பேசவில்லை.

சூத்திரர்கள் மற்றும் அதி சூத்திரர்கள் தங்களது, அடிமைத்தனத்திற்கு பிராமணிய சூழ்ச்சிகளே காரணம் என உணர்ந்து தங்களது விடுதலைக்காக பேச முற்பட்ட பிறகே உயர் சாதியினர் கொஞ்சம் விழித்துக் கொண்டனர். மகாராஷ்டிராவில், பிராமணியத்திற்கு எதிராக மகாத்மா புலே கிளர்ந்தெழுந்த பின்புதான், பழமை வாதத்திலிருந்து பல தாராளவாத பிராமணர்கள் தோன்றினர். அம்பேத்கர் காலத்திற்கு முந்தைய சமூக மற்றும் மதச் சீர்திருத்த வாதியான வித்தல் ராம்ஜி ஷிண்டே தோன்றி, தீண்டப்படாதோருக்கு மத்தியில் குறிப்பிடத்தக்க பணிகளாற்றினார். இவர் மராத்தியில் கர்மவீரர் ஷிண்டே என்று இன்றும் போற்றப்படுகிறார்.

சாதி அடிப்படையில் ஒரு மராத்தியாக இருந்தாலும், காங்கிரஸ் கட்சி மற்றும் பிரார்த்தனா சமாஜில் உறுப்பினராக இருந்த இவர், ராஜாராம் மோகன்ராய் மற்றும் தயானந்த சரஸ்வதி ஆகியோரின் சீர்திருத்தங் களால் ஈர்க்கப்பட்டார். இவர் 1905ம் ஆண்டு புனேயில் தலித்து களுக்காக இரவுப் பள்ளி ஒன்றை ஆரம்பித்து நடத்தினர். 1906ம் ஆண்டு ஒடுக்கப்பட்ட மக்களுக்கான இயக்கம் ஒன்றைத் துவக்கி, தீண்டாமைக்கு எதிரான முயற்சி மேற்கொண்டார். தலித்துகளுக்காக பள்ளிகள் திறந்தும், மருத்துவமனை தொடங்கியும் பல சமூகப் பிரச்னைகளுக்கு தீர்வு கண்டார். 1907ல் 'சோம்வன்ஷிய மித்ர' எனும் பத்திரிகையைத் தொடங்கி, மத மற்றும் சமூக சீர்திருத்தக் கருத்துகளை தீண்டப்படாதோர் நலனுக்காக விதைத்தார்.

அதில் ஷிண்டே, தீண்டாமையின் தோற்றம் மற்றும் அதன் தாக்கம் குறித்து விரிவாகப் பிரதிபலித்தார். அவர்தான் முதன் முதலாக தீண்டப்படாதோர் என்போர், ஆதி மராட்டியர்களாகவும், புத்த மதத்தினராகவும் இருந்தனர் என்று விளக்கியதுடன், மகாராஷ்டிராவில் ஆட்சி புரிந்தவர்கள், மேல் சாதியினரால் ஆக்ரமிக்கப்பட்டவர்கள் என்றும் பிரச்சாரம் மேற்கொண்டார். ஷிண்டேயின் முயற்சி காரணமாகவே, கல்கத்தாவில் 1917ம் ஆண்டு நடைபெற்ற காங்கிரஸ் மாநாட்டிலும் 1920 கான்பூர் மாநாட்டிலும் தாழ்த்தப்பட்ட மக்களின் பிரச்னைகள் குறித்த தீர்மானம் நிறைவேற்றப்பட்டது. லக்னோ ஒப்பந்தத்தின் பின் காங்கிரசுக்கும் தலித்துகளுக்குமான இணைப்பில் முக்கியத்துவம் பெற்றனர். ஆரம்ப காலத்தில் அம்பேத்கரும், மகர் மக்களும் இவரைப் பின்பற்றினர். ஆயினும் ஷின்டே, மான்டேகு - செம்ஸ்போர்டு சீர்திருத்தத்தின் பின்னணியில், சவுத்பரோ குழுவில் இணைந்து அகில இந்திய அளவில் ஆய்வு மேற்கொண்டு இந்தியர் களிடையே கருத்து கேட்டு வந்த பிறகு, அவர் தெரிவித்த கருத்துக்களோடு அம்பேத்கர் முரண்பட்டார்.

ஏற்கெனவே நாம் பார்த்தபடி சாதிப் பிரிவினையோ தீண்டாமையோ காங்கிரசுக்கு ஒரு பிரச்னையாக இருந்ததில்லை. 1916ல் ஏற்பட்ட ‘இந்து-லக்னோவுக்குப் பிந்தைய ஒப்பந்தத்தின்’ பின்தான் தலித்திய அரசியலின் முக்கியத்துவத்தை உணர ஆரம்பித்தது. தலித்துகளின் நலனுக்கு உரிய முக்கியத்துவம் வழங்காவிட்டால், முஸ்லிம்களைப் போலவே தமக்கும் தனித்துவம் கோரத் தொடங்கிவிடுவார்கள் என்பதை உணர்ந்தது காங்கிரஸ். அதனால் தலித்துகளின் நம்பிக்கையைப் பெறுவதற்காகவே, அவர்கள் மீது உடனடியாகக் காதல் தொண்டது.

தலித்துகளின் மேம்பாட்டுக்கான திட்டங்கள் குறித்து விவாதிப்ப தற்காக 4 கருத்தரங்குகள் நடத்தப்பட்டன. 1917 நவம்பர் 11ம் நாள் நடைபெற்ற முதல் கருத்தரங்கில் சுமார் 2500 பேர் கலந்து கொண்டனர். இதற்கு சர் நாராயண் சந்தவர்கர் தலைமை தாங்கினார். இக்கருத்தரங்கு, தாழ்த்தப்பட்ட மக்களின் நலன்களுக்கு எதிரான அம்சங்களை நீக்க வலியுறுத்தியதோடு, அவர்களின் எண்ணிக்கைக்கு இணங்க, மத்திய சட்டமன்றங்களில் பிரதிநிதித்துவம் வழங்க வேண்டும் என்றும் தீர்மானம் நிறைவேற்றப்பட்டது. இத்தீர்மானம் அப்படியே 1917 டிசம்பரில் நடைபெற்ற அகில இந்திய காங்கிரஸ் மாநாட்டில் ஏற்றுக்கொள்ளப்பட்டது. இரண்டாவது கருத்தரங்கு 1917 நவம்பரில் நடத்தப்பட்டது.

பிராமணரல்லாத கட்சிகளின் தலைவர்களான ‘பாபுஜி நாம்தியோ பகாடோ’ போன்றோர்களின் தலைமையில் நடத்தப்பட்ட

இக்கருத்தரங்கில் சுமார் 2000 பேர் கலந்து கொண்டனர். இக்கூட்டத்தில், தலித்துகளும் நிர்வாகத்தில் ஆக்கபூர்வமாகப் பங்கேற்கும் சூழல் உருவாகும்வரை, பிரிட்டிஷாரின் ஆட்சியே தொடர வேண்டுமென தீர்மானம் நிறைவேற்றப்பட்டது. மூன்றாவது கருத்தரங்கம் 1918ல், மகர் சாதியினரான சுபேதார் கண்பத்ராவ் கோவிந்த் ரோக்டே தலைமையில் நடைபெற்றது. அந்த மூன்றாவது கருத்தரங்கிலும் இதே தீர்மானம் நிறைவேற்றப்பட்டது. அத்துடன் தலித்துகள் தலித்துகளுக்கு வாக்களிக்கும் தனி வாக்குரிமையும் வழங்கப்பட வேண்டுமென கோரிக்கை விடுத்தது.

நான்காவது கருத்தரங்கம் வி.ஆர். ஷிண்டே தலைமையிலான தாழ்த்தப்பட்ட வகுப்பின் சங்கம் சார்பாக நடத்தப்பட்டது. இக் கருத்தரங்கிற்கு பரோடா மகாராஜா கெய்க்வாட் தலைமை தாங்கினார். இதில் லோக்மான்ய திலகர் கலந்துகொண்டார். அவர் உரையாற்றும் போது, 'தலித் மக்களின் மீதான தீண்டாமைக் கொள்கையை கடவுள் ஏற்றுக்கொள்கிறார் என்றால் நான் அவரை கடவுள் என்று ஏற்றுக்கொள்ள மாட்டேன்' என்று உரையாற்றினர். 1918 முதல் 1920 வரையிலான காலகட்டத்தில் திலகரே முன்னின்று பரவலாகப் பல கருத்தரங்குகள் நடத்தினர். அவற்றிற்கு மகாத்மா காந்தி மற்றும் மஹாராஜா சாயாஜிராவ் கெய்க்வாட் ஆகியோர் தலைமை வகித்தனர்.

புலேயின் செயல்பாடுகளால் உந்தப்பெற்று பிராமணர் அல்லாத இளவரசர் சாகு சத்ரபதி, கோலாப்பூர் மகாராஜா மற்றும் பரோடா மன்னர் சாயாஜிராவ் கெய்க்வாட் போன்றோர் தலித்துகளின் விடுதலைக்கு நேரடியாகவோ மறைமுகமாகவோ பங்களிப்பு செய்தனர். சத்ய சோதக் சமாஜ் உறுப்பினராக விளங்கிய கோலாப்பூர் மகாராஜா முக்கியத் தாளாளராக விளங்கி மகாராஷ்டிராவில் பிராமணர் அல்லாதோர் இயக்கத்திற்கு ஆக்கப்பூர்வ பங்களிப்பு செய்தார். சிவாஜி மரபில் வந்த இவரின் அரண்மனையில் ஷத்திரியர் என்ற காரணத்திற்காக, மதச் சடங்குகள் ஆற்ற பிராமணர்கள் மறுத்ததால், அவர்களின் மேல் மகாராஜா பெரும் கோபம் கொண்டிருந்தார்.

இவர் 1902 ஜூலை 26ம் நாள், தமது சமஸ்தான ஆட்சிப் பணியில் 50 சதவிகித இடங்களுக்கு பிராமணர் அல்லாத - தலித்துகளைத் - தேர்ந்தெடுக்க வேண்டுமென்று 1921 ஆண்டு சட்டம் பிறப்பித்தார். இதன் தொடர்ச்சியாக மைசூர் சமஸ்தானத்தின் கிருஷ்ணராஜ உடையார் பிராமணரல்லாத முஸ்லிம் மற்றும் தலித்துகளுக்கு உயர் பதவிகளில் அதிக அளவிலான இடஒதுக்கீடு வழங்கிச் சட்டம் பிறப்பித்தார். இதற்கு மூலாதாரமாக விளங்கியது 1916ல் ஜஸ்டிஸ் கட்சியினுள் நடத்தப்பட்ட பிராமணரல்லாத - பிற்படுத்தப்பட்ட மக்களின் இயக்கமே.

இந்த இயக்கத்தின் முக்கிய நோக்கம் பிராமணர்கள் சிறுபான்மையாக இருந்துகொண்டு, கல்வி போன்ற துறைகளின் உயரதிகாரப் பொறுப்புகளில் பெரும்பான்மையான இடம் வகுப்பதை எதிர்ப்பது தான்! சாகு மகாராஜ், தமது சமஸ்தானம் முழுக்க தலித்துகளுடன் முஸ்லிம் மற்றும் சமண சிறுபான்மையினரும் தங்கிப் படிக்கும் வகையில் விடுதிகளை ஏற்படுத்தினார். இதன் காரணமாக அம்மக்களின் கல்வியறிவு பல்கிப் பெருகியது என்கிறது புள்ளி விவரக் கணக்கு.

*1894*ம் ஆண்டு ஆரம்பப் பள்ளிகளில் தலித் மாணவர்களின் சேர்க்கை *234* என்றிருந்த எண்ணிக்கை, *1921-22* ல் *27,830* ஆக உணர்ந்தது. தலித் மக்கள் தேநீர்க் கடைகள் துவக்குதல் போன்ற சிறு வியாபாரங்கள் செய்து பிழைக்க உதவியும் வழங்கியிருக்கிறார் சாகு மகராஜ். தனது மந்திரிப் பிரதானிகளுடன் சாகு மகராஜ் நகர் வலம் வரும்போது, தலித்துகளால் நடத்தப்படும் டீக்கடைகள் முன் நின்று, தாம் தேநீர் அருந்துவதோடு, தன்னுடன் வரும் உயர் சாதி மந்திரிப் பிரதானி களையும் டீ அருந்த வைப்பாராம். ஒரு மன்னனின் இந்தப் புரட்சிகர நடவடிக்கை, தீண்டாமைக்கு எதிரான மாபெரும் முன்மாதிரியாக விளங்கியது.

## தலித்துகளால் நடத்தப்பட்ட இயக்கங்கள்

கிராமப்புறக் கட்டமைப்பில் தலித்துகள் மீது பொருளாதார ரீதியாகவும், உளவியல் ரீதியாகவும் நிலவிய தளைகளை விடுவித்துக் கிளர்ந்தெழுந்தவர்களால்தான் ஆரம்பகால தலித் இயக்கங்கள் முன்னெடுக்கப்பட்டன. அந்த இயக்கங்கள், புத்த மதத்தில் சற்று உயர்வாக ஷத்திரியர்கள் என்று வழங்கப்படுவதுபோல தாங்களும் வழங்கப்பட வேண்டும் என்றன. அல்லது அரசியலில் உரிய பிரதிநிதித்துவம் வழங்கப்படவேண்டும் என்றன. அடுத்து தங்களைத் தாழ்வுபடுத்தும் போக்கு முடிவுக்குக் கொண்டுவரப்படவேண்டும் என்றன. அல்லது தங்களது மேம்பாட்டுக்கான கூடுதல் வழிகள் காணப்பட வேண்டும் என்றன. *1930*களின் மத்தியில் அம்பேத்கர் மேலெழுந்தபோது, இந்தத் தலைவர்களில் பலர் அம்பேத்கரைப் பின்பற்றி, ஒருங்கிணைந்த தலித் இயக்கத்தில் பங்கேற்றனர்.

## வங்கத்தின் நாமசூத்ரா இயக்கம்

வங்கத்தைப் பொறுத்தவரை தலித்துகள் பெரும் கொடுமைகளை அனுபவிக்கவில்லை எனினும் தமது சாதி அந்தஸ்து காரணமான இழிவுபடுத்தல் மற்றும் சுரண்டல் போன்ற அவமானங்களிலிருந்து

தப்பமுடியாத நிலைதான் நிலவியது. முதலில் சந்தல் என்றும் பின்னர் நாமசூத்ரா என்றும் அழைக்கப்பட்ட இம்மக்களின் முதல் எழுச்சியான 'மாட்டுவா இயக்கம்' சமூக ரீதியிலான சற்று உயர்ந்த அந்தஸ்தைக் கோரியது. தற்போதைய வங்கதேசத்தில் உள்ள ஃபரித்பூரில் 1872ம் ஆண்டு இந்த இயக்கம் தொடங்கியது.

பிராமண நிலச்சுவான்தார்களால் அவமதிக்கப்பட்ட நாமசூத்ரா மக்கள், தங்களுக்கு உரிய அந்தஸ்து வழங்கும்வரை, உயர் சாதியினரின் வீடுகளில் குடிமைப் பணியாற்ற மாட்டோம் என்று வேலை நிறுத்தம் அறிவித்தனர். ஏற்கெனவே பிராமணப் பகுதிகளில் நாமசூத்ரா மக்கள் பெருமளவில் வசித்ததாலும், கிறிஸ்தவ மதப் பரப்புனர்களின் ஆதரவாலும் பல பகுதிகளிலும் இக்கிளர்ச்சி பரவியது. இந்தக் கிளர்ச்சி முகிழ்த்ததென்னவோ, நாமசூத்ரா பிரிவின் சற்று வசதி படைத்த தலைவர் ஹரிசந்த் பிஸ்வாஸின் ஒரகண்டி கிராமத்தில்தான்! அப்பகுதி தலித் மக்களால் இந்தக் குடும்பம், தாகூர் (கடவுள்) குடும்பம் என்றழைக்கப்பட்டது.

1878ல் ஹரிசந்த் மரணம் அடைந்தவுடன், அவரது மகன் குருசந்த் தாகூர் முன்னெடுக்க, இந்த இயக்கத்தின் தாக்கம் பல பகுதிகளுக்கும் பரவியது. சாதி சமத்துவமின்மையை நீக்கவேண்டும்; பாலின சமத்துவம் போற்றப்பட வேண்டும்; மதச்சார்பற்ற நடைமுறைகள் கடைப்பிடிக்கப்பட்ட வேண்டும் போன்ற கொள்கைகளை அவர் பிரசாரம் செய்தார். பிற்காலத்தில் இந்த இயக்கத்தினர் காலனி ஆட்சியை ஆதரித்தனர். வங்கப் பிரிவினைக்கும் அந்நியப் பொருட்கள் பகிஷ்கரிப்பு இயக்கத்திற்கும் ஆதரவளிக்கவில்லை. இந்த இயக்கம் இந்து உயர் சாதி தலைவர்கள் மற்றும் இஸ்லாமிய தேசியவாதிகளால் நடத்தப்படுகிறது. என்றும் விமர்சித்தனர்.

அதே காலகட்டத்தில் இவர்கள் வங்காள கவர்னரைச் சந்தித்து, தலித் களுக்கும் பிராமணர் அந்தஸ்து வழங்க வேண்டுமென்று மனு கொடுத்தனர். இதே கோரிக்கையை வலியுறுத்தி, நாமசூத்ரா இயக்கத்தினர் 1908 முதல் நிறைய பத்திரிகைகள் தொடங்கினர். குறிப்பாக நாமசூத்ரா ஷ்ருஹித்! நாமசூத்ரா என்னும் சாதிப்பெயர் 1911ல் எடுக்கப்பட்ட மக்கள்தொகை கணக்கெடுப்பில் காணப்படுகிறது.

## பம்பாய் மகர் இயக்கங்கள்

கிழக்கு வங்காளத்தில் உருவான மத்வா இயக்கத்தைப்போலவே பம்பாய் மற்றும் மத்திய மாகாணத்தில் வாழ்ந்த மராத்தி மொழி பேசும் மக்களிடையே மகர் இயக்கமும் தோன்றியது. கோபால் பாபா வாலங்கர் என்பவர் இந்த இயக்கத்தின் முன்னோடியாக விளங்கினார்.

இவர் மகர் இனத்தைச் சேர்ந்தவர். பிரிட்டிஷ் ராணுவத்தில் பணிபுரிந்து 1886ல் ஓய்வு பெற்ற இவர், ரத்னகிரி மாவட்டத்தில் உள்ள தபோலி என்னும் இடத்தில் குடியமர்ந்து, புலேயின் ஆதரவோடு தலித் மக்களின் விடுதலைக்காகப் பாடுபட்டார். அந்தக் கால மராத்தி இதழ்களான 'தீன்பந்து' 'சுதாரக்' போன்றவற்றில் மனித உரிமைகள் பற்றி எழுதி, தலித் மக்களைத் திரட்டினார்.

அவர் தீட்டிய இந்து தர்ம தர்பான் கட்டுரைகள் மற்றும் பளிச்சென்ற கோஷங்கள் மக்களுக்கு விழிப்புணர்வு ஊட்டுவதாக அமைந்தன. 'சாதிகள் என்பவை ஆரியர் அல்லாதாரை அழித்தொழிக்க ஆரியர்கள் உருவாக்கிய சதியே' என்று எழுதினார். மதவாசகங்கள் மூலம் அவற்றை எடுத்துக்காட்டும்வகையில், 'விட்டல் வித்வான்சக்' என்ற நூல் எழுதி 1889 ஆகஸ்ட் 1ம் தேதி வெளியிட்டார். அதில் சங்கராச்சாரியார் உள்ளிட்ட இந்து மதத் தலைவர்களுக்கு அவர் 26 கேள்விகளை எழுப்பினார். 'இதுவரை நாம் அநியாயங்களைச் சகித்துக்கொண்டோம். அதனால் இந்துக்கள் நமக்கு அநியாயம் இழைத்தார்கள். இனி அவற்றுக்கான பதில் நடவடிக்கைகளை மேற்கொண்டால், நமது உலகத்தை மாற்ற முடியும்' என்று எழுதி தலித் மக்களை வீறிட்டெழ வைத்தார். மேலும், 'இந்துக்கள் தொடர்ந்து தலித் மக்களை தீண்டப்படாதோராக நடத்தினால், இந்த நாட்டைவிட்டு வெளியேறுவது குறித்து தலித்துகள் பரிசீலிக்க வேண்டியிருக்கும்' என்று இந்து நிறுவனங்களை எச்சரித்தார்.

இவையெல்லாம் ஒரு முன்னோடியாக நின்று வெளிப்படையாக அவர் ஆற்றிய பணிகள்! மேலும் தலித் மக்களிடையே சீர்திருத்தப் பணிகள் மேற்கொள்ள, 'அனார்யா தோஸ்பரிகார மண்டலி' எனும் அமைப்பை 1890 - 91ம் ஆண்டுகளில் தொடங்கி, மெஹரா, மாங்குகள் மற்றும் சம்பார்கள் போன்ற தலித் மக்களை ராணுவத்தில் பணியாற்ற எடுக்காததைக் கண்டித்து இயக்கம் தொடங்கினார்.

போர்புரியத் தகுதியடைத்த சாதியில்ல என்று கூறி தலித்துகள் நிராகரிக்கப்பட்ட நிலையில் கோபால் பாபா உடனே தலையிட்டு பிரிட்டிஷாருக்காக தலித்துகள் எத்தனை போர்களை வென்று தந்தனர்; ராணுவ சேவையில் பிற சாதியினரைவிட தலித்தினர் எந்த அளவுக்கு உரம் படைத்தவர்கள்; தாங்கள் தாம் ராணுவத்திற்கு ஏற்றவர்கள் எனப் பிற சாதியினர் பீற்றிக்கொள்வது எந்த அளவுக்குப் பொய்யானது என்று மனு எழுதி கவர்னரிடம் தந்தார். அந்த மனுவில் ராணுவ பென்ஷன் வாங்கும் தலித் வீரர்களிடம் கையெழுத்து வாங்கவும் முயற்சிகள் செய்தார். ஆனால் 'பென்ஷன் பலன் பறிபோய்விடுமோ' என்று பயந்து, எவரும் கையெழுத்திடவில்லை. ஆங்கில அதிகாரிகளுக்குப் புரியும்வகையில் மனு, வாலங்கர், அம்பேத்கரின் தந்தையான

சுபேதார் ராம்ஜி சக்பால் ஆகியோர் நீதிபதி மகாதேவ் கோவிந்த ரானடேயின் உதவியுடன் ஆங்கிலத்தில் மொழிபெயர்த்து வழங்கினார். எனினும் இந்த முயற்சி வெற்றிபெறவில்லை.

இதுவிஷயத்தில் காங்கிரஸ் கட்சி அக்கறை காட்டாததால் அந்த 1897ம் ஆண்டிலேயே, 'சமூக சீர்திருத்தத்திற்கு உடன்படாத நீங்கள், அரசியல் சீர்திருத்தம் பேசிட என்ன தகுதியிருக்கிறது?' என்று வினா எழுப்பினார் கோபால்பாபா.

அதே கேள்வியைத்தான் பின்னாளில் அம்பேத்கர் கேட்டார். கோபால் பாபா சமூகப் பணிகளை அங்கீகரிக்கும்வகையில், ஆங்கிலேய ஆட்சி அவரை மகத் வட்டார ஆட்சி மன்றக் குழுவின் உறுப்பினராகத் தேர்வு செய்தது. இப்படியொரு கௌரவம் தலித்துகளுக்கு வழங்கப்பட்டது அதுவே முதல் முறை! எனினும் இக்குழு கூட்டங்களில் கலந்து கொள்ளாமல் உயர் சாதியினரும் இதர பிற்படுத்தப்பட்ட சாதியினரும், முஸ்லிம் உறுப்பினரும்கூட புறக்கணித்தனர்.

அதேபோல தலித் சாதியின் உட்பிரிவினரை ஒன்றுபடுத்தவும் கோபால்பாபா ஓயாமல் பாடுபட்டார். புலேயின் வழிவந்தவர் என்பதால், தலித் மக்களின் விடுதலைக்கு கல்வியே திறவுகோல் என பிரசாரம் செய்தார். எனினும் புலேயின் மறைவுக்குப் பின் அவர்களது 'அனார்யா தோஸ்பரிகார மண்டலி' அமைப்பின் சாதிகளற்ற சமூகம் என்ற முழக்கம் நீர்த்துப் போனது. மண்டலியின் கூட்டங்களில் தலித்துகள் பங்கேற்பதைத் தடுக்கும் அளவுக்குக்கூட சென்றனர். தனது சீடர்களாலேயே புலே தோற்கடிக்கப்பட்டதால் உடைந்து போன கோபால் பாபா 1900ல் மரணமடைந்தார். கோபால்பாபாவின் வழிவந்த ஷிவ்ராம் ஜன்பா காம்ப்ளே என்பவர் அடுத்த கட்டத்துக்கு அந்த இயக்கத்தை எடுத்துச்சென்றார்.

ஒரு சமையல்காரரின் மகனாகப் பிறந்த இவர், அடிப்படைக் கல்விகூட கற்காததால், தாமும் ஒரு சமையல்காரராகவே வளர்ந்தார். வறுமை யின் காரணமாக புனே கண்டோன்மென்ட்டில் சமையல் வேலை பார்த்துவந்த இவர், அங்கே எழுதவும் படிக்கவும் கற்றுக் கொண்டார். பெருமளவுக்கு ஆங்கிலேயர்கள் வந்து செல்லும் இடமாக அது இருந்ததால், ஐரோப்பிய கலாச்சாரம் மற்றும் நாகரிகத்தில் அவருக்கு ஓர் ஈர்ப்பு ஏற்பட்டது. இந்தக் காலகட்டத்தில் புலே மற்றும் லோகித்வாடி ஆகியோரின் கொள்கைகளிலும் ஈடுபாடு கொண்ட அவர், தலித் மக்களின் விடுதலைக்காக உழைக்க முடிவெடுத்தார். 'தீன்பந்து' இதழில் தலித்துகள் தமது பிள்ளைகளைப் படிக்கவைக்க வேண்டும் என்றும் அரசு அந்தப் பிள்ளைகளுக்கு போலீஸ் மற்றும்

ராணுவத்துறைகளில் வேலை வாய்ப்பு வழங்கவேண்டும் என்றும் எழுதினார்.

1903ம் ஆண்டு அவர் ஆரம்பித்த சூச்சி பத்ரா, 1909ல் ஆரம்பித்த சொம்வன்ஷியா மித்ரா ஆகியன விரைவிலேயே பிரபலமடைந்தன. மகர் மக்களை ராணுவத்தில் பணியமர்த்த வேண்டுமென்கிற கோரிக்கையை கோபால்பாபா விட்ட இடத்திலிருந்து தொட்ட காம்ப்ளே, அதை வலியுறுத்துவதற்கென புனே மாவட்டம், புரந்தர் வட்டத்திலுள்ள சஸ்வத் என்னுமிடத்தில் இரண்டு நாள் கருத்தரங்கம் ஏற்பாடு செய்தார்.

1903ம் ஆண்டு நவம்பர் மாதம் 23 மற்றும் 24ம் தேதிகளில் நடைபெற்ற இக்கருத்தரங்கில் சுபேதார் பகதூர் கங்காராம் கிருஷ்ணஜீ காட்கே என்பவர் தலைமை வகித்தார். இக்கருத்தரங்கில் 51 கிராமங்களைச் சேர்ந்த மகர் சாதியினர் கலந்துகொண்டனர். தங்களின் ஒட்டுமொத்த நலன்களை மையப்படுத்தும் அளவில் பார்த்தால், இந்த அளவு மக்கள் கூடிய முதற்பெரும் கருத்தரங்கம் இதுதான்! காம்ப்ளே இதுபோன்ற பல கருத்தரங்கங்களை அவ்வப்போது நடத்தி வந்தார். அதன் இறுதியாக 1558 மகர் இன மக்களின் கையெழுத்துடன்கூடிய மனு ஒன்று பம்பாய் மாகாண கவர்னர் லெமிங்டன் பிரபுவிடம் வழங்கப் பட்டது. இதன் முக்கிய கோரிக்கைகளாக போலீஸ் மற்றும் ராணுவத்தில் தலித்துகளுக்கு வேலைவாய்ப்பு வழங்குதல் மற்றும் பொதுப்பள்ளிகளில் தலித் மாணவர்களை அனுமதித்தல் ஆகியன இருந்தன.

கவர்னரிடமிருந்து திருப்திகரமான பதில் கிடைக்காததால், மைய அரசாங்கத்திடம் 1905 ஜூன் மாதம் கோரிக்கை மனு சமர்ப்பித்தார். மைய அரசாங்கமும் பிற பகுதி மக்களிடமிருந்து எதிர்ப்பு கிளம்புமாதலால் அதற்கு உடன்பட முடியாதெனச் சொன்னது. இதனால் மனமொடிந்துவிடாமல், 1910 ஏப்ரல் 5ம் நாள் ஜெஜுரியில் இரண்டாவது மகர் மக்களின் கருத்தரங்கிற்கு ஏற்பாடு செய்தார். அதில் முடிவெடுத்தபடி இந்திய அரசின் உள்துறைச் செயலருக்கு அதே ஆண்டு டிசம்பர் 10ம் நாள் மனு அனுப்பினர். அதில் ராணுவத்தில் சுபேதார்வரை பதவி உயர்வு பெற்ற 70 பேர், ஜமாதார்வரை பதவி உயர்வு பெற்ற 33 பேர் கொண்ட பட்டியலையும் இணைத்து, 'இந்த அளவுக்கு சாதனைபுரிந்த மகர் இனத்தாரை எப்படி ராணுவத்தில் சேர்க்க தடை விதிக்கலாம்?' என்று ஒரு வினாவும் எழுப்பினார். மேலும், மகர் இனத்தவருக்கு ராணுவப் பணி வழங்குவதோடு, அவர்களுக்கென தனி படைப்பிரிவு ஒன்றையும் ஏற்படுத்துமாறு கோரிக்கை விடுத்திருந்தார்.

தனக்குத் தானே கற்றறிந்த ஒரு மனிதர், தனது எழுத்தாற்றலால் பெரும் தாக்கத்தை ஏற்படுத்தும் வல்லமை கொண்டவராக இருந்தார். இதோ அவரது மனுவின் ஒரு பகுதி என்று சுட்டிக்காட்டியிருந்தார்.

> ஆங்கில சமுதாயத்தின் கீழ்நிலையில் உள்ள உழைக்கும் மக்களுக்கு மேன்மைமிகு பிரிட்டிஷ் காமன்சபையில் பிரதிநிதித்துவம் வழங்கியிருப்பது ஊக்கமளிப்பதாக உள்ளது. ஆனால் படித்த மேன்மையான மக்களான மகர் மற்றும் பறையர்களுக்கு ஏன் அத்தகு நிலையை ஏற்படுத்தக்கூடாது?

இதுமாதிரியான தொடர் முயற்சிகள் ஒருநாள் பலனளித்தது. அது, முதல் உலகப் பேரின் உச்சகட்டக் காலம். 1917 பிப்ரவரி மாதம் 6ம் நாள், மகர் மக்களை ராணுவத்தில் சேர்க்க முன்வந்ததோடு அவர்களுக்கென தனியே இரு ராணுவப் பிரிவுகள் அமைக்கவும் ஆங்கிலேய அரசு முன்வந்தது. காம்ப்ளே, 1904 ஆகஸ்ட் 1ம் தேதியன்று 'ஸ்ரீ சங்கர் ப்ரசாதிக் சொம்வன்ஷியா ஹிச்சின்டக் மித்ர மசாஜ்' என்ற ஓர் அமைப்பை நிறுவியிருந்தார். தலித் மக்களை ஒன்றுபடுத்துவதும், தலித் மக்களுக்கென பள்ளிகள், நூலகங்கள் நிறுவி, அவர்கள் மத்தியில் விழிப்புணர்வை ஏற்படுத்துவதும் அதன் நோக்கமாக இருந்தது.

மேலும் தங்களது 'சொம்வன்ஷியா' பத்திரிகையில், கடவுளுக்குப் பெண்ணை அடிமையாக்கும் தேவதாசி முறையும் லட்சுமியின் ஆண் அடிமை என்னும் பழமையான போத்ரெஜ் வழக்கங்களையும் எதிர்த்து எழுதினார். இந்த வழக்கம் பம்பாயில் மகர் மற்றும் மாங் சாதியினரிடையே இருந்து வந்தது. காம்ப்ளேயின் சமூக சீர்திருத்தப் பணிகளை அறிந்த பரோடா மஹாராஜா அவரைத் தமது சமஸ்தான விருந்தினராக வரவழைத்தார். 1908ம் ஆண்டு செப்டெம்பர் 11முதல் 13வரை தங்கவைத்து அவரது நற்பணிகளைப் பாராட்டினார்.

வி.ஆர். ஷிண்டே ஒடுக்கப்பட்ட வர்க்க மக்களின் நலக்குழு அமைத்த போது, காம்ப்ளே அதில் இணைந்தார். வி. ஆர். ஷிண்டே 1907ல் அமைத்த 'சொம்வன்ஷியா மித்ர சமாஜம்' நடத்திய கருத்தரங்கில் உரையாற்றிய அவர், 'தங்களுக்குள் நிலவும் சமூகப் பாவச் செயல்களை எதிர்த்து மகர்கள் போராட வேண்டுமென்று' அறை கூவல் விடுத்தார். இந்தக் கருத்தரங்கில் ஷிண்டே மற்றும் சுபேதார் பகதூர் கங்காராம் கிருஷ்ணாஜி கடஜ் ஆகியோரும் உரையாற்றினர். இந்நிகழ்வில் காம்ப்ளே ஒரு தேவதாசிக்குத் திருமணம் செய்வித்தார்.

அந்தத் தேவதாசி: ஷிவுபாய் லஷ்மண் ஜாதவ். அவரது மாப்பிள்ளை, கண்பத்ராவ் ஹனுமந்த்ராவ் கெய்க்வாட். அப்போது பேசிய காம்ப்ளே, மூடநம்பிக்கைக்கு எதிராகவும், கடவுளுக்கு விலங்குகளை

பலிகொடுப்பதற்கு எதிராகவும், மாட்டுக்கறி சாப்பிடுவது மற்றும் மது அருந்துவதையெல்லாம் தலித்துகள் விட்டுவிட வேண்டுமென்று கோரிக்கை விடுத்தார். இவர் 1921ம் ஆண்டு ஏப்ரல் 11ம் நாள் ஒடுக்கப்பட்ட வகுப்பினர் குழு எனும் ஓர் அமைப்புத் தோற்றுவித்தார் இந்தக் குழு, தலித்துகளுக்குக் கல்வியை கட்டாயமாக்க வேண்டு மென்றும், கல்வி உதவித்தொகை வழங்கவேண்டும் என்றும், தலித் மாணவர்கள் தங்கிப் படிக்க மாவட்டத்திற்கு ஒரு ஹாஸ்டல் கட்ட வேண்டுமென்றும் மாகாண கல்வி அமைச்சரை கேட்டுக்கொண்டது. அதன்படி, மாகாண அரசு தலித் மாணவர்களுக்குக் கல்வி உதவித் தொகையை அனுமதித்து உத்தரவு பிறப்பித்தது. 1922ம் ஆண்டு புனேயில் தலித் மாணவர்களுக்கென ஒரு ஹாஸ்டல் திறக்கப்பட்டது.

1925ம் ஆண்டு ஜெனிவாவில் நடைபெற்ற சிறார் நல மாநாட்டில், கேட்டுக்கொண்டபடி இந்திய நிலையில் என்ன செய்வதென்று காம்ப்ளேயிடம் மைய அரசு கேட்டுக்கொண்டது. காம்ப்ளே முழுமையானதோர் அறிக்கை தயாரித்தளித்தார். அதில் சிறார்களின் ஆரோக்கியக் குறைவுக்கான காரணங்களைப் பட்டியலிட்டு, அதனை மேம்படுத்துவதற்கான வழிகளையும் தெரிவித்திருந்தார். அதில் மத மற்றும் மூடநம்பிக்கைகள் காரணமாக, சிறார்கள் மரணமடைய நேர்கிறது என்று சுட்டிக்காட்டிய காம்ப்ளே, அறியாமை மற்றும் வறுமையைக் குறித்தும் ஆலோசனைகள் வழங்கியிருந்தார். சாதி இந்துகள், தலித்துகளை எவ்வாறு சமத்துவமாக நடத்துவதென்றும், கோயிலுக்குள் நுழைய அனுமதிப்பதென்றும் கூறி அவர்களது அடிமனதை தட்டியெழுப்ப முயன்றார். 1920ம் ஆண்டு நாக்பூரில் நடைபெற்ற ஒடுக்கப்பட்டோர் கருத்தரங்கில் கலந்துகொண்டு, ஆங்கில அரசின் தலித்துகளுக்கு உதவாத தன்மையைக் கண்டித்தார்.

தமது லட்சியத்தை அடைதல் வேண்டி, காம்ப்ளே பல அமைப்புகளை நிறுவியும், பத்திரிகை நடத்தியும், சிற்றறிக்கை விநியோகித்தும், மனுக்கள் அளித்தும், பள்ளிகள் நூலகங்கள் திறந்தும், மனித உரிமைகள் பற்றிய விழிப்புணர்வை தலித்துகள் மத்தியில் ஏற்படுத்தினார். அவர்களை ஒருங்கிணைந்து பணியாற்றுமாறு வலியுறுத்தினார். பிரிட்டிஷ் அரசுக்கும் 1904 முதல் 1930 வரை தொடர்ந்து கடிதங்கள் எழுதி மனுக்கள் சமர்ப்பித்து, தலித்துகளுக்கு கல்வி, வேலைவாய்ப்பு வழங்குமாறு வலியுறுத்தினார். 1920ம் ஆண்டின் அடிவானத்தில் அம்பேத்கர் தோன்றியபொழுது, காம்ப்ளே அவரைத் தலைவரென்றே வரவேற்றார். பிற்காலத்தில், பல பிரச்னைகளில் அம்பேத்கரோடு அவர் முரண்பட்டு ஒதுங்கிக் கொண்டாலும், அம்பேத்கரின் பங்களிப்பை அவர் குறைத்துச் சொன்னதில்லை.

## மத்திய மாகாணத்தில் மகர் இயக்கங்கள்

பூகோளரீதியில் 'விதர்பா' இந்தியாவின் முக்கியப் பகுதியாகும். அதே போலத்தான் அதன் தலைநகர் நாக்பூரும். விதர்பா, பருத்தி நிலக்கரி மற்றும் வனப்பொருட்களை பெருமளவுக்குத் தரும் பகுதி. 1977ல் எம்ப்ரஸ் தொழிற்சாலை நிறுவப்பட்டதிலிருந்து நாக்பூர் தொழில் நகரமாக உருவானது. அதேபோல, 1887ல் பெங்கால் - நாக்பூர் இடையே போடப்பட்ட ரயில்வே பாதை முக்கியத்துவம் மிக்கது. இவற்றின் காரணமாக பக்கத்து கிராமங்களில் இருந்த மகர்கள் நாக்பூருக்கு இடம் பெயர்ந்தார்கள்.

ஆடை உற்பத்தித் தொழிலில் மகர்கள் பெரும்பான்மையாக ஈடுபட்டனர். இதுபற்றி 1899ல் சர் ஆர்.க்ராடக் என்பவரால் வெளியிடப்பட செட்டில்மென்ட் ரிப்போர்ட்டில் மகர்களின் இருத்தல் பற்றி கூறப்பட்டிருப்பதாவது: மகர்கள் உயர்சாதியினரைவிட உறுதியான உடற்கட்டு கொண்டவர்கள் பிச்சை எடுப்பதாக இருந்தாலும், பேங்க் வேலை பார்ப்பதாக இருந்தாலும், பணம் கிடைக்குமென்றால் எந்தப் பக்கமும் சாயத்தயாராக இருப்பார்கள். பருத்தித் தொழில் அவர்களுக்கான வாய்ப்பை வழங்கியது. தற்போது மகர் சாதியினரில் பலர் பருத்தித் தொழிலில் சிறு வியாபாரிகளாகவும் உருவெடுத்துள்ளனர். வெகுசிலர் நிலச்சுவான்தார்களாகவும் மிகச் சிலர் பணக்காரர்களாகவும்கூட உருவாகியுள்ளனர்.

உண்மையிலேயே பல மகர்கள் பெரும் முன்னேற்றம் கண்டு நிலச்சுவான்தார்களாகவும், கிராமப்புற லேவாதேவிக்காரர்களாகவும், கட்டுமானத் தொழில் அதிபர்களாகவும், கடை முதலாளிகளாகவும் உயர்ந்தனர். இப்படியாக பொருளாதார ரீதியில் உயர்ந்த மகர்கள், சாதி ரீதியில் தமக்கு ஏற்பட்டுள்ள இடைஞ்சல்களைத் துடைக்கும் வகையில் சமூகச் சீர்திருத்தங்களில் கவனம் செலுத்தினர். அதன் முன்னுதாரணமாகத் திகழ்பவர் ஜனோஜி கச்ருஜி கண்டாரே. பெரார் பகுதியின் தலித் தலைவராக முதன் முதலில் இவர்தான் உருவானார். மகர்களுக்காக அகோலாவில் 1895ம் ஆண்டிலேயே இலவச உணவுவிடுதி நடத்தினார். இங்கு 19ம் நூற்றாண்டின் இறுதியில் மகர் இளைஞர்கள் பலர் தங்கிப் படித்து வெளிவந்தார்கள். இவர்கள் ஆங்கிலக் கல்வி கற்றிருந்தனர்.

தமது கசப்பான கடந்த கால அனுபவங்களின் காரணமாக, மகர் பஞ்சாயத்துத் தலைவர்களின் உதவியைப் பெற்று சீர்திருத்தப் பணிகளில் ஈடுபட்டனர். 1984ல் கோசாரே இறுதிப்படுத்திய ஆவணங்களின் அடிப்படையில் விதர்பா பகுதியில் மகர்களின் செயல்பாடு ஒரு வலைப்பின்னல் போல ஒருங்கிணைந்திருந்தாகத்

தெரிகிறது. அவர்கள் இந்து சமூக அமைப்பின்படியிலான தலித் அல்லாதோர் மத்தியிலும் மனித உரிமைகள் தொடர்பான விழிப்புணர்வை ஏற்படுத்தி வந்தனர்.

வரலாற்று ரீதியில், மகர்களின் முதல் சங்கமான சன்மார்க் போதக் அஷ்ப்ருஷ்யா சமாஜம் கிஸான் ஃபகோஜி பண்சோட் என்பவரால். 1901 அக்டோபரில் தொடங்கப்பட்டதாக தகவல் கிடைத்தாலும், அதன் செயல்பாடுகள் குறித்த விவரங்கள் ஏதும் கிடைக்கப்பெற வில்லை. மகர்களுக்காக, ஸ்தாபன ரீதியாக நின்று சில சீர்திருத்தப் பணிகளை வித்தல் ராவ்ஜி மூன்சந்த் பாண்டே எனும் சமூகச் செயல்பாட்டாளர் தொடங்கினார். இவர் சாமியார்கள் போன்ற நடவடிக்கையும், துறவியைப் போன்ற பேச்சும் கொண்டவர். 1903ம் ஆண்டு நாக்பூருக்கு அருகே ராம்டெக்கில் உள்ள புண்ணிய பொதுக் குளத்தில் தலித்துகளும் குளிக்க ஏற்பாடு செய்தார்.

தலித்துகள் கும்பிடுவதற்காக தனியே ஒரு சிவன் கோயிலும் கட்டினார். 1904ல் மாநாடு நடத்தி மகர் சாதியினருக்குள்ளேயே சீர்திருத்தம் மேற்கொள்ள முன்முயற்சி எடுத்தார். அந்தப் பகுதியின் தொழிலாளர் தலைவராகவும் இவர் விளங்கினார். 1906ல் மூன் பாண்டே அண்ட்யா சமாஜ் கமிட்டி ஒன்றை அமைத்து மதத் துறையிலான சீர்திருத்தங்கன மேற்கொண்டார். 1908ல் அவர் நிறுவிய 'மகர்கள் சபை' அம்பேத்கருக்கு முந்தைய தலித் இயக்கங்களின் அமைப்பாகத் திகழ்ந்தது.

1913ம் ஆண்டு ஏப்ரல் 13 முதல் 15 வரை நாக்பூர் டவுன்ஹாலில் அவர் நடத்திய கருத்தரங்கம் தலித் இயக்கத்தின் மைல்கல்லாக இருந்தது. அதில் மராத்திய மகர் சாதித் தலைவர்கள் பலரும் பங்கேற்றனர். அப்போது, இறந்த மிருகங்களின் கறியைச் சாப்பிடக் கூடாதெனும் உறுதிமொழி எடுத்துக்கொள்ளப்பட்டது. அங்கு ஒரு சபா உருவாக்கப் பட்டது. அதில் மால்குஜார்கள் வட்டிக்கு விடுபவர்கள், தரகர்கள், மூங்கில் வியாபாரிகள், பட்வாரிகள், அரசு ஊழியர்கள், ஆசிரியர்கள், மத ஆச்சாரியர்கள், ஷெட்யாஸ் என வசதிபடைத்த மகர்கள் பங்கேற்றனர். தவிர புனேயிலிருந்து ஷிவ்ராம் காம்ப்ளே, மும்பையில் இருந்து தோண்டியா நாராயண் கெய்க்வாட், நாசிக்கிலிருந்து தரம்தாஸ் சந்த், பம்பாய் மாகாணத்திலிருந்து பாபுஜி பாண்டே போன்றோரும் பங்கேற்றனர். தலித்துகளின் முக்கியமான ஒரு சமூக இயக்கத்தில் இப்படிப் பலதரப்பினரும் தொடர்புகொண்டிருந்தனர்.

இந்த மகர் சபா, மகர் இன மக்களின் கல்வி மற்றும் சமூகநிலை மேம்பாட்டுக்காக பிரிட்டிஷ் அதிகாரிகள், கிறிஸ்தவ மதப் பரப்புணர்கள் மற்றும் இந்து மத அனுதாபிகளின் ஒத்துழைப்பைக்

கோரியது. விதர்பா பகுதி மகர் மக்களின் இந்த ஒற்றுமை அவர்களின் மனித உரிமை சார்ந்த கோரிக்கைகளை கவனத்திற்குக் கொண்டு வந்தன. மேலும் பின்னாளில் தோன்றப் போகும் அம்பேத்கரின் அணுகுமுறைக்கு வலிமை சேர்ப்பதற்கு அடித்தளம் அமைத்தது. விதையாய் விழுந்த இந்த மகர் சபாவிலிருந்துதான், கிஸான் ஃபகோஜி பன்சோட், கணேஷ் அக்காஜி கவாய், எல். என். ஹரிதாஸ் மற்றும் களிச்சரண் நந்தகவாளி போன்ற தலைவர்கள் முளைத்தார்கள்.

கிஸான் ஃபகோஜி பன்சோட் அடிப்படையில் தொழிலாளர் தலைவர். பத்திரிகை ஆசிரியர், சமூக சேவகர், கவிஞர். 1990 வாக்கிலிருந்து செயல்படத் தொடங்கியவர். முந்தைய தலைமுறையின் கோரிக்கையான 'மகர்களுக்கு மதரீதியிலான அந்தஸ்து' என்று வழி மொழிந்தவர். 'சொக்கமேலா' எனும் துறவி மகர் சாதியிலிருந்து தோன்றியவர் என்பதை சுயமரியாதையோடு சொல்லிக்கொண்டவர்.

நாக்பூரிலிருந்து 40 கி.மி தொலைவிலுள்ள மொஹப்பா என்னும் ஊரில் பிறந்த பன்சோட், சாதியத்துக்கு எதிரானவராக - புராண மூடநம்பிக்கைகளுக்கு எதிரானவராக விளங்கினார். அவர் 1901 அக்டோபர் 1ல் சன்மார்க் போதக் அஷ்ப்ருஷ்ய சமாஜ், 1903ல் சமாஜ் சன்மார்க் போதக் நிராஸிரித் சமாஜையும் நிறுவினார். 1907ல் நாக்பூருக்கு அருகே பச்பாவலி எனும் பகுதியில் 'சொக்கமேலா பெண்கள் பள்ளி' ஒன்றைத் தொடங்கி நடத்தினார். துணிச்சலும் சுதந்திரச் சிந்தனையாளருமான இவர், தலித்துகள் மத்தியில் சீர்திருத்தச் சிந்தனைகளை விளக்க, செய்தித்தாள் ஒன்றைத் தொடங்கினார். துண்டறிக்கைகள் வெளியிட்டார்.

1910ல் நிராஸிரித் ஹிந்த் நாக்கிக் என்னும் இதழையும், 1913ல் விட்டல் வித்வான்சக் என்னும் இதழையும், 1918ல் மஜ௲ர் பத்ரிகா என்னும் இதழையும், 1931 - 36 இடையே சொக்கமேலா என்னும் இதழையும் நடத்தினார். அச்சகப் பணிகளுக்கு அவருடைய மனைவி துள்சாபாய் ஒத்துழைப்பு நல்கினார். இவற்றில் தவிர, பிற பிரபல செய்தித் தாள்களிலும் கட்டுரைகள் எழுதினார். தலித்துகளின் வீடு வீடாகச் சென்று சுயமரியாதைப் பிரச்சாரம் மேற்கொண்டார். 1918-22 காலகட்டத்தில் எம்ப்ரஸ் மில்லின் தொழிற்சங்கத் தலைவராகவும் பணியாற்றிய பன்சோட் அப்பகுதிகளில் சொக்கமேலா நூலகங்கள், சொக்கமேலா பள்ளிகள், சொக்கமேலா விடுதிகள் ஆகியவற்றை நடத்தினார்.

இந்து சமூகத்தின் உள்ளார்ந்த சாதிப் பிரிவினைகளைக் களைவது என்ற நோக்கத்தோடு அதே உணர்வுகொண்ட சாதி இந்துகளுடன் இணைந்து பணியாற்றிய பன்சோட், மகர்கள், மாங்க்கள், சம்பர்கள் யாரும் கிறிஸ்தவ மதத்தில் இணையவேண்டாம் என்று வேண்டுகோள்

விடுத்தார். தலித்துகள் தங்களது அறியாமையை அகற்றவேண்டும்; மூடநம்பிக்கைகளிலிருந்து விடுபடவேண்டும்; கல்வி கற்க வேண்டும் என்று வலியுறுத்தியவர், மது அருந்தக்கூடாது என்று கூறி, தங்களது சமூக உரிமைகளுக்காக துணிந்து போராட வேண்டும்; ஒன்றுபட வேண்டும் என்று மக்களிடையே பிரசாரம் செய்தார்.

தலித்துகள் தங்களது சமூக உரிமைகளுக்காகப் போராட வேண்டும்; தங்களது பொருளாதார நிலையை உயர்த்த முனையவேண்டும் என்றவர் இதற்கெல்லாம் மேலாக தலித்துகள் ஒன்றுபட வேண்டும் என்றார். தலித்துகளை முன்னேற்றுமாறு உயர் சாதி இந்துக்களுக்கு வேண்டுகோள் விடுக்கவேண்டும் என்ற பன்கோ, துறவி சொக்கமேலா பற்றிய விதிநாடகம் எழுதி நடத்தினார்.

தவிர மேலும் பல அமைப்புகளை பன்கோட் நிறுவியுள்ளார். 1910ல் மகர் சுதாரக் மண்டல், 1919ல் அந்தியாஜ் சமாஜ், 1921ல் வர்ஹத் மகர் பரிஷத் என அவர் நிறுவிய அமைப்புகளில் மகர்கள் மாங்குகள், தோர்கள் என பல தலித் பிரிவினர் பங்கேற்று அரசியல் உரிமை களுக்கான இயக்கங்கள் நடத்தினர். தீண்டாமை அற்ற சமூகம் அமைக்க விரும்பிய பன்கோட் இந்து சமூக அமைப்புக்குள் இருந்தே அதைச் செய்ய விரும்பினார்.

ஆனால் அம்பேத்கர் களத்திற்கு வந்தபோது, அவருடைய அனைத்துச் சமூக, நடவடிக்கைகளிலும் பங்கேற்ற பன்சோட், இந்து மதத்திற்கு உள்ளிருந்தே முன்னேற்றம் காணவேண்டும் என்ற கொள்கையை வலியுறுத்தினர். 1935ல் அம்பேத்கர் இந்து மதத்தைத் துறக்கப் போவதாக அறிவித்தபோது, பன்சோட் அவரிடமிருந்து விலகினார். 1936 பிப்ரவரி 27ம் தேதியிட்ட 'சொக்கமேலா' இதழில் அம்பேத்கரின் கொள்கைகளைக் கண்டித்ததோடு அவர் மதம் மாறிட விரும்புகிறார் என்று எச்சரித்த பன்சோட், எதார்த்தமான அடிமைத்தன மான பொருளியல் நிலையை அம்பேத்கர் புரிந்துகொள்ள மறுக்கிறார் என்று எழுதினார்.

மதரீதியில் சரியானதும் சாத்தியமானதுமான மகர்களின் கோரிக்கையை முன்னெடுக்க முனைந்தார். தொடர்ந்து ஷிண்டேயின் தாழ்த்தப்பட்ட மக்களுக்கான பாதையில் பயணித்த பன்சோட் துறவி சொக்க மேலாலின் வாழ்க்கை வரலாற்றை 1941ல் எழுதி அதனை ஷிண்டேவுக்கே அர்ப்பணித்தார்.

கணேஷ் அக்சாஜி கவாய், மகர் சாதியின் பாரம்பரியத் தொழில் புரிந்த ஒருவரின் பிள்ளை. அமராவதி மாவட்டத்தின் துகான் பகுதியைச் சேர்ந்தவர். அகோலாவில் படித்தவர். ஜனோஜி கண்டரே நடத்திய இலவச ஹாஸ்டலில் தங்கிப் படித்தவர்.

ஷிண்டேயின் சிந்தனை வழிவந்த இவர், தங்களது அடிமைத்தனத்தை எதிர்த்து தலித்துகள் போராடவேண்டிய அதே நேரத்தில், பிற மதங்களுக்கு மாறிவிடும் எண்ணம் கொள்ளலாகாது என்று வலியுறுத்தினார். அதை நடமுறைப்படுத்தும் விதமாக அமராவதி மாவட்டத்தில் ரோமன் கத்தோலிக்க கிறிஸ்தவ மதத்திற்கு மாறமுற்பட்ட தலித்துகளைத் தடுத்தார். 1909ல் பிரம்ம சமாஜ் உறுப்பினரான இவர், தமது ஊரில் ஒரு நூலகம் நிறுவினார். 1910ல் மகர் சுதாரக் மண்டல் என்னும் அமைப்பை நிறுவியும், 1914ல் பகிஷ்க்ருத் பாரத் எனும் இருவார இதழை மகர்களை ஒன்று படுத்தவும், அவர்களைச் சீர்படுத்தவும் நிறுவினார்.

சர் நாராயணராவ் சந்தவர்க்கர் தலைமையில் பம்பாயில் 1917 நவம்பர் 11ம் ஆண்டு நடைபெற்ற தாழ்த்தப்பட்டோர் கருத்தரங்கில் கவாய் கலந்துகொண்டார். மகர் முன்னேற்றத் திட்டங்களுக்காக காங்கிரஸ்-முஸ்லிம் லீக் பகுதியினரின் ஆதரவைக் கோருவது இதன் நோக்கமாக இருந்தது. அக்கருத்தரங்கில் பேசிய கலாய், 'இந்து அதிகார வர்க்கத்தினரின் அதிகாரத்திற்கே இந்துக்கள் சுயராஜ்யம் கேட்கிறார்கள். அதனால் தாழ்த்தப்பட்ட மக்களுக்கு என்ன பயன்?' என்று வினா எழுப்பினார். அனைத்துத் தாழ்த்தப்பட்ட மக்களையும் ஓரணியில் கொண்டுவரும் நோக்கோடு, 1918 ஜனவரி 12ம் நாள் தாழ்த்தப்பட்ட மக்களின் அமைப்பு ஒன்றை ஏற்படுத்தினார். தலித் முன்னேற்றத்தில் இவருக்கிருந்த உணர்வுபூர்வமான ஈடுபாட்டைக் கண்ட ஆங்கில அரசு, 1920ம் ஆண்டு பெரார் சட்டமன்றக் குழு உறுப்பினராக நியமித்தது. அம்பேத்கரின் தலித்துகளுக்கு தனி வாக்குரிமை மற்றும் மதமாற்றம் ஆகிய கொள்கைகளை இவர் எதிர்த்தார்.

அம்பேத்கருக்கு முந்தைய தலைவர்களில் பாபு ஹரிதாஸ் இளம் தலைவராக நன்கு அறியப்பட்டார். நாக்பூர் பகுதியில் ரயில்வே குமாஸ்தாவாக பணியாற்றிய லஷ்மணராவ் நக்ராரேயின் மகனான இவர், தலித்துகளின் விழிப்புணர்வுக்காக நாக்பூரிலிருந்து 'மஹாரதா' என்ற வார இதழைத் தொடங்கினார். தலித் பீடித் தொழிலாளர்கள் மீதான சுரண்டலை எதிர்க்கும் வகையில் அவர்களுக்கான கூட்டுறவு சங்கம் நிறுவினார். பெண்களின் நலனுக்காக மகிளா ஆசிரமம் ஆரம்பித்தார். மகர்களை ஓரணியில் திரட்டும் வகையில் 1922ல் மகர் சமாஜம் ஒன்றையும் நிறுவினார். 'மகர் சேவக் பதக்' எனும் அமைப்பு ஒன்றையும் தொடங்கிய இவர், தலித் மக்கள்மீதான அடக்கு முறைகளை எதிர்க்கவும் தலித் மக்களைப் பாதுகாக்கவும் தனி அமைப்பினை ஆரம்பித்தார். நாக்பூரிலுள்ள சொக்கமேலா கோயிலில், அவரது நினைவு நாளன்று மகர் மக்களின் உணவு விருந்துக்கு ஏற்பாடு செய்து அம்மக்களிடையிலான உட்சாதிப் பிரிவுகளைத் தவிர்த்திடுமாறு வேண்டுகோள் விடுத்தார்.

1923ம் ஆண்டு மத்திய மாகாண கவர்னரைச் சந்தித்து, சட்ட மன்றத்திற்கு, ஜில்லா போர்டுகளுக்கெல்லாம் தாழ்த்தப்பட்ட மக்களை நியமிக்குமாறு வேண்டுகோள் விடுத்தார். மகர் சமாஜ் மூலமாக பெய்ல் பஜார், கம்சாரி பஜார், நயா பஜார், காம்தி முதலான பகுதிகளில் இரவுப் பள்ளிகளை ஆரம்பித்தார். காம்தியில் கூடுதலாக துறவி சொக்கமேலா பெயரில் நூலகம் ஒன்றையும் தொடங்கினார். மகர் மக்களின் அறிவுக்குப் புறம்பான, நீதிக்குப் புறம்பான, சிந்தனை மற்றும் செயல்பாடுகளைத் தடுக்கும் வகையிலும், அவர்களது மூடநம்பிக்கைக்கு எதிராகவும், பண்பாடு பழக்கவழக்கங்களைப் புறக்கணிக்கவும் ‘மண்டல் மகாத்மியம்’ எனும் நூலை 1924ல் எழுதி, இலவசமாக விநியோகித்தார். இதன் தாக்கத்தால் மக்கள் உணர்வு பெற்று, அப்பகுதியில் வழக்கமாக நடைபெறும் ‘கிருஷ்ணலீலை’ பார்க்கப் போவதை நிறுத்தி விட்டனராம். நூலைத் தொடர்ந்து ‘வீர்பாலக்’ எனும் நாடகமும் நடத்தி மக்களிடையே விழிப்புணர்வை ஏற்படுத்தினார்.

1927ல் பன்சோட் தலைமையில் நாக்பூரின் ராம்டெக் பகுதியில் நடைபெற்ற கூட்டமொன்றில் கலந்துகொண்டு பேசிய பாபு ஹரிதாஸ், கோயில் படிகளைத் தொட்டுக் கும்பிடாதீர்கள் என்றும், அசுத்தமான அம்பாடா கோயில் குளத்தில் குளிக்காதீர்கள் என்றும் கேட்டுக்கொண்டார். மூத்தத் தலைவர்களான பன்சோட், கலாய் போலில்லாமல் இவர் அம்பேத்கரைக் கடைப்பிடித்தார். அவரது கட்சியில் பல பொறுப்புகளையும் ஏற்றுக்கொண்டு செயல்பட்டார்.

மத்திய மாகாணம் மற்றும் பெரார் பகுதியில் உதயமான மற்றொரு முக்கியமான தலித் தலைவர், கள்ளிச்சரன் கனோஜி நந்தகவல்லி. அப்பகுதியின் பணக்கார நிலச்சுவான்தார் மகானுபவ் பந்தியின் மகன். அவர் மகர் சபா ஆரம்பிக்கப்பட்ட காலத்திலிருந்தே அதன் நிர்வாகக் குழுவில் ஆக்கபூர்வமான பணிகளில் ஈடுபட்டு வந்தார். அங்கிருந்து கோண்டியாவில் குடியேறியபின் 1910ல் அங்குள்ள மகர் இன ஆண், பெண் மாணவ, மாணவியருக்கு தனித்தனிப் பள்ளிகளை ஆரம்பித்தார். 1914ல் கோண்டியா நகர்மன்ற உறுப்பினராகவும், 1916ல் கோண்டியா நகர்மன்றத் தலைவராகவும் பணியாற்றினார். அதே துறையில் தலித் மக்களின் மீதான தீண்டாமை எனும் அவலத்தை அகற்றவும், மேம்பாட்டுக்கான திட்டங்களைத் தீட்டவும் ‘பாரதிய மகர் பஞ்சாயத்து’ ஒன்றைக் கூட்டினர். அந்த முதல் உலகப் போர்க் காலத்தில் தலித்துகளை ராணுவத்தில் வெகுவாகச் சேர்க்க வேண்டுமென மத்திய மாகாண அரசுக்கு கோரிக்கை விடுத்தார். சட்டமன்றத்தில் தலித்துகளுக்கு பிரதிநிதித்துவம் வழங்கவேண்டும் என்றும் வேண்டுகோள் விடுத்தார். அவரை 1920ம் ஆண்டு மத்திய

மாகாண சட்டமன்ற சிறப்பு உறுப்பினராக அரசு மூன்றாண்டுகளுக்கு நியமித்தது. கவாயும் அவ்வாறு நியமிக்கப்பட்டார்.

1920ம் ஆண்டு நாக்பூரில் நடைபெற்ற தாழ்த்தப்பட்ட மக்கள் கருத்தரங்கின் வரவேற்புக் குழுத் தலைவராக நந்தகவல்லி நியமிக்கப் பட்டார். இக்கருத்தரங்கின் தலைவர்: சாகு மஹராஜ். சிறப்பு விருந்தினர்: டாக்டர் அம்பேத்கர். 1921 மார்ச் 16ம் நாள் சட்டமன்றத்தில் பேசிய நந்தகவல்லி தாழ்த்தப்பட்ட மக்களின் நிலைமையை அறிய ஆய்வுக்குழு ஒன்றை அமைக்கவேண்டும் என்று கேட்டுக்கொண்டார். உடனடியாக அந்தத் தீர்மானம் நிறைவேற்றப்பட்டு, குழுவும் உடனடியாக அமைக்கப்பட்டது. தலித் மக்களின் அரசு வேலை வாய்ப்பு, கல்வி, கோட்வால் உரிமைகள், கிராமங்களில் ஒதுக்கி வைக்கப்படுதல், தனிக்குடியிருப்பு பற்றிய ஆய்வுகள் மேற்கொள்ள தீர்மானம் வலியுறுத்தியது. அந்தக் குழுவும் ஒரு வருடத்திலேயே தன் பணிகளை முடித்தது.

1921ல் நந்தகவல்லி பொதுப்பணத்தில் உருவாக்கப்பட்ட கிணறுகள் மற்றும் அனைத்து நீர்நிலைகளிலும் தீண்டப்படாதோர் உட்பட சாதி, மத வேறுபாடின்றி அனைவரும் அனுமதிக்கப்பட்ட வேண்டும் என்று சட்டமன்றத்தில் ஒரு தீர்மானம் கொண்டுவந்தார். அத்தீர்மானம் 10க்கு 23 என்ற வாக்குகளின் அடிப்படையில் தோற்கடிக்கப்பட்டது. ஆனாலும் அரசு அளித்த ஒத்துழைப்பினால், தலித்துகளின் உரிமை களுக்கு இந்துக்களிலேயே பலரது ஆதரவு கிடைத்தது. அந்த வகையில் கவாய் மற்றும் நந்தகவல்லி ஆகியோர் தலித் விவசாயிகள் மற்றும் தொழிலாளர்கள் தங்களது நியாயமான உரிமையைப் பெற சட்டமன்றத்திற்குள் அரும்பாடுபட்டனர். 1926ல் நந்தகவல்லி, ‘மத்திய பிரதான் தருண் மகர் சங்கம்’ ஒன்றை நிறுவினர். இவருக்கு இதில் ஒத்துழைத்தவர்கள் பதித்பவன்தாஸ், ரேவாராம் கவாடே, தசரத் பட்டேல், ஜி.டி. மேஷ்ரம், ஹேம்சந்திர கண்டேகர், துலாராம் சக்கரே மற்றும் எல்.என்.ஹரிதாஸ் ஆகியோர். இந்தச் சங்கம் தலித்துகளுக்கான தனி வாக்குரிமை என்று அம்பேத்கர் சைமன் கமிஷனுக்கு அளித்த கோரிக்கையை ஆதரித்தது. நாளடைவில் அம்பேத்கர் காங்கிரசின் பக்கம் சாய்ந்தபோது இவர்கள் அம்பேத்கருக்கு அளித்து வந்த ஆதரவை நிறுத்திக்கொண்டனர்.

## தமிழ்நாட்டில் தலித் இயக்கங்கள்

தமிழ்நாட்டில் எழுந்த தலித்திய உணர்வுகளை ஆறுமுக நாவலரின் உயர்சாதி சைவம், இந்திய அளவில் பல்வேறு சமாஜங்கள் மூலமாக எழுந்த பிராமணியம், கால்டுவெல் போப்பின் தமிழ் அடையாளம், வள்ளலாரின் சமரச சன்மார்க்கம் ஆகியவற்றை இணைத்துப்

பார்க்கவேண்டும். இவற்றின் ஊடாக தலித்திய உணர்வுகளை கட்டமைக்கப் பாடுபட்டவர் அயோத்திதாச பண்டிதர். அவருடைய பிரசங்கங்கள் தலித் எல்லைக்குள் மட்டுமல்ல, பிரபஞ்ச சிந்தனை களையும் உள்ளடக்கியவை.

அயோத்திதாசர் தமிழகத்தின் நீலகிரி மாவட்டத்தில் பறையர் குலத்தில் பிறந்தவர். இயற்பெயர் காத்தவராயன். தனது தந்தையின் வழியில் சித்த வைத்தியராகத் திகழ்ந்தார். இவரது பாட்டனார், ஆங்கிலப் பிரபு ஆர்லிங்டனின் சமையல்காரராக இருந்தவர். அந்தப் பின்புலத்தில் வளர்ந்ததால் ஆங்கிலம், தமிழ் இலக்கணம், சமஸ்கிருதம், பாலி தவிர தத்துவம், சித்த மருத்துவம் கற்றுத் தேர்ந்தார். 1870ல் நீலகிரிப் பகுதியிலுள்ள ஆதிவாசி மக்களை ஒருங்கிணைத்து 1876ல் அத்வைதானந்தா சபா என்னும் அமைப்பை நிறுவினார். 1885ல் ஜான் ரத்தினம் என்பாருடன் இணைந்து, 'திராவிடப் பாண்டியன்' என்னும் இதழைத் தொடங்கினார். 1886ல் 'தலித்துகள் இந்துக்களல்ல' என்று பிரகடனம் செய்தார். 1891ல் திராவிட மகா ஜனசபை நிறுவிய அவர், தாழ்த்தப்பட்டோரை, தாங்கள், சாதியற்ற திராவிடர்கள் என்று அந்த ஆண்டு எடுக்கப்பட்ட ஜனத்தொகை கணக்கெடுப்பில் குறிப்பிடச் செய்தார்.

தலித்துகளுக்கு புத்த மதம் சார்ந்த இறந்தகாலம் இருந்ததென்று தமிழ் நிகண்டுகள் மூலம் கற்ற அயோத்திதாசர், புத்தமதப் புத்துயிர்ப்புக்கு காரணமானார். இந்த இயக்கத்தில் ம.சிங்காரவேலர், பேராசிரியர் லட்சுமி நரசு, ஜி.அப்பாதுரை மற்றும் சிலர் தீவிரமாகப் பணியாற்றினர். மற்றவர்கள் புத்த மதக் கருத்தை மேற்கத்தியப் பார்வையில் கற்றறிய, அயோத்திதாசர் தமிழ் மூலத்தில் ஆய்ந்தறிந்தார். கர்னல் எச்.எஸ். ஒல்காட் மூலம் இலங்கை சென்ற அவர், அங்கே புத்தமத தீட்ஷை பெற்றார். அங்கிருந்து இந்தியா திரும்பி 1898ல் சாக்கிய புத்த சமயம் நிறுவினார். அது 'இந்திய புத்தமத சங்கம்' என்றும் அழைக்கப்பட்டது. அந்த அமைப்பிற்கு வட தமிழ்நாட்டில் 28 கிளைகளும், கோலார் தங்க வயல், தென் ஆப்பிரிக்காவின் சில பகுதிகளில் பல கிளைகளையும் நிறுவினார். அனகாரிக தர்மபாலா இந்தியா திரும்பி 'மகாபோதி சங்கம்' நிறுவிட உந்து சக்தியாக விளங்கினார் அயோத்திதாசர்.

அதனைத் தொடர்ந்து நிகழ்கால அரசியலில் அயோத்திதாசர் ஆக்கபூர்வமாக ஈடுபட்டார். அடித்தட்டு மக்களுக்கு உள்ளாட்சி அமைப்புகளிலும் கல்வி மற்றும் அரசு வேலைவாய்ப்புகளிலும் உரிய பிரதிநிதித்துவம் வழங்கவேண்டும் என்று பிரிட்டிஷ் அரசுக்குக் கோரிக்கை விடுத்தார். 'தமிழன்' என்றொரு இதழ் தொடங்கி, புத்த மதக் கருத்துகள்பற்றி பல்வேறு கட்டுரைகள் தீட்டினார். அந்த

இதழில் புத்த சமயத்தின் செயல்பாடுகளுக்கும் அதிக முக்கியத்துவம் வழங்கினார். மேலும் எதிர்காலத்தில் தலித் இயக்கங்கள் கட்டப்பட வேண்டிய விதம்பற்றி தமது கட்டுரைகளில் வழிகாட்டினார். தலித்துகள் இந்துக்களல்ல; தலித்துகள் புத்த மதத்தினர்; அம்மதத்தில் இணைவதன் மூலம், தாம் இழந்த பாரம்பரியப் பெருமைகளை தலித்துகள் பெறமுடியும் என்று பிரச்சாரம் மேற்கொண்டார். அம்பேத்கரிஸ்ட்டுகளுக்கெல்லாம் முன்னோடி இவர்!

அயோத்திதாசரின் ஆரம்பகாலக் கட்டுரைகளில் காங்கிரஸ் தலைமையில் தேசிய இயக்கம் நடைபெறுவதற்கு கடும் கண்டனம் தெரிவித்திருக்கிறார். சாதிய அமைப்பை எதிர்க்காமல் அமைதியாக இருந்துகொண்டு 'சுயராஜ்யம்' வேண்டுமென காங்கிரஸ் கோருவதன் உள்நோக்கத்தை முதன்முதலாக அயோத்திதாசர் அம்பலப்படுத்தினார். அந்தக் கருத்துகள்தான் பிற்காலத்திய அம்பேத்கர் குரலாக எதிரொலித்தன. அவர்தான் சாதிய அமைப்பை இந்திய சமூகத்தின் காலனியாதிக்க முறை என்று வர்ணித்தார். சுயராஜ்யத்தைவிட கல்வி, அறிவியல், தொழில் நுட்பத்தின் மூலம் சமுதாயத்தை நவீனப்படுத்துவதும் உயர் சாதியினரின் சாதிய ஆட்சிக்கு எதிரானதுமான ஆங்கிலேயரின் ஆட்சியே மேலென்று வர்ணித்தார். அயோத்திதாசர் 1914ம் ஆண்டு தமது 69 வயதில் காலமானார்.

அயோத்திதாசருக்கும் அம்பேத்கருக்கும் கொள்கை அளவிலான தொடர்பு ஆளுமையாக அறியப்படுபவர் தாத்தா இரட்டைமலை சீனிவாசன். இவர் அயோத்திதாசரின் மைத்துனர். 1891ல் அயோத்திதாசர் 'பஞ்சமர் மகாஜன சபா' உருவாக்கியபோது அவருக்குத் தோள் கொடுத்தவர் இரட்டைமலை சீனிவாசன். பின்னாளில் அம்பேத்கருடனும் இவர் இணைந்து பணியாற்றினார். பறையர் குலத்தில் 1860ம் ஆண்டு பிறந்த இரட்டைமலை சீனிவாசன், பிரிட்டிஷ் அரசினால் 'திவான் பகதூர்' பட்டம் பெறுமளவுக்கு உயர்ந்தார்.

ஆங்கில கிழக்கிந்தியக் கம்பெனியில் சில காலம் பணியாற்றிய பின்பு இங்கிலாந்து சென்று ஆங்கிலேய அரசாங்கத்தாரிடம் இந்தியாவில் தலித்துகள் படும் கஷ்டம் பற்றி அறிந்துவர விரும்பிய இரட்டைமலை சீனிவாசன் சென்று சேர்ந்த இடம் தென் ஆப்பிரிக்கா. அங்கு அவர் காந்தியைச் சந்தித்து, அவரது நீதிமன்ற நடவடிக்கைகளில் மொழி பெயர்ப்பாளராக உதவினார்.

இவரிடமிருந்தே காந்தி தமிழையும் கற்றார். திருக்குறளின் பெருமைகளையும் கற்றார். நாடு திரும்பியதும் 1923 ஆண்டு அவர் சென்னை மாகாண சட்ட மேலவைக்குத் தேர்ந்தெடுக்கப்பட்டார். 1945

வரை அங்கேயே இருந்தார். மேலவையில் அவர் பணியாற்றியபோது, தாழ்த்தப்பட்ட மக்கள் பொதுச் சாலைகளில், பொது இடங்களில் நடக்கும் உரிமைக்காக மசோதாக்கள் தாக்கல் செய்தார். 1891ல் 'பறையர் மகாஜன சங்கம்' நிறுவிப் பணியாற்றிய இரட்டைமலை சீனிவாசன் அதனை 'ஆதிதிராவிட மகாஜன சபை' என்றாக்கினார். 1893ல் அவர் துவக்கிய 'பறையன்' எனும் தமிழ் வார இதழ் தலித் முன்னேற்றத்திற்கு பெரும் பங்காற்றியது.

பின்னர் அம்பேத்கருடன் நெருக்கமாகி இணைந்து பணியாற்றிய இரட்டைமலை சீனிவாசன், 1930 மற்றும் 1931ம் ஆண்டுகளில் நடைபெற்ற வட்டமேஜை மாநாடுகளில் கலந்துகொண்டு, தலித்துகளை பிரதிநிதித்துவப்படுத்தினார். ஒரு கட்டத்தில் மதமாற்றக் கொள்கையை அம்பேத்கர் வலியுறுத்தியபோது, அவருடன் இரட்டைமலை சீனிவாசன் முரண்பட்டார். எனினும் 1932 ல் ஏற்பட்ட புனே ஒப்பந்தத்தின் பின், அம்பேத்கர், எம்.சி.ராஜா, இரட்டைமலை சீனிவாசன் ஆகியோர் மகாத்மா காந்தி நிறுவிய ஹரிஜன் சேவா சங்கத்தில் சேர்ந்து பணியாற்றினர். ஆயினும் சிறிது நாட்களிலேயே அந்தச் சங்கத்திலிருந்து மூவரும் விலகிக்கொண்டனர்.

1939ல் அம்பேத்கரின் ஆதரவோடு இரட்டைமலை சீனிவாசன், மெட்ராஸ் மாகாண ஷெட்யூல்டு சாதியினர் கூட்டமைப்பை நிறுவிப் பணிபுரிந்தார்.

## வடஇந்திய ஆதி தர்ம இயக்கங்கள்

தலித்துகளின் மதரீதியிலான தனி அடையாளத்தைத் தெரிவிக்கும் வகையிலும் இந்து மதத்துடனான அவர்களின் தொடர்பை மறுதலிக்கும் வகையிலும் வட இந்தியாவில் ஆதிதர்ம இயக்கங்கள் தோன்றின. இரு பிரதேசங்களில், அந்த இயக்கங்களின் தலைவர்களாக உருவாகிய இருவர், உ.பி.யில் ஸ்வாமி அச்சுதானந்த பாரிக்கர் மற்றும் பஞ்சாபில் பாபு மாங்குராம் ஆகியோர்.

அச்சுதானந்தர் 1869ம் ஆண்டு மே 6 அன்று பிறந்தார். அவரது தந்தை பிரிட்டிஷ் ராணுவத்தில் போர் வீரராகப் பணிபுரிந்தார். மதக் கல்வி நிறுமனத்தில் பயின்ற அச்சுதானந்தர் பேரறிவாளியாக விளங்கினார். 1905 முதல் 1912ல் உபதேசகராக ஆரிய சமாஜில் தொண்டாற்றினார். சமாஜின் சுதிசபா அங்கத்தினராக விளங்கிய அவர், தீண்டப்படாதோரின் கால்களைத் தமது கைகளால் தீண்டிக் கழுவிவிடுவது வழக்கம். இவரது பணிகளைப் பாராட்டிய சமாஜ் அமைப்பினர், மத்தியப் பிரதேசம், குஜராத், ராஜஸ்தான் பகுதி அமைப்புகளுக்கு தலைமை நிர்வாகியாக ஆக்கியது.

எனினும் ஆரிய சமாஜத்துக்குள்ளேயே தீண்டாமை கடைப்பிடிக்கப் படுவது கண்டு, அதிலிருந்து வெளியேறிய அச்சுதானந்தர், தமக்குத் தாமே 'ஸ்வாமி அச்சுதானந்த் ஹரிஹர்' என்று நாமம் சூட்டிக்கொண்டு தீண்டத்தகாதோரின் அடையாள புருஷராக தம்மை காட்டிக் கொண்டார். இவர், 'பாரதிய அச்சுத் மகாசபை' என்ற அமைப்பைத் தொடங்கி தலித்துகளின் சமூக அரசியல் மற்றும் பொருளாதாரப் பிரச்னைகளை வெளி உலகத்திற்குக் கொண்டுவந்தார். 1917 நவம்பரில் 'அச்சுத்' என்ற பெயரில் மாத இதழ் ஒன்றத் தொடங்கிய இவர் பின்னர் ஆதி இந்து, ஆதி தர்மம் என்று மறுபெயர் சூட்டினார்.

ஆதி தர்ம தத்துவம் என்பது இனரீதியில் அனைத்து சூத்திரர், தலித்துகள் மற்றும் ஆதிவாசிகளை இணைப்பதும்; கலாச்சார ரீதியில் பகுஜன், சமாஜ் என்ற புலேயின் வார்த்தைகளை இணைத்து தனி அடையாளப் படுத்துவதும் ஆகும். ஸ்வாமி அச்சுதானந்தின் ஆதி இந்து இயக்கம், 1922ல் காந்தி ஆரம்பித்த ஒத்துழையாமை இயக்கத்தை மறுத்தபோதும், வேல்ஸ் இளவரசரின் வருகையை அவர் எதிர்த்தபோதும் பிரபல மானது. காங்கிரஸ்காரர்களும் பிரிட்டிஷ்காரர்களைப் போலவே வெளிநாட்டினர்தான் என்று பிரச்சாரம் செய்தார்.

1922ல் வேல்ஸ் இளவரசர் வந்தபோது அச்சுதானந்த் பழைய கோட்டைப் பகுதியில் ஒரு மாநாடு கூட்டினார். அதற்கு வேல்ஸ் இளவரசரைத் தலைமை விருந்தினராக அழைத்து 10,000க்கும் மேற்பட்ட தலித்துகளைக் கூட்டிக் காட்டினார். அப்போது இளவரசரிடம் 17 அம்ச கோரிக்கை மனு அளிக்கப்பட்டது.

அதில், தீண்டப்படாதோருக்காக தனிப் பள்ளிகள் திறப்பது; தீண்டாமையை அகற்ற தனிச்சட்டம் கொண்டு வருவது; உள்ளாட்சி அமைப்புகளில் தலித்துகளுக்கு பிரதிநிதித்துவம் வழங்கும் வகையில் சட்டம் செய்வது; படித்த தீண்டப்படாதோருக்கு கெஜட் அந்தஸ்துள்ள பதவிகள் வழங்குவது; தீண்டத்தகாதோருக்கு இடையே வணிகத்தை எளிமைப்படுத்துவது; இலவச வேலை செய்ய தலித்துகள் நிர்பந்திக்கப்படுவதைத் தடுப்பது; தீண்டப்படாதோரின் சிவில் உரிமைக்காய் பாதுகாப்பது; தீண்டப்படாதோரின் பிள்ளைகளுக்கு கல்வி உதவித்தொகை வழங்குவது; போலீஸ், ராணுவப் பிரிவுகளில் தலித்துகளுக்கு பணிவழங்குவது; தலித்துகளுக்கு கூலி உயர்வு; கிராமப்புற அரசு அமைப்புகளின் காவல் பணியாளராக தலித்துகளை நியமிப்பது; தலித்துகளுக்கு இலவசமாக அரசு நிலங்கள் வழங்குவது; பிராமணர்கள், ஷத்திரியர்கள் தலித் பெண்களை தமது உடைமையென நடத்துவதைத் தடுப்பது போன்ற பல கோரிக்கைகள் அடங்கியிருந்தன.

அவரது சமூகப் பணிகளைப் பாராட்டிய ஆங்கில அரசு லக்னோவில் அமைந்துள்ள லோதியன் குழுவின் முன் இக்கோரிக்கைகள் அளிக்க அனுமதி வழங்கியது. ஸ்வாமி அச்சுதானந்தை காங்கிரஸ் தலைவர்கள் பிரிட்டிஷ் ஏஜெண்ட் என்று ஏசினர். இந்து சமூகத்தைப் பிளக்கிறார். என்றார்கள். உண்மையில், தலித் மக்களை காங்கிரசிடமிருந்து பிரிக்கிறாரே என்கிற கோபம் அவர்களுக்கு! மனுதர்மத்தை ஸ்வாமி அச்சுதானந்த் விமர்சிப்பதை அவர்களை ஏற்றுக்கொள்ள முடியவில்லை. உ.பி.யில் 1927ல் நடைபெற்ற 'ஆதிசபா' மாநாட்டில் 'மனுதர்மம் நம்மை எரிக்கிறது' என்று பாடப்பட்ட பாடலும், அதே ஆண்டு அம்பேத்கர் மனுஸ்மிருதியை எதிர்த்ததையும் அவர்களால் தாங்கிக்கொள்ள முடியவில்லை. அதற்கு எதிர்வினையாக ஆரிய சமாஜம், அச்சுதானந்தின் ஆதி இந்து அமைப்பைப் பிளக்க முயன்றது. ஆனால் அதில் தோல்வியுற்றது.

ஸ்வாமி அச்சுதானந்தின் பிரச்சாரம் மதரீதியில் அமைந்திருந்ததாலும், புத்தருடைய வழித்தோன்றலாகத் தம்மை அவர் காட்டிக் கொண்ட தாலும் அவர் வெற்றி பெற்றார். பின்னர் அவர் அம்பேத்கரைப் பின்பற்றுபவராக மாறினார். வட்டமேஜை மாநாட்டுக்குப் போவதற்கு முன் அம்பேத்கர் வந்து ஸ்வாமி அச்சுதானந்தை சந்தித்ததாக பேசப்பட்டது. தலித்துகளுக்கு தனித்தொகுதி, தனி வாக்குரிமை என்பதை எதிர்த்து காந்தி, காலவரையற்ற உண்ணாவிரதம் மேற்கொண்டபோது, அதை எதிர்த்து ஸ்வாமி அச்சுதானந்தர், ப்ரயாக், எடாவா, லக்னோ, கான்பூர் உள்ளிட்ட நகரங்களில் பேரணி நடத்தியதும் குறிப்பிடத்தக்கது. அவரது சிந்தனைகள் காலத்தைத் தாண்டியதாக இருந்தன. அதன் வீரியத்தை தாம் எழுதிய நூல்களுக்கு அவர் வைத்திருந்த தலைப்பை வைத்தே புரிந்துகொள்ளலாம். இதோ அந்தத் தலைப்புகள்: 1) 'கிரியேஷன் அண்ட் தி ப்ராக்ரஸ் ஆஃப் ஹ்யூமானிடீஸ்'. 2) 'சிவிலைசேஷன் ஆஃப் தி அபாரிஜின்ஸ் இன் இந்தியா'. துரதிருஷ்டவசமாக இந்நூல்கள் அவர் இறந்தபிறகு 1933ல் தான் வெளிவந்தன.

## பாபு மாங்குராம்

வட இந்தியாவின் மற்றொரு ஆதி இயக்கம் பாபு மாங்குராம் முனோவாலியாவின் இயக்கம். பஞ்சாப் மாநிலம் ஹோஸியார்பூரில் 1886ம் ஆண்டு ஜனவரி 14ல் இவர் பிறந்தார். இவரது தந்தை ஹர்மன் தாஸ் தாழ்த்தப்பட்ட சாமர் சாதியினர். இவர் தமது பாரம்பரிய வேலையைவிட்டு வெளியே வியாபாரம் செய்துவந்தார். பள்ளிப் படிப்பு முடிந்தபின் அப்பாவுக்கு உதவியாகத் தொழிலறிவு பெற மாங்குராம் 1909ல் அமெரிக்கா சென்றார். அங்கு பல பண்ணைகளில்

பணியாற்றி, கலிபோர்னியாவின் சர்க்கரை ஆலையில் நிர்வாகம் கற்று வந்தார். அப்போது பஞ்சாபிலிருந்து வந்து கலிபோர்னியாவில் பணிபுரிவோர் துவக்கிய கத்தர் கட்சியில் சேர்ந்தார் மாங்குராம். 1915ல் கட்சித் தலைவர் சோஹன்சிங் பஹானாவால் பாராட்டப்பட்ட அவர், கலிபோர்னியாவிலிருந்து பஞ்சாப்புக்கு ஆயுதம் கடத்திச் செல்லுமாறு பணிக்கப்பட்டார்.

அந்தப் பணியின்போது, பிரிட்டிஷ் நேசநாட்டு ராணுவத்தால் இவர் கொல்லப்பட்டதாக வீட்டுக்கு தகவல் வந்தது. அதனால் அவரது மனைவியை அவரது சகோதரருக்கு மணம்முடித்து வைத்துவிட்டனர். ஆனால், 1925ல் அவர் உயிர் பிழைத்து நாடு திரும்பினர். குடும்ப நினைவையே உதறி நாட்டிலுள்ள தம் இன தலித் மக்களின் கஷ்டங்களைக் கண்டார். சமூகத்தை மாற்றி அவர்களுக்காகப் பாடுபட உறுதிபூண்டார். உடனே சான் பிரான்ஸிஸ்கோவில் உள்ள தலைமை அலுவலகத்திற்கு, நாட்டு விடுதலையைவிட எங்கள் மக்களின் விடுதலை முக்கியமெனத் தெரிவித்தார். கட்சி அவரை விடுவித்தது.

1926 ஜுன் 11 மற்றும் 12 தேதிகளில் அவரது ஊரிலுள்ள பள்ளியில் கூட்டம் ஒன்றுக்கு ஏற்பாடு செய்தார். அதே பள்ளியில் ஆசிரியர் பணியேற்று, ஆதி தர்ம இயக்கத்தைத் தோற்றுவித்தார். ஆதி - டங்கா எனும் வார இதழ் தொடங்கி தனது கருத்துகளை எழுதினார். தலித்துகளுக்கு தனி அடையாளம் வேண்டும் என்று பேசியவர், விழிப்புணர்வை ஏற்படுத்தும் பணிகள் மற்றும் மனித உரிமைகள் குறித்த சிந்தனையை எழுப்பியதோடு இவரது இயக்கம் தமது பணிகளை முடித்துக்கொண்டது. பெரிதாக எதுவும் விரிவுபடுத்த வில்லை.

பின்னர் அச்சுதானந்தைப்போலவே மாங்குராம் டாக்டர் அம்பேத்கரைப் பின்பற்றினார். 1980 ஏப்ரல் 22ல் தாம் இறக்கும்வரை அவரது தொண்டராகவே வாழ்ந்தார். வட்டமேஜை மாநாட்டுக் காலங்களில் மிகவும் உற்சாகமாக அம்பேத்கருடன் இவர் பணியாற்றியது குறிப்பிடத்தக்கது.

## கேரளாவின் அய்யன்காளி புலையர் இயக்கம்

கேரளாவின் தெற்கு திருவாங்கூர் பகுதியில் புலையன் சாதியில் பிறந்தார் அய்யன்காளி. பிற தலித் தலைவர்களைப்போல் அய்யன் காளி படித்தவரில்லை. ஆனால் பொருளாதார ரீதியில் பரவாயில்லை. காடாய்க்கிடந்த தமது பகுதியை வெட்டி சீர்படுத்தித் தந்ததற்காக கோவிந்தப்பிள்ளை எனும் நிலச்சுவான்தார் அய்யன்காளியின் தந்தைக்கு அன்பளிப்பாக 5 ஏக்கர் நிலத்தைத் தந்தார். பொதுவாக

அப்பகுதியின் புலையன் இன மக்கள் அடிமை வேலைதான் பார்த்தார்கள்.

கட்டிளங்காளைபோல் கம்பீரமாக அய்யன்காளி வளர்ந்திருந்த வேளையில், ஒரு நாயர், புலையர் இனத்தை இழிவாகத் திட்டியதால் கோபம் கொண்ட அய்யன்காளி, சாதி அமைப்புக்கு எதிரான கிளர்ச்சியாளராக உருவெடுத்தார். உயர்சாதியினரின் செயலுக்குப் பழிவாங்கும் விதமாக, ஒரு நாள் அய்யன்காளி அவர்களைப்போலவே உடை உடுத்திக்கொண்டு அவர்கள் பயன்படுத்தும் ரேக்ளா வண்டியில் ஏறிக்கொண்டு, புலையர் செல்லத் தடைவிதிக்கப்பட்டிருந்த பொதுவிடங்களில் ஒன்றான சந்தைப்பகுதிக்குள் சென்றார்.

அதைப் பொறுக்கமுடியாத உயர்சாதி இளைஞர்கள் சிலர் அவர் திரும்பிச் சொல்லும்போது வழிமறித்தார்கள். அப்போது அவர்கள் யாரும் எதிர்பார்க்காத வகையில் நீண்ட வண்டியிலிருந்து சுண்டி இழுக்கும் சவுக்கோடு குதித்தார். அதுகண்டு பயந்துபோன அடியாட்கள் ஓடிவிட்டார்கள். அதைத் தொடர்ந்து பிற புலையன்களை தம்மோடு சேர்த்துக்கொண்டு பாலராமபுரம் உயர்சாதியினரின் சாலியர் தெருவிற்குள் நடந்து சென்றார். உயர் சாதியினர் அதைத் தடுக்க, அப்போது ஏற்பட்ட கலவரத்தில் இருதரப்பிலும் பலருக்கு ரத்தக் காயங்கள் ஏற்பட்டன. தகவல் அக்கம் பக்கமெல்லாம் பரவ, கலவரச் சூழல் நீண்டகாலம் நீடித்தது.

புலையர்கள் நடந்துசென்ற அந்தச் சம்பவம் சுதந்திரத்திற்கான நடை என்றும் அதனைத் தொடர்ந்து நடந்த கலவரம் 'சாலியார் கலவரம்' என்றும் இன்னும் அறியப்படுகிறது. அதைத் தொடர்ந்து 1900ம் ஆண்டு முதல் புலையர்களும் சாலைகளில் நடக்கலாமெனச் சட்டம் கொண்டு வரப்பட்டது. ஆனால் இந்துக்கோயில் இருக்கும் சாலைகளில் தடை நீடித்தது

திருவாங்கூர் சமஸ்தான திவானாக பி.ராஜகோபாலாச்சாரி இருந்த போது, அய்யன்காளி ஆங்கில அரசை அணுகி புலையர்களை பள்ளியில் அனுமதிக்குமாறு வலியுறுத்தினார். இந்த முயற்சி உயர் சாதியினர் மத்தியில் பெரும் பீதியைக் கிளப்பியது. ஆயினும் அரசுப் பள்ளிகளில் புலையர்களை அனுமதிக்காவிட்டால் உயர் சாதியினரின் வயல் வேலைகளை புலையர்கள் புறக்கணிப்பார்கள் என்று எச்சரித்தார். அதைத் தொடர்ந்து உயர்சாதியினருக்குப் பயந்து வயல்வேலைக்குச் செல்லும் புலையர்களைத் தடுக்க 'அய்யன்காளி ராணுவம்' என்ற பெயரில் படை ஒன்று அமைக்கப்பட்டது. கடைசியாக 1910 மார்ச் 1ம் தேதி இருதரப்பினரும் ஓர் ஒப்பந்தம் செய்துகொண்டனர். அதன்படி ஈழவர் சாதியினரின் பிள்ளைகள் சேர்க்கப்படும் பள்ளிகளில் புலையர்

வீட்டு பிள்ளைகளையும் சேர்க்க வேண்டும் என்ற அறிவிப்பு வெளியானது.

நாராயண குருவினால் ஈர்க்கப்பட்ட அய்யன்காளி 'சாதுஜன பரிபாலன சங்கம்' ஒன்றை நிறுவினார். பள்ளிகளில் புலையர் சிறுவர்கள் சேர்க்கப்படுவதைக் கண்காணிக்கவும், புலையர்களே சில பள்ளிகளைத் திறந்து நடத்தவும் இச்சங்கம் பணிகளை மேற்கொண்டது. இதன் காரணமாக உயர்சாதியினர் அப்பகுதியில் வன்முறையைக் கட்டவிழ்த்து விட்டனர். புலையர் பள்ளிகளைத் தீக்கிரையாக்கினர். அதைக் கண்டிக்கும்வகையில் அய்யன்காளி உயர்சாதியின் வயல்களில் வேலை செய்து வந்த புலையர்களைத் திரட்டி வேலைநிறுத்தத்தில் ஈடுபடச் செய்தார்.

அரசு தலையிட்டது. மாஜிஸ்திரேட் விசாரணைக்கு உத்தரவிடப்பட்டது. இறுதியில் வேலை நிறுத்தம் வெற்றி பெற்றது. எனினும் உயர் சாதியினரின் சதியால் புலையர்கள் 7 பள்ளிகளில் மட்டுமே சேர்க்கப்பட்டனர். இதற்கு எதிர்வினையாக 1912 மார்ச் மாதம் அய்யன்காளி கண்டனப்பேரணி நடத்தினார். அதனை தொடர்ந்து சாதிக் கலவரங்கள் பல நடந்தேறின. எனினும் அரசுப் பள்ளிகளில் புலையர் சிறுவர்களைச் சேர்த்தே ஆகவேண்டுமென்று 1914ல் சட்டம் செய்தது ஆங்கில அரசு. அந்தவகையில் சாது ஜன பரிபாலன சங்கத்தின் பணிகள் வெற்றியை எட்டின.

திருவாங்கூர் சமஸ்தானத்தில் 1924-30 காலகட்டத்தில் மொத்தமுள்ள 641 அங்கீகரிக்கப்பட்ட பள்ளிகளில் 12 பள்ளிகளில் மட்டுமே புலையர் மற்றும் தாழ்த்தப்பட்ட சாதிச் சிறுவர்கள் அனுமதிக்கப்பட்டனர். அடுத்த 10 ஆண்டுகளில் புலையர் இன மக்களின் படிப்பறிவு 13% உயர்ந்தது. பின்னர் சாதுஜன பரிபாலன சங்கம் வாரத்தில் 6 நாள் மட்டுமே பள்ளி நடைபெற வேண்டும். 1 நாள் விடுப்பு விடவேண்டும் என்று கோரிக்கை விடுத்தது. மேற்கண்டவையெல்லாம் தங்களது அடிமைத்தனத்திற்கு எதிராக தலித் மக்கள் மேற்கொண்ட போராட்டங்களின் பற்றிய ஒரு சிறு பார்வைதான்.

நூற்றுக்கணக்கானோர் தத்தமது கருத்துகளுக்கேற்ப பங்களிப்பு வழங்கினர். அவையெல்லாம் சேர்ந்து பாபாசாகேப் அம்பேத்கர் தலைமையில் தேசிய அளவிலான தலித் இயக்கங்களுக்கு வழியமைத்துக் கொடுத்தன.

நான்கு

# அம்பேத்கர் தலைமையிலான தலித் இயக்கம்

இருபதாம் நூற்றாண்டின் தொடக்கத்தில் நாட்டின் பல பகுதிகளில் தலித் இயக்கங்கள் தன்னெழுச்சியாக உதயமாகின. தங்களது சமூக-பொருளாதார நிலையை மேம்படுத்துவதற்காக மனித உரிமை குறித்த விழிப்புணர்வு உள்ளிட்ட பல்வேறு செயல்பாடுகள் முளை விட்டன. சிலர் தலித்துகளிடையே நிலவும் அவலமான பண்பாடுகள், பழக்கவழக்கங்களைக் களைந்து, சமூகநிலையில் அவர்களை உயர்த்தும் முனைப்பை வெளிப்படுத்தினர்.

சிலர் தலித்துகளின் பாரம்பரியப் பெருமைகளை மீட்டெடுக்க முயன்றனர். சிலர் வன்முறைமூலமாக சாதிய கூட்டமைப்பை எதிர்த்திட முன்வந்தனர். அதற்கு அய்யன்காளி இயக்கம் ஒரு உதாரணமாகத் திகழ்கிறது. அது மாதிரியான பல இயக்கங்களுக்கு முன்னோடி யாகவும் விளங்கியது. பலவிதமான இந்த இயக்கங்கள் எல்லாம் தலித் மக்களிடையே மனித உரிமை பற்றிய விழிப்புணர்வை ஏற்படுத்தி, அவர்களது வாழ்நிலையே மேம்படுத்துவதில் பெரும் பங்காற்றின.

தங்களுக்கு இருந்த வசதிவாய்ப்புகளைக் கொண்டு, கருத்தரங்குகள் நடத்துவது, அரசினர்க்கு மகஜர் அளிப்பது, பத்திரிகைகளில் எழுதுவது, தாமே இதழ்கள் தொடங்குவது, துண்டுப் பிரசுரங்கள் வெளியிடுவது, தலித் பிள்ளைகளுக்காகப் பள்ளிகள், விடுதிகள் திறப்பது ஆகியன பாராட்டப்பட வேண்டியவை, தமது சமூக இழிவுகளைக் களையும் உணர்வோடு, இவையெல்லாம் தலித்துகளை ஒருங்கிணைக்க உதவின.

இந்த இயக்கங்கள் அனைத்து தலித் மக்களுக்காகவும் பேசின என்றாலும், அவர்களின் உட்சாதிகளைத் தாண்டி ஒன்றுபடுத்த முடியவில்லை. இவை தலித்துகளின் பிரச்னைகளுக்கு அரசியல் செயல்பாடுகளின் மூலம் தீர்வு பெற முயன்றன. ஆனால் உண்மையான தீர்வுக்கான இயக்கம் என்பது, டாக்டர் பீமராவ் ராம்ஜி எனப்படும் அம்பேத்கரின் வருகைக்காகக் காத்திருந்தது.

## அம்பேத்கர் உருவாகிறார்

அந்தக் காலத்தில் தலித் இயக்கங்களுக்கிடையே தொடர்பு இருக்க வில்லை. குறிப்பிட்ட சமஸ்தானத்திலோ எங்கோ ஓர் குறிப்பிட்ட பகுதியிலோ உட்சாதி தலைவர்களது வழிகாட்டுதலின் மூலம் நடைபெற்றது. அந்தப் பாரம்பரியத்தின் தொடர்ச்சியாக மகர் எனும் உட்சாதியிலிருந்து அதன் வெளிப்பாடுகளை உள்வாங்கி மராத்தியில் பம்பாய்-புனே எல்லையில் அம்பேத்கர் உதயமானார்.

இந்தப் பகுதியில் தலித் இயக்கங்கள் தோன்றுவதற்கான வாய்ப்புகள் இருந்ததாலும், மகாத்மா ஜோதிபா புலேயின் பிராமணர் அல்லாதார் இயக்கங்கள் வழியமைத்துத் தந்ததாலும் டாக்டர் அம்பேத்கர் எனும் தலைசிறந்த தலைவர் உருவாவது சாத்தியமானது. தமக்கு முந்தைய தலித் இயக்கங்களின் மூலமாகப் பெற்ற பலன்களை அடித்தளமாக்கிக் கொண்டு, அவற்றை வளப்படுத்தி, தலித் இயக்கங்களை அம்பேத்கர் அரசியல் அரங்கின் முன்னெடுத்து வைத்தார்.

அம்பேத்கர் ஒரு தலைமுறைக்கும் மேலாக ராணுவ பணியாற்றிய மகர் குடும்பத்திலிருந்து வந்தார். கொங்கன் பகுதியின் மகர் குடும்பங்கள் ராணுவக் கட்டுப்பாட்டுடன் செயல்பட்டன. இந்த மகர் குடும்பங்கள் சாதி இந்துக்களின் குடும்பங்களைவிட கல்வி கலாச்சாரத்தில் சிறப்புடன் விளங்கின. எனினும் சாதிய ஒடுக்குமுறை மற்றும் தாழ்வுநிலைகளி லிருந்து தப்பிக்க முடியவில்லை. அம்பேத்கருக்கும் அதுமாதிரியான அனுபவங்கள் கிடைத்தன.

1894ம் ஆண்டு சுபேதார் பதவியிலிருந்து அவரது தந்தை பணி ஓய்வு பெற்ற பின்னர், ரத்னகிரி மாவட்டத்திலுள்ள தபோலி என்னுமிடத்தில் குடும்பத்தை நிறுவினார். அப்போது தனது இரு மகன்கள் பீமராவ் மற்றும் அனந்தராவ் ஆகியோரை உள்ளூரிலுள்ள அரசு உதவிபெறும் பள்ளியில் சேர்க்க எண்ணினார். சாதி அடிப்படையில் தலித் மாணவர்களைச் சேர்க்க மறுக்கக்கூடாது என்ற சட்டமும் இருந்தது. என்றாலும், தமது மகன் உள்ளிட்ட 4 தலித் மாணவர்கள், சாதி இந்து மாணவர்களுடன் பேசிப் பழக முயலக்கூடாது. உயர் சாதி மாணவர்கள் நீரருந்தும் பள்ளியின் பொது இடத்தில் அந்த

மாணவர்கள் நீரருந்தக்கூடாது எனும் நிபந்தனைகளுக்கு உட்பட்டே ராணுவ அதிகாரி எனும் கௌரவத்துடன் விளங்கிய அவரும் தம் பிள்ளைகளைப் பள்ளியில் சேர்த்தார். அம்பேத்கருக்கு அப்போது 6 வயது. அந்தச் சிறுவன் அருகே வகுப்பாசிரியர் செல்ல மாட்டார். அவனது சிலேட்டை சற்றுத் தள்ளி நின்றே பார்ப்பாராம்!

அம்பேத்கரின் அப்பா ராம்ஜி அம்பேத்கர், சதாரா நகரில் பொதுப்பணித் துறையின் காசாளர் வேலை பெற்றபோது குடும்பத்தை அந்த ஊருக்கு பெயர்த்துச் சென்றார். அங்கும் அதே நிலைமைதான். அங்கு இருந்தபோது பீமராவின் மனதில் பெரும் வடுவை ஏற்படுத்திய சம்பவம் ஒன்று. தன்னுடன் கோடை விடுமுறையைக் கழிக்க வருமாறு தந்தை அழைத்ததின் பேரில் அவரும், அவரது சகோதரன் மற்றும் ஒன்றுவிட்ட சகோதரனும் கூர்கானுக்குச் சென்றனர். அது இருட்டு நேரமாக இருந்ததால், ரயில்வே நிலையத்திலிருந்து வீட்டுக்குச் செல்ல மாட்டு வண்டி ஒன்றை வாடகைக்கு அமர்த்தி உள்ளனர். போகிறவழியில் அவர்களின் சாதிபற்றி அறியவந்த வண்டிக்காரன், அடுத்த கணமே ரோட்டில் இறக்கிவிட்டுப் போயிருக்கிறான்.

அவ்வளவு ஏன், உயர் படிப்பு முடித்து அமெரிக்காவின் கொலம்பியா பல்கலைக்கழகத்தில் டாக்டர் பட்டம் பெற்றுத் திரும்பி பரோடா மாகாணத்தில் ராணுவத்துறைச் செயலராகப் பணியாற்றிக் கொண்டிருந்தபோது, தனக்குக் கீழ்நிலையில் பணிபுரியும் குமாஸ்தாக்களிடமே இவர் அவமானப்பட நேர்ந்திருக்கிறது. அவர்கள், இவரிடம் தர வேண்டிய ஃபைல்களை தூர நின்று தூக்கி எறிவார்களாம். காரணம் அவர்கள் உயர்சாதியினர்.

அதேபோல அலுவலகத்திற்கு வெளியிலும் அவர் தீண்டாமைக் கொடுமையை அனுபவிக்க நேர்ந்திருக்கிறது! பரோடாவில் வீடு வாடகைத்தர உயர்சாதியினர் முன்வரவில்லையாம்! ஒரு கட்டத்தில் அம்பேத்கர் தனது சாதியை மறைத்து பார்சிகளின் விருந்தினர் மாளிகையில் தங்கியிருக்கிறார். ஆனாலும் அவரது சாதி பற்றி அறிய வந்ததும் அவரது பொருட்களையெல்லாம் தூக்கி வெளியில் வீசி அவரைத் துரத்தியிருக்கின்றனர்.

இறுதியில் பணியைத் துறந்து விட்டு பம்பாய் திரும்பியிருக்கிறார். பம்பாயிலும்கூட, சைடன்ஹம் கல்லூரிப் பேராசிரியராக அம்பேத்கர் பணிபுரிந்தபோது கல்லூரியில் ஆசிரியர்கள் குடிப்பதற்கென நீர் வைத்திருந்த பாத்திரத்திலிருந்து தண்ணீர் மொண்டு குடிக்கக் கூடாதென உயர்சாதி குஜராத்தி பேராசிரியர்கள் இவரைத் தடுத்திருக் கின்றனர். இந்தக் கசப்பான அனுபவங்களையெல்லாம் அம்பேத்கர்

பின்னாளில் தொகுத்து வழங்கியுள்ளார். எனினும் இயக்கம் தொடர்பாக அம்பேத்கர் அறிவுபூர்வமான ஆய்வுகள் மேற்கொண்ட போது இந்தக் கசப்பான அனுபவங்கள் குறுக்கிட அனுமதித்ததில்லை.

## அம்பேத்கரின் ஆரம்பகால பொது வாழ்வு

அம்பேத்கர் 1913 ஜூன்முதல் 1916 ஜூன்வரை எம். ஏ. மற்றும் பி. எச்டி பட்டப் படிப்புகளை கொலம்பியா பல்கலைக்கழகத்தில் பயின்றார். அதனைத் தொடர்ந்து லண்டன் ஸ்கூல் ஆஃப் காமர்ஸில் பதிந்து எம். எஸ்ஸி, மற்றும் டி.எஸ்ஸி பட்டப் படிப்பை முடித்தார். எனினும் கல்வி உதவித்தொகை தொடர்ந்து வழங்கப்படாததால் 1917 ஜூலை இந்தியா திரும்பினார்.

அம்பேத்கருடைய பொதுவாழ்வின் ஆரம்பம் என்பது 1918ல் மாண்டேகு செமிஸ்போர்டு கமிட்டியின் சீர்திருத்தங்களுக்காக சாட்சியம் வழங்குமாறு சவுத் பரோ குழு விடுத்த அழைப்பில் தொடங்குகிறது. அதில் பங்கேற்று சாட்சியமளித்த அம்பேத்கர், தாழ்த்தப்பட்ட மக்களுக்கு தனித் தொகுதி, தனி வாக்குரிமை வழங்கப்பட வேண்டும் என்றும், அவர்களின் மக்கள் தொகைக்கு ஏற்ப மக்கள் மன்றங்களில் இடங்கள் ஒதுக்கவேண்டும் என்றும் கேட்டுக்கொண்டார். அம்பேத்கரின் இந்தக் கருத்துகளை மக்களிடம் கொண்டு செல்லும் வகையில், அவர் ஒரு பத்திரிகை தொடங்குவதற்கு கோலாப்பூர் சத்ரபதி சாகு பண உதவி வழங்க முன்வந்தார். அதனைக் கொண்டு அம்பேத்கர் 'மூக்நாயக்' என்ற பெயரில் 1920ம் ஆண்டு மராத்தி வார இதழைத் தொடங்கினார். அதைத் தொடர்ந்து 1920 மார்ச் 21ம் தேதி மாங்கோனில் நடைபெற்ற தாழ்த்தப்பட்டோர் மாநாட்டிற்கு தலைமையேற்று உரையாற்றிய சாகு மஹராஜ், தலித்துகளின் எதிர்காலத் தலைவர் என்று அம்பேத்கரை அறிமுகப்படுத்தினார்.

அதைத் தொடர்ந்து மே மாதம் நாக்பூரில் நடந்த தலித் மாநாட்டில் பங்கேற்றுப் பேசிய அம்பேத்கர், அப்போதைய முன்னணி தலித் தலைவராக இருந்த வி.ஆர்.ஷிண்டே, சவுத்பரோ குழுவில் சாட்சியம் அளித்தபோது, தலித்துகளுக்கான பிரதிநிதிகளை சட்ட மேலவைதான் தேர்ந்தெடுக்க வேண்டுமென்றும், மாறாக, அரசோ, சாதிச் சங்கங்களோ முன்மொழியக் கூடாதென்று கருத்து தெரிவித்ததற்கு கடும் கண்டனம் தெரிவித்தார். இவ்வளவுக்கும் வி.ஆர். ஷிண்டே அப்போது விதர்பா பகுதி மக்களிடையே செல்வாக்கு மிக்க தலைவராக விளங்கினார். அவரை எதிர்த்து திறமையாகவும், ஏற்றுக் கொள்ளும்படியாகவும் பேசியதன் மூலம், அம்பேத்கர் அரசியலின் முன்வரிசைக்கு வந்தார்.

மாநாட்டில் அவர், 'தலித்துகளுக்காக பேசிட எந்த அமைப்புக்கோ, தனிநபர்களுக்கோ உரிமையில்லை. அந்த அமைப்பு தாழ்த்தப் பட்டோரால் நடத்தப்படுவதாக இருக்கவேண்டும்' என்றார். இவ்வாறாக அம்மாநாட்டில் அம்பேத்கர் விதைத்த கருத்துகளே, எதிர்கால அம்பேத்கர் இயக்கத்தின் தத்துவமாக உருவெடுத்தது. 'மூக்நாயக்' இதழின் மூலம் அனைத்துப் பிரிவு மக்களுக்கும் மத, சமூக, பொருளாதார, அரசியல் ரீதியிலான சமத்துவம் உறுதிசெய்யப்பட்டு, அவர்களின் சுதந்திரமான முன்னேற்றம் உறுதி செய்யப்படும்வரை, இந்தியா சுதந்திரமடைவது சாத்தியமில்லை என்று அம்பேத்கர் தேசிய இயக்கத்தை எச்சரித்தார்.

அதே ஆண்டு செப்டெம்பர் மாதம் டி. எஸ்ஸி மற்றும் பாரிஸ்டர் - இன் - லா படிப்புக்காக அம்பேத்கர் லண்டன் சென்றார். அந்தப் பட்டங்களோடு 1923 ஏப்ரல் 6ம் நாள் நாடு திரும்பினார். அந்த இரண்டரை ஆண்டு காலமும் நிறுத்தப்பட்டிருந்த மூக்நாயக் இதழை அம்பேத்கர் மீண்டும் தொடங்கினார். பல்வேறு கூட்டங்கள், கருத்தரங்குகளில் கலந்து கொண்டு பேசிய அம்பேத்கர், தலித்துகளுக்கென மையப்படுத்தப்பட்ட அமைப்பு ஒன்று வேண்டுமென வலியுறுத்தினர். அந்த நோக்கத்திற்கென 'பகிஷ்க்ருத் ஹித்கரினி சபா' (ஒதுக்கப்பட்ட மக்கள் நலக் குழு) என்ற பெயரில் 1924 ஜூலை 20ம் என்று அமைப்பு ஒன்றைத் தொடங்கினார். அதன் கொள்கை முழக்கம் தான் பின்னாளில் பிரபலமான 'கற்பி; ஒன்றுசேர்; புரட்சி செய்!' என்பது! இந்த அமைப்பில் பம்பாயின் முக்கியமான ஆளுமைகள் பலர் பங்கேற்றனர்.

## நேரடியாக போராட்டக் களத்தில் பங்கேற்பு

அம்பேத்கர் முதன்முதலாகத் தலைமையேற்ற போராட்டக் களம் கொங்கன் மாகாணத்தில் உள்ள மஹத்! பம்பாயிலிருந்து 170 கி.மீ தூரத்தில் உள்ள இந்த ஊரில் ஆர்.பி.மோரே என்னும் இளைஞரின் முயற்சியால் கொங்கன் இலாக்கா மகர் கருத்தரங்கு நடைபெற்றது. இக்கருத்தரங்கு நிறைவுற்ற பின் பிரதிநிதிகள் அனைவரும், அம்பேத்கர் தலைமையில், அங்குள்ள 'சௌதார்' பொதுக் கிணற்றில் நீர் அருந்த ஊர்வலமாகச் சென்றனர்.

மகர்கள் இங்கு நீர் அருந்த ஏற்கெனவே பம்பாய் சட்ட மேலவையும், மஹத் நகராட்சி மன்றமும் அனுமதித்திருந்த நிலையில் இந்துமத அடிப்படைவாதிகள் அம்பேத்கர் தலைமையிலான ஊர்வலத்தைத் தடுத்தனர். அவர்கள் நடத்திய வன்முறையில் நிறைய பேர் படுகாயம் அடைந்தனர்.

ஊர்வலத்தில் வந்த மகர்கள் நிறையப் பேர், முதல் உலகப் போரில் ஈடுபட்ட வீரர்கள். அவர்கள் எல்லாம், தாங்கள் திருப்பித்தாக்க

அனுமதிக்க வேண்டுமென அம்பேத்கரிடம் கேட்க, அவர் அமைதியாக இருக்குமாறு கேட்டுக் கொண்டார். அதன் பின் டிசம்பர் 25-27 தேதிகளில் சத்தியாகிரகப் போராட்டத்தை அறிவித்தார் அம்பேத்கர். சௌதார் கிணற்றை மீட்கும் போராட்டத்தில் மகர்கள் உள்ளிட்ட தலித்துகள் ஈடுபடுவர் என்று அம்பேத்கர் அறிவித்ததும், மராத்தி பேசும் பகுதிகளின் தலித்துகள் 10,000க்கும் மேற்பட்டோர் அங்கு திரண்டனர். ஆனால் அன்றும் மகர்கள் அந்தக் கிணற்றுத் தண்ணீரை அருந்த முடியாமல் போனது.

காரணம்? அந்தக் கிணறு பொதுக் கிணறு இல்லை;தனியாருக்குச் சொந்தமானது என்று உயர் சாதி இந்து மத அடிப்படைவாதிகள், ஆதாரம்காட்டி கோர்ட்டின் இடைக்கால உத்தரவைப் பெற்று விட்டனர். கோர்ட்டின் தடை உத்தரவை மீறுவதற்கும், சத்தியாகிரக நடவடிக்கையில் ஈடுபடுவதற்கும் மக்கள் முன்வந்தபோதும், அம்பேத்கர் அவர்களைத் தடுத்துவிட்டார். இந்துமத அடிப்படை வாதிகளின் வன்முறையை வன்முறையால் தடுப்பதில்லை; அரசோடு முரண்படுவதில்லை; சாதிப் பிரச்னையை எதிர்த்து சமூக கலாச்சார அடிப்படையில் போராடுவது என்னும் மூன்று வழிகளைக் கடை பிடிக்குமாறு அம்பேத்கர் வலியுறுத்தினார். எதிர்கால தலித் இயக்கங்களின் மூன்று அடிப்படைகளாக இம்மூன்று நெறிகளை மட்டுமே கடைப்பிடிப்பதென உறுதி ஏற்கப்பட்டது.

இந்த மாநாட்டில்தான் சாதிக்கு அடிப்படை வகுத்த மனுஸ்மிருதி தீயிட்டு கொளுத்தப்பட்டது. இந்து மதத்தின் நீதியற்ற சட்டதிட்டங்கள் அன்று எரிந்ததன் சாம்பலில்தான் அடுத்த 10 ஆண்டுகளுக்குப்பின் தலித்துகளின் உரிமை சட்டவடிவம் பெற்றது. மஹத் சம்பவத்திற்கு முன், தலித்துகளின் போராட்டங்கள் இந்து சமூகத்தில் உள்ள முற்போக்காளர்களிடையே விழிப்புணர்வு ஏற்படுத்தும் என்று அம்பேத்கர் நம்பினார். அந்த நம்பிக்கையை மஹத்தில் கிடைத்த கசப்பான அனுபவங்கள் முடிவுக்குக் கொண்டுவந்தன! எனவே அம்பேத்கர் அரசியலின் பக்கம் கவனத்தைத் திருப்பினார்! மகர்கள் இந்து மதத்தைப் புறக்கணித்து, இஸ்லாம் மதத்தில்கூடச் சேரலாம் என்று வலியுறுத்தினார். அதற்கு செவிமடுத்து அப்போதே 20 குடும்பங்கள் இஸ்லாத்துக்கு மாறின.

இந்த மதமாற்றம் சாதி இந்துக்களுக்கு ஓர் எச்சரிக்கையாக இருக்கும்; அதன் அடிப்படையில் உடனே செயல்படாமல் அது அரசியல் சிக்கலை உருவாக்கும் என்ற பயம், அவர்கள் மனதில் உருவாகும் என்று அம்பேத்கர் நினைத்தார். அது நடைபெறவில்லை. காரணம், சாதி இந்துக்களைப் பிரநிதித்துவப்படுத்தும் காங்கிரஸ் கட்சி

மின்டோ-மார்லி சீர்திருத்தப் பேச்சுக் காலத்தில் முஸ்லிம்களை தங்களின் பிடிக்குள் வைத்திருந்ததுபோல ஏற்கெனவே தலித்து களையும் தனது பிடிக்குள் வைத்துக் கொண்டிருந்தது. காந்தியின் நடைமுறைத் தந்திரம் இதில் பெரும்பங்கு வகித்தது. தலித்துகளின் தீண்டாமைப் பிரச்னையில் காங்கிரசுக்கு ஒவ்வாமை இருந்த போதும் அதைத் தன் கையில் எடுத்துக்கொண்டார் காந்தி!

தென் ஆப்ரிக்காவிலிருந்து காந்தி இந்தியா வந்ததும், தீண்டாமை ஒழிப்பு குறித்து 1916ம் ஆண்டு அகமதாபாத் கூட்டத்தில் உரை நிகழ்த்தினார். 1921ல் காங்கிரஸ் தலைவராகப் பொறுப்பேற்றுக் கொண்டதும், பர்தோலி திட்டம் ஒன்றை ஏற்படுத்தினர். அதன்படி காங்கிரஸ் கட்சி திரட்டிய 'திலகர் ஸ்வராஜ் நிதி'யிலிருந்து தலித் மக்களின் நலத்திட்டங்களுக்காக 5 லட்சம் ரூபாய் ஒதுக்கினார். 1932ம் ஆண்டு பிப்ரவரி 19ம் தேதி தலித் மக்களுக்கு செல்லமாக 'ஹரிஜன்' (சிவனின் பிள்ளைகள்) என்று பெயர் சூட்டியதோடு, தான் நடத்தி வந்த யங் இந்தியா பத்திரிகைக்கு 'ஹரிஜன்' என்றும் பெயர் மாற்றினார். தவிர ஹரிஜன் சேவா சங்கம் ஒன்றையும் நிறுவி தீண்டப்படாத மக்களின் சேவைக்கு அர்ப்பணித்தார்.

## அரசியலின் பக்கம் திரும்பும் அம்பேத்கர்

தலித்தியப் பிரச்னையில் இந்துக்களின் தரப்பிலிருந்து சீர்திருத்தம் ஏதும் நிகழும் என்ற நம்பிக்கை அற்றுப்போனதால் அம்பேத்கர் அரசியல் தீர்வுக்குத் தயாரானார். 1919ல் மாண்டேகு செம்ஸ்போர்டு சீர்திருத்தக் குழுவின் திட்டப்படி, அரசமைப்பு சட்டத் தீர்திருத்தம் மேற்கொள்ள 1928ம் ஆண்டு சைமன் கமிஷனை ஆங்கில அரசு இந்தியாவுக்கு அனுப்பியது.

அந்தக் கமிஷனில் அனைவரும் பிரிட்டிஷாராக இருந்ததால் காங்கிரஸ் கட்சி அக்குழுவைப் புறக்கணித்தது. அம்பேத்கர் அதனோடு ஒத்துழைப்பதாக அறிவித்து தமது பகிஷ்கிரிட் ஹிதாகரினி சபாவின் சார்பாக, தலித்துகளுக்கு தனி வாக்குரிமை என்பதைவிட, தனி இட ஒதுக்கீடு அவசியம் என வேண்டி சைமன் கமிஷனிடம் மனு ஒன்றினை அளித்தார். ஆனால் தலித்திய அமைப்பின், மிண்டோ மார்லி குழுவினால், தனி வாக்குரிமை பெற்ற இஸ்லாமியர்கள் அடைந்துள்ள பலன்களைச் சுட்டிக்காட்டி 18 உறுப்பினர்களில் 16 பேர் எதிரான நிலை எடுத்திருந்ததால் 'இந்த மனு ஏற்றுக்கொள்ளப் படாதபட்சத்தில் தனி வாக்குரிமை கோரப் போவதாக' அம்பேத்கர் அறிவித்தார்.

கிறிஸ்தோஃப் ஜாஃப்ரிலா குறிப்பிட்டுள்ளபடி, அம்பேத்கர் இன்னும் உயர்சாதியினர் பேரில் நம்பிக்கை வைத்திருந்ததோடு, நாட்டின்

மையமான சமூகப் பொருளாதார அமைப்புகளோடு உள்ள தொடர்புகளைத் துண்டித்துக்கொள்ள விரும்பவில்லை. இறுதியில் சைமன் கமிஷன், தாழ்த்தப்பட்ட மக்களுக்கு இட ஒதுக்கீடு வழங்கியது. ஆனாலும், தாழ்த்தப்பட்ட சாதி வேட்பாளர்கள் மாகாண கவர்னர்களிடமிருந்து தகுதிச்சான்றிதழ் வாங்க வேண்டுமென்று உத்தரவு பிறப்பித்திருந்தது. இது அம்பேத்கருக்கு எரிச்சலூட்டியது. அதிர்ஷ்டவசமாக, காங்கிரஸ் கட்சி அதை நிராகரித்ததால் அந்த உத்தரவு அர்த்தமற்றதானது!

இந்தத் தேக்க நிலையை முடிவுக்குக் கொண்டுவர விரும்பிய ஆங்கில அரசு 1930ல் வட்டமேஜை மாநாடு கூட்டப்போவதாக அறிவித்தது. லண்டனில் நடைபெற்ற இம்மாநாட்டில் தாழ்த்தப்பட்ட மக்களின் பிரதிநிதிகளாக அம்பேத்கரும் இரட்டைமலை சீனிவாசனும் பங்கேற்றனர். இந்த முதல் வட்டமேஜை மாநாட்டைப் புறக்கணித்த காங்கிரஸ் கட்சி, 1931ல் நடைபெற்ற இரண்டாவது வட்டமேஜை மாநாட்டில் பங்கேற்றது. இந்த மாநாட்டில் அம்பேத்கர், தீண்டப் படாதோருக்கான பிரதிநிதித்துவம் குறித்த விஷயத்தில் காந்தியோடு முரண்பட்டார். ஆயினும் வெற்றி பெற்றார்!

இது விஷயத்தில் ஆங்கில அரசு அம்பேத்கரின் கோரிக்கையை ஏற்றுக்கொண்டதோடு மட்டுமின்றி 1932 'கம்யூனல் அவார்டு' என்ற வகையில் பிரிட்டிஷ் பிரதம மந்திரி தலித்துகளுக்கு மக்கள் மன்றத்தில் தனி வாக்குரிமை அடிப்படையில் 71 இடங்கள் ஒதுக்கீடு செய்ததோடு, பொதுத் தொகுதிகளிலும் வாக்களிக்கும் உரிமை வழங்கி உத்தரவு பிறப்பித்தார். ஒத்துழையாமை இயக்கத்தின்போது கைது செய்யப் பட்டு, புனே எரவாடா சிறைச்சாலையில் இருந்த காந்தி இதனைக் கண்டித்து தனது பழம்பெருமை மிக்க உண்ணாவிரதத்தைத் தொடங்கினார்.

அதனையடுத்து காந்தியைச் சந்தித்து பேச்சு வார்த்தை நடத்தியபின் 'புனே ஒப்பந்தம்' மேற்கொண்ட அம்பேத்கர், தலித்துகளுக்கு 148 இடங்கள் ஒதுக்கீடு பெற்றார். எனினும் தனி வாக்குரிமையைக் கைவிடுமாறு நிர்பந்திக்கப்பட்டார். தலித்துகளுக்குக் கிடைத்த மற்றொரு வாக்குறுதி என்னவெனில் - போதுமான கல்வித் தகுதி இருக்கும் பட்சத்திலும், கல்விக்காக போதுமான நிதி ஒதுக்கீடு செய்ய இயலும் சூழ்நிலை உருவாகும் பட்சத்திலும், தலித்துகளுக்கு அரசுப் பணிகளில் நியாயமான இடஒதுக்கீடு செய்யப்படும் என்பதுதான் அது! இந்த ஒப்பந்தம் இந்திய அரசியல் சட்டம் 1935 உடன் இணைக்கப்பட்டது.

### அம்பேத்கரின் தீவிர நிலை

இந்து சமூகத்திற்குள்ளிருந்து சீர்திருத்தம் மேற்கொள்ளமுடியும் என்ற எண்ணத்தை இந்தப் 'புனே ஒப்பந்தம்' நீக்கிவிட்டதை அடுத்து, அம்பேத்கர் தீவிரவாத நிலை மேற்கொள்ளலானார். 1937ல் தேர்தலும் நடைபெற இருந்ததால், மகர்கள் என்பதைத் தாண்டியும், அதிகத் தொகுதிகளைக் கோரினார். தனக்கென, இங்கிலாந்தின் ஃபேபியன் கட்சியை அர்த்தப்படுத்தும் வகையில் 'சுதந்திர உழைப்பாளர் கட்சி' என்ற பெயரில் 1936ல் கட்சி தொடங்கிய அம்பேத்கர், அதனை உழைக்கும் மக்களின் கட்சி என்று அறிவித்தார்.

அதன் கொள்கை அறிக்கை தீவிரவாதக் கொள்கைகளைக் கொண்டதாக இருந்தது. சாதி குறித்துப் போகிற போக்கில் ஏதோ ஓர் இடத்தில் மட்டுமே அம்பேத்கர் குறிப்பிட்டிருந்தார். இந்த உபாயம் கைகொடுத்தது. 17 இடங்களில் போட்டியிட்ட அம்பேத்கரின் கட்சி 14 இடங்களைக் கைப்பற்றியது. போட்டியிட்ட தாழ்த்தப்பட்டோருக்கான 13 தொகுதிகளில் 11 தொகுதிகளையும், பொதுத் தொகுதிகள் 4ல் 3 தொகுதிகளையும் அக்கட்சி கைப்பற்றியது. பம்பாய் சட்ட மேலவையில் பெரிய எதிர்க்கட்சியாகவும் ஆனது.

தலித்துகளின் வர்க்கத்தன்மை கம்யூனிஸ்ட் தலைவர்கள் வரவேற்கத் தக்கதுதான் என்றாலும், உழைக்கும் வர்க்கத்தின் வாக்குகளைப் பிரிக்கும் என்ற எண்ணத்தால் அதை விரும்பவில்லை. சாதி அழிப்பு என்ற நூலில் அதுகுறித்து அம்பேத்கர், 'சாதி என்பது சமத்துவ மற்றதாக உள்ளதால், வேலைப் பிரிவினை மட்டுமல்ல, வேலை ஆட்களின் பிரிவினையுமாக உள்ளது' என்றார். கம்யூனிஸ்ட்டுகள் இதைப் பாராட்டவில்லை; மாறாக உழைக்கும் வர்க்கத்தின் ஒற்றுமை என்பதில்தான் குறியாக இருந்தார்கள்.

சட்டமேலவையில் அம்பேத்கர், கொங்கன் பகுதியிலுள்ள உயர் சாதியினரின் நிலப்பிரபுத்துவத்தனத்தை ஒழித்துக்கட்ட வேண்டும் என்று ஒரு மசோதா தாக்கல் செய்தார். அதேபோல முதன் முதலாக தலித் மற்றும் குணாபி சாதிகளின் குத்தகைதாரர்கள் அடிமைத் தனமாக நடத்தப்படும் போக்கை ஒழிக்கவும் மசோதா கொண்டுவந்தார். காங்கிரசில் உள்ள நில அடிமைத்தனத்தை ஆதரிக்கும் பிரிவினரும், இந்து மகா சபையினரும் மசோதா விவாதத்துக்கு வருவதையே தடுத்துவிட்டனர். அதனை எதிர்த்து அம்பேத்கர் சுமார் 25,000 குத்தகைதாரர்களைத் திரட்டி, 1938ம் ஆண்டு ஜனவரி 12ம் நாள் மிகப் பெரிய பேரணி நடத்தினார். செங்கொடி பிடித்து நில அடிமைத் தனத்திற்கு எதிராக கோஷம் எழுப்பிக்கொண்டு பேரணி சென்ற காட்சி

சுதந்திரத்திற்கு முந்தைய இந்தியாவின், விவசாயிகள் - தொழிலாளர்கள் பங்கேற்ற முதல் சாதி-வர்க்கப் போராட்டம்.

அப்போது காங்கிரஸ் சோஷலிஸ்ட் கட்சியிலிருந்த கம்யூனிஸ்ட்டுகள் இந்தப் பேரணியை ஆதரித்தனர். பேரணியில் பங்கேற்ற கம்யூனிஸ்ட் தலைவர்கள் இந்துலால் யாக்னிக் மற்றும் எஸ். ஏ. டாங்கே ஆகியோர் முன்னிலையிலேயே அம்பேத்கர், தாம் மார்க்சிஸத்துக்கு மிகவும் நெருக்கமானவன் என்றுபேசினார். அதே 1938ம் ஆண்டு நவம்பர் 6ம் நாள் கம்யூனிஸ்ட்டுகள் அறைகூவல் விடுத்த பம்பாய் பஞ்சாலைத் தொழிலாளர்களின் ஒரு நாள் வேலை நிறுத்தத்தை அம்பேத்கர் ஆதரித்தார். தொழிலாளர்களின் வேலைநிறுத்தத்தை ஒடுக்க வேண்டு மென்று கொண்டுவரப்பட்ட தீர்மானத்தை எதிர்த்தார்.

அம்பேத்கரின் சுதந்திர உழைப்பாளர் கட்சியின் செய்தித்தாளான ‘ஜனதா’வில் தினந்தோறும் கம்யூனிஸ்ட் போராட்டச் செய்திகளை வெளியிட்டும் வந்தார். முதலாளித்துவவாதிகள் மற்றும் நிலப்பிரபுத்துவ வாதிகளின் அடக்குமுறைக்கு எதிராகவும், தலித்துகள் மீதான ஒடுக்கு முறைக்கு எதிராகவும் அவர் எழுதி வந்தார். இந்தக் காலகட்டத்தில் அம்பேத்கர் நிலப்பிரபுத்துவ எதிர்ப்பு - முதலாளித்துவ எதிர்ப்பு மற்றும் காங்கிரஸ் எதிர்ப்பில் முழுவீச்சோடு செயல்பட்டார். கம்யூனிஸ்ட்டுகளுக்கு நேசக்கரம் நீட்டினார். ஆனால் கம்யூனிஸ்ட்டு களுக்கு அதில் ஆர்வமில்லை.

காரணம், கம்யூனிஸ்ட்டுகளின் சர்வதேச கோமிண்டாங் அமைப்பு காங்கிரஸை எதிரியாகப் பார்க்கவேண்டாமென்று இந்தியக் கம்யூனிஸ்ட்டுகளுக்கு வழிகாட்டியிருந்ததுதான்! இரண்டாவது கோமிண்டாங் மாநாட்டில் உரையாற்றிய லெனின், காலனி நாடுகளிலுள்ள கம்யூனிஸ்ட் கட்சிகள் பூர்ஷ்வா-ஜனநாயக விடுதலை போராட்டங்களை ஆதரிக்க வேண்டுமெனக் கூறியிருந்தார். அந்தவகையில் இந்திய கம்யூனிஸ்ட்டுகள் காங்கிரஸை தேசிய பூர்ஷ்வாக்களின் கட்சியாகப் பார்த்தது. கூடவே ஏகாதிபத்தியத்திற்கு எதிரான ஐக்கிய முன்னணியின் கூட்டணிக் கட்சியாகவும் பார்த்தது.

ஆனால் அம்பேத்கர் இந்தியாவில் விடுதலைப் போராட்டம் நடத்திய காங்கிரஸை இந்தியாவின் பிராமண பூர்ஷ்வாக்களின் பிரதிநிதி என்று வர்ணித்தார். அதனால் கம்யூனிஸ்ட்டுகள் அவரை ஆதரிக்காததோடு, ‘அடிக்கட்டுமானம் என்பது வர்க்கம்தான் என்றும், சாதி என்பது மேல்கட்டுமானம்தான், அடிக்கட்டுமானத்தை மாற்றும் சக்தி அதற்கில்லை’ என்றும் பேசினர். இந்த ‘அடிக்கட்டுமானம்-மேல்கட்டுமானம்’ எனும் உருவகம்தான் சாதி குறித்த இன்று வரையிலான கம்யூனிஸ்ட்டுகளின் பார்வையாக உள்ளது.

அம்பேத்கர் ஒரு மார்க்சிஸ்ட் இல்லை என்பதில் எந்தக் குழப்பமும் இல்லை. ஆனால் 1930 களிலேயே மார்க்சிஸத்தை ஆதரிப்பவராக அவர் இருந்தார். அதனைப் பலமுறை அவர் வெளிப்படுத்தியிருக் கிறார். பஞ்சாலைத் தொழிலாளர் போராட்டத்தின்போது கம்யூனிஸ்ட் தலைவர்கள் மத்தியில் பேசும்போதே...

> 'இங்கேயிருக்கும் கம்யூனிஸ்ட் தலைவர்களைவிட கம்யூனிசத் தத்துவம் குறித்த நூல்களை நான் அதிகம் படித்துள்ளேன். அந்தப் புத்தகங்களில் கூறப்பட்டுள்ள தத்துவங்கள் எவ்வளவு அழகாக இருந்தபோதிலும், அவற்றை நடைமுறையில் பார்க்க வேண்டும். அந்தக் கோணத்தில் பார்க்கும்போது ரஷ்யாவில் புரட்சி ஏற்படுத்துவதற்கு ஆன காலத்தையும் அதற்கான உழைப்பையும் இந்தியாவின் செலுத்தத் தேவையில்லை. உழைப்பாளர்களின் வர்க்கப் போராட்டத்தில் கம்யூனிஸத் தத்துவம் எங்களுக்கு நெருக்கமானதுதான்' என்று அறிவித்தார்.

உண்மையிலேயே நடைமுறைரீதியிலான பார்வை எனும் விஷயத்தில் கம்யூனிஸ்ட்டுகள் தவறு செய்தனர். அம்பேத்கரைப் பொறுத்தவரை, கம்யூனிஸ்ட்டுகளையும் பிராமணரல்லாத பிற தலைவர்களையும் ஒருங்கிணைத்து முதலாளித்துவத்திற்கு எதிராகவும், பிராமணியத்திற்கு எதிராகவும் போராட வேண்டும் என்ற கருத்தும் கொண்டிருந்தார். அதன் காரணமாக 1938ல் பெரியாரையும், பீகார் விவசாயிகள் கட்சித் தலைவர் சுவாமி சகஜானந்தாவையும் சந்தித்தார். மேலும் தம் மாநில பிராமணரல்லாத தமது இயக்கங்களை காங்கிரஸோடு இணைக்கும் முயற்சிகளுக்கு முட்டுக்கட்டை போட்டுவந்தார். இது பெரியளவுக்கு சாத்தியப்படவில்லை, எனினும் தமது முயற்சியின் ஒரு பகுதியாக பல விவசாயிகள், தொழிலாளர்களின் மாநாடுகளில் கலந்துகொண்டு உரையாற்றினார்.

## வர்க்கம் – சாதி தொடர்பான ஊசலாட்டம்

சாதி குறித்த அம்பேத்கரின் அணுகுமுறை அவரது உள்முரண் பாடுகளை ஏமாற்றுவதாக இருந்தது. சுதந்திர உழைப்பாளர் கட்சி தொடங்குவதற்கு ஓராண்டு முன்பே, நாசிக் மாவட்டம் யெவேலில் நடந்த பொதுக்கூட்டத்தில் பேசும்போது, 'நான் இந்துவாகப் பிறந்து விட்டேன். ஆனால் இந்துவாக சாக மாட்டேன்' எனக் குறிப்பிட்டார்.

இந்த வாசகம் தலித்துகள் மத்தியிலும் தலித் அல்லாதோர் மத்தியிலும் மனக்கிளர்ச்சியை ஏற்படுத்தியது. இது தொடர்பாக ஏற்பட்ட தவறான புரிதல்களை அகற்ற அம்பேத்கர் தலித்துகள் மாநாடு ஒன்றை பம்பாயில் கூட்டினார். இந்த மாநாட்டிற்கு 'ஹைதராபாதி

அம்பேத்கர்' என்று பெயர்பெற்ற பி. எஸ். வெங்கட்ராவ் தலைமை வகித்தார். இம்மாநாட்டில்தான் 'தீர்வுக்கு வழி ஏது?' எனும் சரித்திரப் பிரசித்தி பெற்ற தலைப்பில் அம்பேத்கர் உரை நிகழ்த்தினார். அந்த உரையில் இந்து மத தலித்துகளின் எண்ணிக்கை அளவிலான பொருளாதார மற்றும் மத ரீதியிலான பலவீனத்தை சுட்டிக்காட்டி, 'அதைத் தாண்டுவதற்கான ஒரே வழி, மத மாற்றம்தான்!' என்றார்.

அந்த வகையில் பார்த்தால், நடப்பில் இருக்கிற இஸ்லாமிய மதம்தான் இந்து மதத்திற்கு எதிரானது. எனவே அதன்மீது மதிப்புக் கொண்டிருந்த அவர், மதம் மாறத் தயாராக இருந்தார். இஸ்லாத்தை தவிர்த்துவிட்டுப் பார்த்தால் இந்தியாவின் வேறுமதங்கள் கிறிஸ்தவ மதமும் சீக்கிய மதமும்தான்! அவர் கிறிஸ்தவ மதத்தைத் தொட்டுப் பேசவில்லை. ஏனெனில் தலித் கிறிஸ்தவர்கள் படும் அவலங்களையும் அவர் பார்த்திருந்தார். ஆகவே மிஞ்சியிருக்கிற மதங்கள் இஸ்லாம் மதமும் சீக்கிய மதமுமாகத்தான் இருந்தன!

இதனிடையே லாகூரில் உள்ள ஜாட் பாட் தோடக் மண்டலில் உரையாற்றவிருந்த அம்பேத்கர் விழா அமைப்பாளர்கள் கேட்டுக் கொண்டபடி, சாதி ஒழிப்பு என்ற உரையின் பிரதியை அனுப்பினர். அதைப் படித்தவர்கள் இந்து மத புனித நூல்கள் குறித்து அதில் கடுமையாக விமர்சனம் செய்திருந்தபடியால் அவற்றை மாற்றிடச் சொல்லி வலியுறுத்தினர். அம்பேத்கர் அதை மறுத்துவிட, கூட்டம் ரத்து செய்யப்பட்டது. அவரது கருத்துப்படி இந்து மத தர்ம சாஸ்திரங்களில் தான் சாதி வேர்பிடித்து நிற்கிறது. அந்த சாஸ்திரங்களை அழிக்காமல், சாதியை அழிக்கமுடியாது.

கருத்து ரீதியிலான இந்த விஷயத்திற்கு அம்பேத்கர் கொடுத்த முக்கியத்துவமும், உழைப்பாளர் மற்றும் விவசாயிகள் மீதான சுரண்டலுக்கு எதிரான எதார்த்தமான போராட்டமும் ஒன்றுக்கொன்று முரணானவை. எனினும் முனிசிபல் காம்கார் யூனியன் எனும் தொழிற்சங்கம் ஒன்றைத் தொடங்கினார். மறுபக்கம் மகர் பஞ்சாயத்து என்னும் அமைப்பையும் தொடங்கினார். இந்தப் பத்தாண்டுகளில் இதுமாதிரியான முரண்பட்ட செயல்பாடுகள் பல!

உள்ளபடியே சாதி அழிப்பு நூலின்படி கம்யூனிஸ்ட்டுகளுடனான அவரது வாதம், 'சாதி என்பது மேல்கட்டுமானம்தான்!' மேலும் ஒரு விவாதத்தின்போது அம்பேத்கர் 'அரசியல் புரட்சிக்குமுன், சமூக, மற்றும் மதப் புரட்சிகள் நடத்தப்பட வேண்டும்' என்கிறார். எனில், சாதி என்பது வெறும் சமூக மற்றும் மதம் சார்ந்ததுதானா? பொருளாதாரம் மற்றும் அரசியல் சார்ந்தது இல்லையா? எப்படியோ! 1930களின் மத்தியில் எழுந்த அம்பேத்கரின் உழைக்கும் மக்களின் பரந்த

அரங்கம் என்பது குறியீடாக மட்டுமே நின்றுபோனது! வெறும் மகர் மக்களின் பரந்த அரங்கம் என்கிற அளவிலேயே நின்றுபோனது. சாதிகள் குறித்தான இந்த எதார்த்தம், இடதுசாரி அரசியலைக் கடைப்பிடிக்க விரும்பும் தலித் தலைவர்களை இப்போதும் மிரட்டிக்கொண்டுதான் இருக்கிறது.

1939ல் வெடித்த இரண்டாம் உலகப்போர், இந்திய அரசியலில் பெரும் மாற்றத்தைக் கொண்டுவந்தது. காங்கிரஸ் கட்சியைக் கலந்து கொள்ளாமல், இந்தியாவை இங்கிலாந்து போரில் ஈடுபடுத்தியதைக் கண்டித்து 8 மாகாணங்களில் ஆட்சி புரிந்து வந்த காங்கிரஸ் கட்சி அரசுகள் ராஜினாமா செய்தன. ஆனாலும் ஆங்கிலேய அரசு முஸ்லிம் லீக், இந்து மகாசபா, சுதந்திர உழைப்பாளர் கட்சிகளின் ஆதரவைப் பெற்றது.

இதனைத் தொடர்ந்து, இந்த நேரம் என்றில்லாமல் எந்த நேரமும் இந்தியாவுக்கு சுதந்திரம் கிடைக்கலாம் என்ற நிலை உதயமானது. இதனை அம்பேத்கர், தலித்துகளின் அரசியலுக்குப் பயன்படுத்திட உபாயம் மேற்கொண்டார். பிரிட்டிஷ் இந்திய ராணுவத்தில் பெருமளவு தலித்துகளை சேர்த்துக்கொள்ள வைத்தார். அவர்களுக் கென்று தனி படைப்பிரிவும் உருவாக்கச் செய்தார். இந்தியாவும் போரில் உள்ளது என்பதை உலகுக்கு நிரூபிப்பதற்காக 1941ல் உருவாக்கப்பட்ட பாதுகாப்பு ஆலோசனைக்குழு உறுப்பினர் பதவியையும் அம்பேத்கர் ஏற்றுக் கொண்டார்.

## சாதிகளின் பக்கம் திரும்புதல்

பிரிட்டிஷ் ஆட்சியின் போர் முயற்சிகளுக்கு ஆதரவளிக்கும் பல்வேறு சமூகத்தினர் பற்றித் தொகுத்திட அனுப்பப்பட்ட கிரிப்ஸ் தூதுக்குழு அம்பேத்கரின் தீவிர அரசியலின் கடைசி அத்தியாயத்தை எழுதுவதாக இருந்தது. அது பல சாதிகளுக்கும் சலுகைகள் வழங்கியது. ஆனால் தலித்துகளின் கோரிக்கைகள் ஏற்கப்படவில்லை. ஏனெனில் அது எந்த அமைப்பிலும் பிரதிநிதித்துவப்படவில்லை என்றனர். அம்பேத்கர், 'எனது சுதந்திர உழைப்பாளர் கட்சி, தலித்துகளைப் பிரதிநிதித்துவப் படுத்துவதுதானே?' என்றார். 'அது உழைப்பாளர் கட்சி, தலித் சாதி அமைப்பு இல்லையே!' என்ற எதிர்வினா எழுந்தபோது, அம்பேத்கர் சாதி அரசியலுக்குத் திரும்ப வேண்டியவரானார்.

கிரிப்ஸ் தூதுக்குழுவின் அறிக்கை வெளியானதும் உடனடியாக அவர் தனது சுதந்திர உழைப்பாளர் கட்சியைக் கலைத்தார். வெறும் மகாராஷ்டிரா தழுவியதாக கட்சி இருந்ததை உணர்ந்து, இந்திய அளவிலான ஷெட்யூல்டு சாதியினர் கூட்டமைப்பு என்ற அமைப்பை

1942 ஏப்ரலில் தொடங்கினார். 1942 ஜூலையில் நாக்பூரில் நடைபெற்ற தாழ்த்தப்பட்ட மக்களின் கருத்தரங்கு ஷெட்யூல்டு சாதியினர் கூட்டமைப்பின் திட்டம், செயல்பாடுகளை வரையறுத்தது.

அது, கிரிப்ஸ் தூதுக் குழுவின் முடிவுக்குக் கண்டனம் தெரிவித்ததோடு, தலித்துகளுக்கு தனி அங்கீகாரம் வழங்குமாறு வலியுறுத்தியது. மேலும், தலித்துகளின் உயர்கல்விக்கென பட்ஜெட்டில் சிறப்பு நிதி ஒதுக்கீடு செய்தல், மத்திய மாநில அரசுகளில் அமைச்சராக்குதல், தலித்துகளின் மக்கள் தொகைக்கேற்ப இடஒதுக்கீடு வழங்குதல், தனி வாக்குரிமை, தனி குடியிருப்பு வசதி, விளைச்சலுக்கு உட்படாத நிலங்களை தலித் களுக்கு வழங்குதல் போன்ற பல்வேறு கோரிக்கை களையும் வலியுறுத்தியது. அதனைத் தொடர்ந்து 1942 ஜூலை 20ம் நாள் அம்பேத்கர் வைஸ்ராயின் நிர்வாகக் கவுன்சிலில் உறுப்பினராக்கப்பட்டார்.

உழைப்பாளர் பிரிவுக்கான உறுப்பினராக ஆக்கப்பட்டதால், உழைக்கும் மக்களுக்காக பல முன்னோடித் திட்டங்களைச் செயல் படுத்தினர். பெண்கள் முன்னேற்றத்துக்கான திட்டங்கள் தீட்டிய அம்பேத்கர், ஒரு முற்போக்கான தலைவரென நிரூபித்தார். 1943ல் இடஒதுக்கீட்டுக் கொள்கை அறிவிக்கப்பட்டது. மக்கள் தொகையின் படி கல்வி நிறுவனங்கள், பொது நிறுவனங்களில் தலித்துகளுக்கு வேலைவாய்ப்பு எனும் கொள்கை அறிக்கை வெளியிடப்பட்டது. 1935லிருந்து இடஒதுக்கீட்டுக் கொள்கை சட்டத்தில் இருந்தாலும் அதுவரை நடைமுறையில் இல்லை என்பது குறிப்பிடத்தக்கது.

இரண்டாம் உலகப்போருக்குப்பிறகு, இந்தியாவிலிருந்து திரும்ப இங்கிலாந்து நடைமுறைரீதியாக முடிவெடுத்தது. அதற்கான பூர்வாங்க வேலைகளைப் பார்க்க, ஆறுபேர் கொண்ட அமைச்சரவைக் குழுவை அனுப்பி, ஆட்சி அதிகாரத்தை மாற்றுவது குறித்து இந்திய அரசியல்வாதிகளுடன் பேசவைத்தது.

அந்த அமைச்சரவைக் குழுவை, வைஸ்ராய் நிர்வாகக் குழு உறுப்பினர் என்ற வகையில் 1946 மார்ச் 26ம் தேதி ஒருமுறையும், ஷெட்யூல்ட் சாதியின் கூட்டமைப்பு பிரதிநிதியாக ஏப்ரல் 5ம் தேதி ஒருமுறையும் அம்பேத்கர் சந்தித்து பேச்சுவார்த்தை நடத்தினார். அப்போது புதிய அரசமைப்புச் சட்டத்தில் தலித்துகளின் அடிப்படை மனித உரிமைகளுக்கும் சுதந்திரத்திற்கும் தலித்துகளின் உத்திரவாதம் ஏற்படுத்த வேண்டும் என்று வலியுறுத்தினார். ஆனால் அமைச்சரவைக் குழு அம்பேத்கரை புறக்கணித்தது. மாறாக சம்பந்தமேயில்லாத ஜெகஜீவன்ராமிடம் ஆலோசனை கேட்டது.

எதிர்பார்த்தபடி, அமைச்சரவைக் குழு, இந்துக்கள், இஸ்லாமியர்கள், சீக்கியர்கள் ஆகிய மூன்று அமைப்பின் பிரதிநிதிகளை மட்டுமே 1946

மே 16ம் நாள் சந்தித்தது. தலித்துகளின் கோரிக்கைகளை கருத்தில் கொள்ளவில்லை. இதற்கு இங்கிலாந்து பிரதமர் அட்லி மற்றும் வைஸ்ராய் வேவல் ஆகியோரிடம் எதிர்ப்புத் தெரிவித்த அம்பேத்கர், இடைக்கால அரசங்கத்தில் குறைந்தபட்சம் 2 பதவிகளாவது வேண்டு மென்று வலியுறுத்தினார். தலித்துகளை 'சிறுபான்மையினர்' என அமைச்சரவைக் குழு அங்கீகரிக்காவிட்டால் நேரடி நடவடிக்கையில் ஈடுபடுவோமென ஷெட்யூல்டு சாதியின் கூட்டமைப்பு எச்சரித்தது.

சட்டமேலவைக் கூட்டம் நடைபெற்ற காலம் முழுவதும் புனேயில் தொடங்கியது நேரடி நடவடிக்கை. மொத்தம் 1,119 போராட்டக் காரர்கள் கைது செய்யப்பட்டு, தண்டிக்கப்பட்டார்கள். அதனால் நேரடி நடவடிக்கை பல மாகாணங்களிலும் தீயாய்ப் பற்றியது. உத்தரப் பிரதேச மாகாண சட்டமன்றக் கவுன்சில் முன்பு ஜூலை 16ல் கூடிய 250 போராட்டக்காரர்களைத் தடையை மீறியதாக குற்றம்சாட்டி அரசு கைது செய்தது. மத்திய மாகாணம் மற்றும் பெராரில் ஜூலை 18ல் கூடிய 10,000 மகர்கள் சட்டமன்ற மேலவைக் கூட்டம் நடைபெற்றுக் கொண்டிருந்தபோதே ஆர்ப்பாட்டத்தில் ஈடுபட்டனர்.

அதுகுறித்து அம்பேத்கர், சர்தார் பட்டேல் மற்றும் பம்பாய் முதலமைச்சர் எஸ்.கே. பட்டேல் ஆகியோருடன் பேச்சுவார்த்தை நடத்தினர். ஆனால், இந்துக்களிலிருந்து தலித்துகளைப் பிரித்து தனி அங்கீகாரம் வழங்கவேண்டாமென ஆங்கில அரசு கேட்டுக் கொண்டதையடுத்து அவர்களிடமிருந்து பலனளிக்கும் பதில் கிடைக்கவில்லை.

## அரசியல் நிர்ணய சபையில் அம்பேத்கர்

1946 மே மாதத்தில் வைஸ்ராயின் நிர்வாகம் கலைக்கப்பட்டது. ஜவாஹர்லால் நேரு தலைமையிலான இடைக்கால அரசாங்கமாக அது மாற்றப்பட்டது. அம்பேத்கருக்குப் பதிலாக ஜெகஜீவன்ராம் நியமிக்கப்பட்டார். அதனைத் தொடர்ந்து 1946, மார்ச்சில் நடை பெற்ற மாகாண கவுன்சில் தேர்தலை, அரசியல் நிர்ணயசபை உறுப்பினர்களாகத் தேர்ந்தெடுப்பதற்காகப் பயன்படுத்திக்கொள்ள அமைச்சரவைக் குழு முடிவெடுத்தது.

ஷெட்யூல்டு சாதியின் சம்மேளனம் சார்பாக வங்காளத்திலிருந்து ஜோகேந்திரநாத் மண்டல், மத்திய மாகாணத்திலிருந்து ஆர். பி. ஜாதவ் என இரண்டே இரண்டு இடங்கள் மட்டும் வென்றிருந்ததால் அம்பேத்கர் அரசியல் நிர்ணயசபையில் நுழைய முடியவில்லை. எனவே ஜோகேந்திரநாத் மண்டல் தனது தொகுதியிலிருந்து அம்பேத்கர் தேர்ந்தெடுக்கப்படச் செய்தார். அம்பேத்கர் 1946 ஆகஸ்ட்

12ம் நாள், பிரிட்டிஷ் பிரதமர் கிளமெண்ட் அட்லிக்கு எழுதிய கடிதத்திலும், அக்டோபர் மாதம் லண்டனுக்குச் சென்று நேரிலும் தலித்துகளுக்கு சிறுபான்மையினர் அந்தஸ்து வழங்குமாறு கோரிக்கை விடுத்தார். அம்முயற்சிகள் வெற்றி பெறவில்லை.

இந்நிலையில் காங்கிரஸ் கட்சி தமது கோட்டாவிலிருந்து, தேசியம் பேசிய இஸ்லாமியர் ஒருவரை இடக்கால அரசாங்கத்திற்கு அறிவித்ததால், ஜின்னா தங்கள் கோட்டாவிலிருந்து ஜோகேந்திர நாத் மண்டல் பெயரை அறிவித்தார். இதனை அம்பேத்கர் ரசிக்கவில்லை.

இப்போது லண்டனிலிருந்து திரும்பிய அம்பேத்கர் தலித்துகளுக்கு தனி வாக்குரிமை பிரச்னையை எழுப்பி, 1947 மார்ச் 25ல் சத்யாகிரகப் போராட்டத்தைத் தொடங்கினார். அதில் ஈடுபட்ட ஷெட்யூல்ட் சாதியின் கூட்டமைப்பைச் சேர்ந்த நூற்றுக்கணக்கானோரை அரசு கைது செய்தது. எனினும் இந்த சத்யாகிரகப் போராட்டம் எதிர்பார்த்த தாக்கத்தை ஏற்படுத்தவில்லை. மாறாக ஷெட்யூல்ட் சாதியின் ஒருங்கிணைப்புச் சங்கத்திற்கு எதிர்மறையான விளம்பரத்தையே ஏற்படுத்தியது. காங்கிரஸ் கட்சி ஜெகஜீவன்ராமை தலித் முகமாகக் காட்டியதைத் தொடர்ந்து அம்பேத்கர் கேட்டபடி சிறுபான்மை அந்தஸ்து தலித்துகளுக்கு கிடைக்கவில்லை.

இப்படி தமது முயற்சிகளெல்லாம் தோல்வியுற்றதைத் தொடர்ந்து அம்பேத்கர் காங்கிரஸ் மீதான தனது கடுமையான நிலையை தளர்த்திக்கொண்டார். அதன் காரணமாக, அரசியல் நிர்ணய சபையில் நேரு தாக்கல் செய்த 'வழிகாட்டு நெறிகள்' எனும் தீர்மானத்தின் மீது அம்பேத்கரை பேச வைத்தார். அன்று 1946 டிசம்பர் 17ம் நாள், அம்பேத்கர் ஆற்றிய வீரியமிக்க உரை ஒரு திருப்பு முனையாக அமைந்தது.

## அம்பேத்கர் எழுதிய அரசியல் சட்டம்

அரசியல் சட்டத்தில் தலித்துகள் தொடர்பாக, தான் வலியுறுத்தும் பாதுகாப்புரிமைகள் பற்றி அரசியல் நிர்ணய சபையில் அம்பேத்கர் ஒரு மனுதாக்கல் செய்தார். அது தலித்துகளுக்கான பாதுகாப்புரிமைகளை மட்டும் வரிசைப்படுத்தவில்லை, ஒட்டுமொத்த சுதந்திர இந்தியாவிற்கு அரசு 'சோஷலிஸம்' அமைப்பது எனும் நோக்கத்தைக் கொண்டதாக இருந்தது.

இழப்பீடு தந்து நிலங்களை தேசியமயமாக்குதல், அந்த நில உடைமையாளர்களை கிராமப்பகுதி கூட்டுறவுப் பண்ணைகளுக்கு அவர்கள் உற்பத்தி செய்யும் பொருட்களுக்கு அரசே நிதி, தொழில்நுட்ப உதவி வழங்குதல்; அடிப்படை முக்கியத்துவம்

வாய்ந்த தொழிற்சாலைகளைத் தேசியமயமாக்குதல்; அவற்றை அரசே நிர்வகித்தல், அனைத்து மக்களுக்கும் அரசே காப்பீடு எடுத்தல் என்ற பல அம்சங்களை உள்ளடக்கியதாக அது இருந்தது.

அம்பேத்கர் இவற்றை முன்மொழிந்து தமது சிறப்புமிகு டிசம்பர் 17ம் நாள் உரையில் பேசும்போது, 'இப்படியான ஒரு சோஷலிச பொருளாதாரம் இல்லாதபட்சத்தில், பின்னாளில் வரப்போகிற அரசாங்கம் சமூகரீதியில், பொருளாதார ரீதியில், அரசியல் ரீதியில் எப்படி மக்களுக்கு நீதி பரிபாலனம் செய்ய முடியும்?' என்று வினா தொடுத்தார். அதற்கு விடையாக உடனே அவர், 'இவற்றைச் சொல்வதில் எனக்கு மாற்றுக்கருத்து இல்லையென்றாலும், நடைமுறைப்படுத்தமுடியுமா என்றால் ஏமாற்றம்தான் பிறக்கிறது' என்று அதனை ஏற்றுக்கொள்ளும் தொனியில் பேசிய அம்பேத்கர், 'எனவே அந்தக் கருத்தை இத்தோடு விட்டுவிடுகிறேன்.' என்று சொல்லி பின்வாங்கினார்.

இதுகுறித்து அவரது வாழ்க்கை வரலாற்றாசிரியர் குறிப்பிடும்போது 'பேச்சாளர் பேசும் சில பேச்சுகள் இப்படித்தான், அவரது வாழ்க்கையில் திருப்புமுனையாக அமைந்துவிடுகின்றன' என்கிறார். தொடர்ந்து அம்பேத்கர், தலித்துகளுக்கும் சாதி இந்துக்களுக்கும் இடையே இணைப்பை ஏற்படுத்த முயற்சித்தார். இந்து மகாசபைத் தலைவர் எல். மி. போபட்கனைச் சந்தித்து கோரக்பூர் மாநாட்டில் விவாதிப்பதற்காக சில கருத்துகளை முன்வைத்தார். அது நடந்ததா அதன் பின்விளைவுகள் என்ன என்பதுபற்றி எதுவும் தகவல் இல்லையென்றாலும், தலித்துகளைத் தொடர்ந்து தனித்தே வைத்திருக்கவும், அரசியல் தளம் கிடைக்காதிருக்கவும் செய்யும் முயற்சிகளை முறியடிக்க காங்கிரஸ் கட்சி சில ராஜதந்திர நடவடிக்கைகளை மேற்கொண்டது.

அம்பேத்கரின் தொகுதி பிரிக்கப்பட்ட பாகிஸ்தான் வசமாகப் போனதால், அவரது இடமும் காலியானது. எனவே, டாக்டர் ஜெயகரின் பதவிக்காலம் முடிந்ததால் காலியான பம்பாய் தொகுதிக்கு காங்கிரஸ் கட்சி அம்பேத்கரின் பெயரை முன்மொழிந்து அவரை தேர்வு பெறச் செய்தது. பின்னர் அம்பேத்கரை அரசியல் சட்டவரைவுக் கமிட்டியின் பெருந்தலைவராகவும், நேருவின் முதல் அமைச்சரவை தொழிலாளர் நலத்துறை அமைச்சராகவும் ஆக்கியது.

யாருடைய முன்முயற்சியில் இவையெல்லாம் நடந்தது என்பதற்குப் போதிய ஆதாரங்கள் இல்லையென்றாலும், குறைந்தபட்சம் தலித்துகளை அமைதிப்படுத்தி வைப்பதற்கு என அதிகாரம் அம்பேத்கருக்கு அளிக்கப்பட்டது. இவற்றைச் செய்த அரசியல்

தந்திரம் காந்தியிடமிருந்துதான் வந்திருக்கவேண்டும் என்கின்றனர் அரசியல் ஆய்வாளர்கள். அம்பேத்கரின் வாழ்க்கை வரலாற்றாசிரியர், சர்தார் பட்டேல், எஸ்.கே.பட்டேல், ஆச்சாரிய தாண்டே, நேரு என பலரது பெயர்களைச் சொல்கிறார். இறுதியாக காந்தியின் ஒப்புதலுடன்தானே இது நடந்திருக்க முடியும்?

காந்திதான் அம்பேத்கரை மந்திரி சபைக்குள் நுழைக்க காரணமாக இருந்தார் என்கிறார் ஜாஃப்ரிலா. காந்தி பற்றிய ஆரம்பகால வரலாற்றாசிரியர் சி.பி. கைர்மோட் என்பவரின் கருத்தைப் பின்பற்றி, ராஜ்மோகன் காந்தியும் அப்படித்தான் சொல்கிறார். தாம் உருவாக்கிய அரசமைப்புச் சட்டத்தை அம்பேத்கரே 1953ம் ஆண்டு நிராகரித்து, அரசியல் ஜனநாயகம் அற்ற சமத்துவமின்மையால் பாதிக்கப்படும் மக்கள் இந்த அரசமைப்புச் சட்டத்தை உடைத்தெறியும் ஆபத்தை உள்ளடக்கியதாக இருக்கிறது என்கிறார். பெரும் உடல்நலக் குறைவால் பாதிக்கப்பட்டிருந்தபோதும் இந்த அரசியல் சட்டத்தை உருவாக்க அம்பேத்கர் கடுமையாக உழைத்தார். அதற்கு முக்கியக் காரணம் தலித்துகளுக்கான நலன்களைப் பெறுவதுதான்!

ஏற்கெனவே அவர் தமது கடும் முயற்சியால் காலனி ஆட்சியின்போது பெற்ற நலன்களுக்கு உத்தரவாதம் ஏற்படுத்துவதுதான் முதன்மையான அம்சமாக இருந்தது. தலித்துகள் அந்தப் பயன்களை நிராகரிப்ப தென்பது அரசியல் சிக்கலை ஏற்படுத்தக்கூடும் என்பதால் அவை நிராகரிக்கப் படவில்லை. முக்கியமாக காந்தி உள்ளிட்ட, அனைத்து உயர்சாதி சீர்திருத்தவாதிகளின் தீண்டாமை எதிர்ப்பு மற்றும் தலித்து களுக்கான இடஒதுக்கீடு ஆகியவற்றைத் தவிர, தலித் விடுதலைக்கான வேறு எந்த நடவடிக்கையும் அரசியல் சட்ட உருவாக்கத்தின்போது மேற்கொள்ளப்படவில்லை.

தீண்டாமையும் ஓர் அம்சமாக இருக்கக்கூடிய சாதியம் நிலைத்திருக்க வேண்டுமானால் சாதியை நிலைத்திருக்கச் செய்யவேண்டும். எனவே தலித்துகளுக்கென சில நடவடிக்கைகள் மேற்கொள்ளப்பட்டதோடு சாதியும் அரசியல் சட்டத்தில் இடம் பெற்றது. காலனி ஆட்சி, ஏற்கெனவே 'ஷெட்யூல்ட் சாதி' என்று நிர்வாக அரசியல் ரீதியில் தலித்துகளை வைத்திருந்தது. அதையே இடஒதுக்கீடும், பிரத்தியேக மான சாதி என்கிற வகையில் பிரத்தியேகமாக ஏற்பாடு செய்யப் பட்டிருந்தது. ஆனால் இந்தக் கருத்தை புதிதாக உருவாக்கப்பட்ட இந்த அரசியல் சட்டம் இப்படியும் இருக்கலாம் அப்படியும் இருக்கலாம் என மீறியது.

அந்த வகையில் 'ஷெட்யூல்டு' என்பதில் இருந்த அழுக்கு அகற்றப்பட்டு, ஆனால் அதே உள்ளடக்கத்துடன் கூடிய புதிய பிரிவு

உருவாக்கப்பட்டது. பிரிவு 340ன் படி சமூகரீதியிலும் கல்வியிலும் பின் தங்கியுள்ள பிரிவு என்று அடையாளப்படுத்தப்பட்டது. இது காலனி ஆட்சியாளர்கள் ஏற்படுத்தியிருந்த உண்மையான சமூகநீதியை ஆளும் வர்க்கத்தின் ஆயுதமாக மாற்றியமைத்தது. 'ஒரு பிற்பட்ட சமூகத்தின் தொடர் பிற்போக்குத்தனமான சூழலில் அவர்களுக்கான இட ஒதுக்கீட்டை, சமூகப் பொருளாதாரத்தோடு பொருத்துவது தவறானது; நடைமுறைக்கு ஒவ்வாதது' என்றார் அம்பேத்கர்.

முதலாவதாக அது காலனி ஆட்சியின் பிரத்தியேகமான ஒரு கொள்கை என்பதாக அதன் நோக்கத்தை மீறுகிறது. அதன்மூலம் உயர் சாதியினரின் உதவிக்கரத்தை எதிர்பார்க்கும் வேளையில் கருத்தியல் ரீதியாக தலித்துகளைப் பிற்பட்டவர்களாகவும் தாழ்த்தப்பட்டவர் களாகவும் கீழானவர்களாகவும் இயலாதவர்களாகவும் ஆக்குகிறது. இது சாதி அமைப்பின் அதே தன்மையைக் கொண்டதுதான். இந்த அமைப்பு தரும் பயன்களைப் பெற்றுக் கொள்பவர்களாகத்தான் தலித்துகளை அது பார்க்கிறது. உரிமை என்று எதையும் அவர்கள் கோரமுடியாத நிலையில் வைக்கிறது. சொல்லப் போனால், சக மனிதர்களைச் சமமாக நடத்த முடியாத ஒரு பிற்பட்ட சமூகமாகத்தான் இது இருக்கிறது. சக மனிதர்களுக்கு உரியதைத் தர இயலாத சமூகமாகத்தான் இது இருக்கிறது. ஒரு பொதுவான கொள்கை என்ற அளவில், இடஒதுக்கீட்டை இந்த விழிப்புணர்வோடுதான் பார்க்க வேண்டும். தமது மொத்த மக்கள் தொகைக்கு ஏற்ப, உரிய பங்கைத் தராதது இடஒதுக்கீடு என்பதை தலித்துகள் புரிந்துகொள்ள வேண்டியுள்ளது. அந்த வகையில், இடஒதுக்கீடு என்பது தம்மைத் தாமே அழித்துக் கொள்வதாக உள்ளது.

உண்மையில் இந்த இடஒதுக்கீடு என்பதே வரலாற்றுப் பிழையை அழிப்பதற்கான சாதி ஒழிப்பிற்கான ஒரு முன்முயற்சியாக உயர் சாதியினர் எடுத்துக்கொள்ள வேண்டும். ஆனால் நடப்பில் உள்ள வடிவம், மக்களைப் பிரிப்பதற்கான ஓர் ஆயுதமாக உள்ளது. செயல்பாட்டளவில் கோரும் அனைவரின் தேவையையும் பூர்த்தி செய்ய இயலாததாகவும் உள்ளது. அனைத்து சாதியினருக்கும், விகிதாச்சார அடிப்படையில் இடஒதுக்கீடு வழங்குவது அறிவுக்கு அப்பாற்பட்டதாகவும் உள்ளது. இப்படியான நடைமுறைப் பிழைகள் நிறைய.

உதாரணமாக, தனிப்பட்ட ஒருவருக்கோ அவர் குடும்பத்திற்கோ தரப்படும் இடஒதுக்கீட்டுச் சலுகை, அவர்களது சாதியின் பெயரால் வழங்கப்படுகிறது. ஆனால் அந்தச் சலுகை பெறாதவர்கள் சாதியின் சுமையைத் தாங்க வேண்டியுள்ளது. நீடித்து நிற்பதன் மூலம், அது சம்பந்தப்பட்ட சாதிக்குள்ளேயே உள் பிளவுகளை ஏற்படுத்தக் கூடியதாக உள்ளது.

## பொய்த்தோற்றம் புலப்படும் காலம்

தாம் வெற்றிகரமாக அரசியல் சட்டத்தை எழுதி முடித்ததாலும் அதற்கான பாராட்டு மழை பொழியும் புளகாங்கிதத்திலும் அம்பேத்கர், போராட்டப் பாதையைவிட்டு அரசியல் சட்டம் வகுத்துள்ள நெறி நின்று குறைகளைத் தீர்த்துக்கொள்ள வேண்டு மென்று தம் தொண்டர்களைக் கேட்டுக்கொண்டார்.

அதை மிகவும் குறைவான படித்த பிரிவினர் ஏற்றுக்கொண்டனர். பெரும்பாலான தலித் மக்கள் தங்கள் உணர்வுகளின் வழியில்தான் நின்றாக வேண்டிவந்தது. அந்தவகையில் தங்களது இயக்கம் தோன்றியபோது இல்லாத மய்ய நிலையாக மாறியது. இதன் விளைவை அம்பேத்கருக்குப் பிந்தைய தலித் இயக்கங்களில் பல அருவருப்பான நிகழ்வுகளில் காண முடிந்தது. கிளைவிட்டுப் பரவிய அத்தன்மை அம்பேத்கர் அரசியல் சட்டத்திற்கு அப்பாற்பட்டவராக மாறிய பின்னும் வெளிப்பட்டது.

அம்பேத்கரைப் பொறுத்தவரை அரசியல் சட்டத்தின் செயல்பாடுகள் அவருக்கு அவநம்பிக்கை ஏற்படுத்துவதற்கு அதிகநாள் எடுத்துக் கொள்ளவில்லை. அவரது கருத்துப்படி அரசு, அதன்படி நின்று மக்களுக்கு நல்லது செய்யும் விஷயத்தில் தோல்வியடைந்தது. ஏழைகளுக்கு உணவில்லை, உடையில்லை, வீடில்லை. தலித்துகளின் நிலைமை மேலும் மோசமடைந்தது.

1953ம் ஆண்டு மாநிலங்களவையில் உரையாற்றிய அம்பேத்கர், 'நீங்கள்தானே அரசியல் சட்டத்தை உருவாக்கினீர்கள் என்று மக்கள் கேட்கிறார்கள். ஆம், நான் ஒரு வாடகைக் குதிரையாக இருந்து விட்டேன். எனக்கு உடன்பாடு இல்லாத போதும்கூட என்ன செய்ய வேண்டுமென்று சொன்னார்களோ அதைச் செய்தேன். இப்பவும் சொல்கிறேன். இந்த அரசியல் சட்டம் எவருக்கும் பொருந்தாததாகப் போய்விட்டதால், நானே அதனை எரிக்கக்கூடிய முதல் ஆளாக இருப்பேன் என்று கூறினார். '

'அரசியல் சட்டத்தை எரிக்கப் போவதாகச் சொல்கிறீர்களே!' என்று பின்னர் வினவப்பட்டபோது, 'கடவுள் வந்து குடியிருப்பதற்காக கோயில் கட்டினோம். அதற்கு முன்னதாக ஒரு பிசாசு வந்து குடியேறிவிட்டால் என்ன செய்வோம்? அசுரர்கள் குடியேறுவர் என்று எண்ணவில்லை. தேவர்கள் வந்து குடியிருக்க வேண்டுமென்று தான் விரும்பினோம்.' இவற்றைக் கொண்டு பார்த்தால், அரசியல் சட்ட அடிப்படையிலான அரசாட்சியில், அம்பேத்கருக்கு அவநம்பிக்கை ஏற்பட்டதென்பதை மறுக்கமுடியாது.

அதன்பின், காங்கிரஸ் கட்சியுடனான அவருடைய தேனிலவு நீண்டநாள் நீடிக்கவில்லை. நேரு அமைச்சரவையில் நீடிப்பது அவருக்குப் பிடித்தம் இல்லாமற்போனது. குறிப்பாக, அம்பேத்கரின் இந்து மசோதாவுக்கு நேரு ஆதரவளிக்காததால் பிரச்னையும் ஆரம்பித்தது. 'இந்து மசோதாவுக்காக நிற்போம்; வீழ்வதாயிருந்தாலும் வீழ்வோம்' என்று நாடாளுமன்றத்தில் பிரகடனம் செய்த நேரு, வெளியில் பழைமைவாத சக்திகளுக்கு அடிபணிந்து போனதில் அம்பேத்கருக்கு எரிச்சல். அதன் காரணமாக 1951 அக்டோபர் 11ம் நாள் அம்பேத்கர், நேருவின் அரசு சமுதாயச் சீர்திருத்தத்தைக் கண்டுகொள்ளாமல், பொருளாதார மேம்பாட்டிலேயே கவனமாக இருப்பதாகக் குற்றம் சாட்டி பதவிவிலகினார். அந்தச் செயலை, குப்பை மேட்டின்மேல் அரண்மனை நிர்மாணிப்பதெனவும் அம்பேத்கர் வர்ணித்தார்.

'வகுப்புகளுக்கு இடையே - பாலினங்களுக்கு இடையே சமத்துவ மின்மை நிலவுகிறது. இந்து சமுதாயத்தின் ஆன்மாவாக விளங்கும் இந்தப் பிரச்னையைத் தொடாமல், பொருளாதாரப் பிரச்னை தொடர்பான மசோதாக்கள் தாக்கல் செய்வதென்பது நமது அரசியல் சட்டத்தை கேலிக்கூத்தாக்குவதாகும். குப்பைமேட்டின் மேல் அரண்மனை நிர்மாணிப்பது போலாகும்' என்று குறிப்பிடுகிறார் அம்பேத்கர்.

தவிரவும் அம்பேத்கருக்குப் பிடிக்காத பல அரசியல் நடவடிக்கைகள் நாட்டில் நடந்தேறின. தலித்துகளின் மேம்பாடு எனும் விஷயத்தில் மெதுவாக நடைபோடும் போக்கு அவருக்குத் திருப்திகரமாக இல்லை. தீண்டாமைக் குற்றச்சட்டம் நிறைவேற்றப்படவில்லை. கல்வி மற்றும் வேலைவாய்ப்பில் இடஒதுக்கீடு என்பது ஒரு முயற்சியுமில்லாமல் அப்படியே கிடக்கிறது. இப்படியான சூழலில் நேரு அமைச்சரவையிலிருந்து 1948லிருந்தே பதவி விலகிவிட வேண்டுமென்ற உந்துதல் அம்பேத்கருக்கு இருந்தது. அந்த மன உளைச்சல்களுக்கெல்லாம் கொதிநிலையாக இந்து மசோதா அமைந்தது.

## விரக்தி மேல் விரக்தி

காலனி ஆட்சியிலிருந்து விடுதலை பெற்றதன் பின், முதல் பொதுத் தேர்தல் வந்தபோது நேரு அமைச்சரவையிலிருந்து அம்பேத்கர் விலகினார். நாட்டுக்கு சுதந்திரம் பெற்றுத் தந்த கட்சி என்ற பெருமிதத்தோடு எதிர்பார்த்ததுபோலவே காங்கிரஸ் கட்சி மக்களவையின் 489 இடங்களில் 364 இடங்களைக் கைப்பற்றியது. 34 இடங்களில் போட்டியிட்ட அம்பேத்கர் கட்சிக்கு வெறும் 2 இடங்களே

கிடைத்தன. சோலாப்பூரிலிருந்து பி. என். ராஜ்போஜ், கரீம் நகரிலிருந்து எம். ஆர். கிருஷ்ணா ஆகியோரே அந்த வெற்றி வேட்பாளர்கள். சட்டமன்ற தேர்தல்களிலும் இதே மாதிரியான முடிவுகளே கிடைத்தன. 215 இடங்களில் போட்டியிட்ட அம்பேத்கரின் ஷெட்யூல்ட் சாதி கூட்டமைப்பு வெறும் 12 இடங்களில் மட்டுமே வெற்றி பெற்றது.

அம்பேத்கரே பம்பாய் சட்டமன்றத் தொகுதியில் புதிதாக அரசியலில் நுழைந்த என். எஸ். கஜ்ரோல்கர் என்னும் காங்கிரஸ் வேட்பாளரிடம் தோல்வியைத் தழுவினார். இதனால் மனமுடைந்துபோன அம்பேத்கர், டாஸ்கேயும் சாவர்க்கரும் கூட்டுச் சதி செய்து காஷ்மீர் பிரிவினைக்கு தாம் ஆதரவளித்ததால் தம்மைத் தோற்கடித்து விட்டதாக குற்றம் சாட்டினார். ஆனால் உண்மையிலேயே அவரது தோல்விக்கு அவரது கட்சியின் ஸ்தான பலமின்மையும், திட்டமிட்ட நடைமுறை இன்மையுமே காரணம்.

அம்பேத்கரின் தேர்தல் பணிப் பொறுப்பாளராகச் செயல்பட்ட கமலகாந்த் சித்ரா அப்படித்தான் தெரிவித்திருக்கிறார். கட்சியின் கௌரவத்தைக் காக்கும் வகையில் 1952ல் அம்பேத்கரும், ஜெ. எச். சுப்பையா என்பவரும் முறையே பம்பாய், ஹைதராபாத் சட்டமன்றத் தொகுதியிலிருந்து மாநிலங்களவைக்குத் தேர்வு பெற்றனர். ஆயினும் 1954 ஏப்ரலில் காலியான பந்த்ரா மக்களவைத் தொகுதியில் அம்பேத்கர் போட்டியிட்டார். 1952 போலவே அடையாளமே தெரியாத பாவுராவ் பார்க்கர் எனும் காங்கிரஸ் வேட்பாளரிடம் இப்போதும் தோல்வியடைந்தார்.

பணம் ஒரு முக்கியப் பங்கு வகித்தது என்பதை இந்தத் தேர்தல் முடிவுகள் தெரியப்படுத்தின. அந்தவகையில் பணக்கார வர்க்கத் தினரோடு, தலித்துகள் போட்டியிட முடியவில்லை. 'ஷெட்யூல்டு சாதிகள் சம்மேளனம்' கொள்கை அறிக்கையை வெளியிட்டது. தங்களது சாதி அமைப்பில் ஏழை அடித்தட்டு மக்களை ஈர்ப்பதில் வெற்றிபெற முடியவில்லை என்று இந்தக் கொள்கை அறிக்கை தெளிவாகவே குறிப்பிட்டது. அனைத்து ஏழை எளிய மக்களின் மேம்பாட்டுக்கானது என்றும் தெரிவித்தது. பிரதானமாக கல்வி பற்றிக் குறிப்பிட்டது. அதுவும் அடிப்படைக் கல்வியோ, மேல்நிலைக் கல்வியோ அல்ல, உயர்நிலைக் கல்வி! உள்நாட்டின் மற்றும் வெளிநாட்டின் உயர்கல்வி கற்பதால் மட்டுமே, நாட்டின் நிர்வாகத்தைக் கையிலெடுக்கமுடியும் என்று வழிகாட்டுவதாக இருந்தது. இதற்கு உதவக்கூடியவகையில் தலித்துகள் ஆரம்பக்கல்வி மட்டுமே கற்றிருந்தாலும்கூட, சிவில் மற்றும் ராணுவப் பணிகளில் இடஒதுக்கீடு வழங்கவேண்டுமென வற்புறுத்தியது - இது தலித்

மக்களிடையே கல்வி கற்க வேண்டுமென்ற ஆர்வம் கொண்ட நகர்ப்புறத்தாருக்கு.

வறுமையைப் பொறுத்தவரை இருபுறமும் கூரான கத்தி என அந்தக் கொள்கை அறிக்கை அறிவித்தது. வறுமை, ஒருபுறம் நிலம் மற்றும் தொழிற்சாலைகளின் உற்பத்தியைப் பாதிக்கிறது. மறுபுறம் மக்கள் தொகையின் பெருக்கத்தின் காரணமாக உருவாகிறது. ஆளும் வர்க்கங்கள் அப்படித்தானே கூறுகின்றன? சொல்லப்போனால் வறுமை என்பது பரிவர்த்தனை மூலம் தீர்க்கக்கூடிய பிரச்னைதான் என்று அவர்கள் கருதவில்லை. அப்படி அவர்கள் கருதியிருந்தால் போராடித்தான் அதைச் சரிசெய்யமுடியும் என்று வெகுஜனங்கள் நினைத்திருக்க மாட்டார்கள்.

சிறுசிறு நிலங்களைப் பலப்படுத்தி பெரிய பண்ணைகளாக ஆக்குதல் என்னும் திட்டத்தினை முன்வைத்தார்கள். அதன்படி, குறைவான உற்பத்திக்கு குறைவான நிலங்கள் வைத்திருப்பது காரணமல்ல. இருக்கிற நில ஆதாரங்களை குறைவாகப் பயன்படுத்துவதே காரணம் என்று விளக்கப்பட்டது. அம்பேத்கர் 1918ம் ஆண்டு எழுதிய ஒரு கட்டுரையில்கூட இதையே எழுதியிருக்கிறார்.

மத்திய அரசும் பசுமைப் புரட்சி என்ற பெயரில் அதிக விளைச்சல் தரும் விதைகள் மற்றும் கருவிமயமாக்கலைத் தொடங்கியது. ஆனால் இந்த அணுகுமுறை, நிலமற்ற உழைப்பாளர்களுக்கும், சிறு விவசாயிகளுக்கும் பொருந்தாததாக இருந்தது; அல்லது கவைக்குதவாததாக இருந்தது. குறிப்பாக நிலமற்ற ஏழைகளைப் பொறுத்தவரை வீணாகக் கிடக்கும் நிலங்களைப் பயன்பாட்டுக் கொண்டு வருவதன்மூலம் அவர்களின் பிரச்னையைத் தீர்க்கமுடியும் என்று கொள்கை அறிக்கையில் கூறப்பட்டது. ஆனால் நிலச்சீர்திருத்தம்தான் சரியான தீர்வாக இருக்கமுடியுமென்று கருதவில்லை. ஆனால் குறைந்த அளவில்கூட இந்த நிலச்சீர்திருத்தத்தை அரசு கைக்கொள்ளவில்லை. மாறாக நிலவுடைமையாளர்க்கு, இழப்பீடாக குறிப்பிட்ட ஒரு தொகை தந்து தேசவுடைமையாக்கும் திட்டத்தை முன்மொழிந்தது.

இது மாதிரியான திட்டம், வளர்ந்து வரும் சற்று வசதியான நடுத்தர தலித்துகளுக்கு ஒரு விருப்பத்தை ஏற்படுத்தலாம். ஆனால், வயதுக்கு வந்ததை வாக்களிக்க மட்டுமே பயன்படுத்தும் தேர்தல் காலத்தில் வாழும், ஏழை தலித்துகளுக்கு விருப்பத்தை ஏற்படுத்துமா என்ன? அதனால் அடித்தட்டு தலித்துகளை அந்தக் கொள்கை அறிக்கை ஈர்க்கவில்லை. இப்படியான நிலைமைகள் அம்பேத்கருக்கு விரக்தி மேல் விரக்தியை ஏற்படுத்தின. தமது பணி நகர்ப்புற மேல்தட்டு

தலித்துகளுக்கே பயன்படுகிறது, கிராமப்புற தலித்துகளுக்கு ஏதும் செய்யமுடியவில்லையே என்ற துக்கம் வேறு அவரை வாட்டியது!

தலித்துகளுக்கு உரிய பிரதிநிதித்துவம் என்பதை வலியுறுத்தி தாம் நடத்திய போராட்டங்கள் பயன்படவில்லை என்றுணர்ந்தார். அரசியல் ரீதியில் தாம் வலியுறுத்திய இட ஒதுக்கீட்டுக் கொள்கைகூட எவ்விதமான தலித்துகளுக்குப் பயன்பட வேண்டுமோ, அவர்களுக்கு இன்றி எதிர்நிலையில் இருப்போர்களுக்கே பயன்படுகிறது. கல்வி கற்ற தலித் மக்கள், தம்மைச் சுற்றியே சிந்திக்கும் மனிதர்களாகி விட்டதால், 'அவர்கள் என்னை ஏமாற்றிவிட்டார்கள்' என்று வெளிப்படையாகவே சொல்லி அம்பேத்கர் கொந்தளித்தார்.

தமது மகாராஷ்டிர மாநிலத்திலாவது, காங்கிரஸ் அல்லாத - கம்யூனிஸ்ட் அல்லாத எதிர்க்கட்சிகளின் கூட்டணி ஏற்படுத்த முடியும் என்ற நம்பிக்கை குலைந்தது. ஆனாலும், தாம் ஓர் இந்துவாக சாகக் கூடாது என சுமார் 20 ஆண்டுகளுக்கு முன் அவர் எடுத்த சபதத்தை நிறைவேற்றுவதில் கவனத்தைத் திருப்பினார்.

1956ம் ஆண்டு அக்டோபர் 14ம் நாள் அது கைகூடியது. தம்மை பின்பற்றும் சுமார் 5 லட்சத்திற்கும் மேற்பட்ட தலித் மக்களோடு தாமும் பௌத்தராக மாறி அவர்களையும் பௌத்த மதத்துக்கு மாற்றினார் அம்பேத்கர். அடுத்து இரண்டு மாதங்கள்தான். டிசம்பர் 6ம் நாள், தலித் இயக்கத்தில் ஒரு பெரும் வெற்றிடத்தையும் தம்மைப் பின்தொடரும் ஒரு பாரம்பரியத்தையும் ஏற்படுத்திவிட்டு அம்பேத்கர் மறைந்தார்.

ஐந்து

# அம்பேத்கருக்குப் பிந்தைய தலித் இயக்கங்கள்

இந்தியாவின் பல பகுதிகளில் தலித் இயக்கங்கள் துளிர்விட்டிருந்தாலும் அவற்றில் தொடுவானைத் தாண்டி நிற்பவை அம்பேத்கரின் இயக்கங்ஞ்களே. காரணம், தியாகமும் கம்பீரமும் மிக்க அவரது ஆளுமை தலித் மக்களின் உணர்வுகளை ஸ்வரம் பிடித்தாற் போலிருந்ததுதான். தலித் மக்கள் அவரை ஒரு பிரபுவாக, ஒரு ராஜாவாகப் பார்த்தார்கள். அதனால்தான் அம்பேத்கர் புத்தமதத்திற்கு மாறியபோது, தாங்கள் கும்பிட்ட கடவுள்களைத் தூக்கியெறிந்து விட்டு அந்த இடத்தில் அவரை வைத்தார்கள்.

அம்பேத்கருக்கு முன்பிருந்தவர்களோ, பின்வந்தவர்களோ அவரது இடத்தைப் பிடிக்கமுடியவில்லை. அதனால்தான் அவரது மறைவுக்குப் பின், தலைவர்கள் தமக்குள் ஓர் தலைமை அமைப்பை உருவாக்கினார்கள். காரணம் எந்த ஒரு தலைவராலும் அனைவரையும் அரவணைத்துச் செல்லவோ, மக்களுக்கு ஏற்றவராகவோ இருக்க முடியாது என்பதால்தான்! அம்பேத்கர் உருவாக்கிய நிறுவனங்களுள் கூட்டுத் தலைமை மூலமாகவே நிர்வகிக்கப்பட்ட அப்படியான தலைவர்களும்கூட அம்பேத்கரின் பொம்மையாகத்தான் பார்க்கப் பட்டனர். அவர்களின் செயல்பாடு, அம்பேத்கரின் சிந்தனை வழியிலானதுதானா என்று நடைமுறையில் நிரூபிக்க வேண்டியவர் களாகவும் இருந்தார்கள்.

அந்தத் தலைவர்களும் தாம்தான் அம்பேத்கரை உண்மையாகப் பின்பற்றியவர் என்று பேசி, ஒருவருக்கொருவர் எதிராக நின்றனர். இது தலித் இயக்கங்களின் பிரிவினைக்கு மட்டுமல்ல, பல இயக்கங்கள் துருப்பிடிக்கவும் இட்டுச் சென்றது.

## இந்தியக் குடியரசுக் கட்சியின் அடித்தளம்

1952 மற்றும் 1954 தேர்தல்களில் தனிப்பட்ட முறையில் தனக்கு ஏற்பட்ட தோல்விகளைத் தொடர்ந்து அம்பேத்கர் கம்யூனிஸ்ட் அல்லாத காங்கிரஸ் எதிர்ப்பு அணியை உருவாக்கலாமென்ற யோசனையை முக்கியமான சோஷலிஸ்ட் தலைவர்களான ராம் மனோகர் லோகியா, பி.கே. ஆத்ரே, எஸ்.எம். ஜோஷி ஆகியோரின் முன் வைத்தார். அது பற்றி விவாதிப்பதற்காக செயற்குழு கூட்டம் ஒன்று கூட்டப்பட்டது.

1956 செப்டெம்பர் மாதம் 30ம் தேதி அம்பேத்கர் தலைமையில் கூடிய இக்குழு ஷெட்யூல்ட் சாதியின் கூட்டமைப்பைக் கலைத்துவிட்டு, 'இந்திய குடியரசுக் கட்சி' என்ற கட்சியைத் துவக்க முடிவெடுத்தது. 1956 அக்டோபர் மாதம் நாக்பூரில் கூடிய மாநாட்டில் அம்பேத்கரே அதை அறிவித்தார். ஷெட்யூல்ட் சாதிகளின் கூட்டமைப்பைக் கலைத்துவிட்டு இந்திய குடியரசுக் கட்சி ஆரம்பிப்பதற்கு பல காரணங்கள் இருந்தன.

1. தாங்கள் புத்த மதத்திற்கு மாறிய பின் ஷெட்யூல்ட் என்ற சாதியே இருக்காது.
2. குடியரசுக் கட்சி என்பது அமெரிக்காவில் ஆபிரஹாம் லிங்கனின் கட்சி.
3. குடியரசு என்ற சொல்லின் மேல் புத்தருக்கு இருந்த ஈடுபாடு.

எனினும் அடுத்த 2 மாதத்தில் அம்பேத்கர் இறந்துவிட நேர்ந்ததாலும், 1957 பொதுத் தேர்தல் நெருங்கியதாலும் செயல்திட்டங்களைத் தள்ளிப்போட வேண்டியதாயிற்று. 1957 பொதுத் தேர்தலுக்கென கட்சிக்கு ஒரு தாற்காலிகப் பெயர் சூட்டி, தேர்தல் அறிக்கை வெளியிட்டார்கள். கட்சியின் பெயரைப் பொறுத்தவரை ஒருமித்த கருத்து ஏற்படாததால், பிற்பட்ட சாதியினரின் கூட்டமைப்பு என வைத்தார்கள்.

என்னும் 1957 பொதுத்தேர்தலை ஷெட்யூல்ட் சாதியின் கூட்டமைப்பு என்ற பெயரின் கீழ்தான் சந்தித்தார்கள். இதில் 8 பேர் மக்களவைக்குத் தேர்ந்தெடுக்கப்பட்டார்கள். இவற்றில் 6 இடங்கள் பம்பாயிலேயே கிடைத்தன. இதற்கு முக்கிய காரணம் தனி மகாராஷ்டிரா

கோரிக்கையை முன்வைத்து இந்திய கம்யூனிஸ்ட் கட்சி, பிரஜா சோஷலிஸ்ட் கட்சி, உழவர் உழைப்பாளர் கட்சி ஆகிய கட்சிகளுடன் இணைந்து சம்யுக்த மகாராஷ்டிர சமிதி என்ற பெயரில் கூட்டணி அமைத்துப் போட்டியிட்டதுதான்!

அம்பேத்கருக்கு மொழிவாரியான மாநில உருவாக்கத்தில் நம்பிக்கை இல்லை. இதனைத் தாம் எழுதிய 'மொழிவாரி மாநிலங்களின்மீதான சிந்தனைகள்' எனும் நூலிலேயே வெளிப்படுத்தியிருக்கிறார். எனினும் தமக்கு உள்ளேயுள்ள இந்திய குடியரசுக் கட்சி எனும் கருத்துத் தளத்தை விரிவுபடுத்துவதற்கு அது ஒரு வாய்ப்பாக இருக்கும் என்பதால் சம்யுக்த மகாராஷ்டிர சமிதியுடன் கூட்டணிக்கு ஒத்துக்கொண்டார். ஆயினும் :

1. தனித்தொகுதிகள் அனைத்தையும் தமது ஷெட்யூல்ட் சாதிகளின் கூட்டமைப்பைச் சேர்ந்த வேட்பாளர்களுக்கே ஒதுக்கவேண்டும்.
2. பொதுத் தொகுதிகளுக்கும் ஷெட்யூல்ட் இன வேட்பாளர்களைக் கணக்கில் எடுத்துக்கொள்ள வேண்டும்.
3. கிராமப்புறங்களில் ஷெட்யூல்ட் இன மக்கள்மீது நடத்திய தாக்குதல்களுக்குத் தீர்வு போன்ற சில நிபந்தனைகளை விதித்தார்.

இது நல்ல பலன்களை அளித்தது. தனித்தொகுதிகளில் 3, பொதுத் தொகுதிகளில் 2 என மொத்த 5 மக்களவைத் தொகுதிகளைக் கைப்பற்றியதோடு பம்பாய் சட்ட மன்றத் தொகுதிகளில் பதினைந்தையும் வென்றார்கள். பம்பாய் மாநகராட்சிக்கான 12 உறுப்பினர்களைப் பெற்றதோடு பி.டி.போரேல் எனும் தலித் மேயர் ஆனார்.

1957 ஏப்ரலில் கூடிய ஷெட்யூல்ட் சாதிகள் கூட்டத்தின் செயற்குழு 1957 அக்டோபரில் பொதுக்குழுக் கூட்டத் திட்டமிட்டது. அம்பேத்கரின் லட்சியங்களை முழுமைப்படுத்தும்வகையில், புதுக்கட்சி ஆரம்பிப்பது அதன் நோக்கம். திட்டமிட்டபடி நாக்பூரில் அக்டோபர் 3ல் அகில இந்திய பௌத்த மகாசபைக் கூட்டம் கூடியது. மகாராஷ்டிரா முழுவதிலிருந்தும் பல நூறாயிரம் பேர் பங்கேற்றிருந்தனர். அதில் இந்திய குடியரசுக்கட்சி ஆரம்பிப்பதென உறுதி செய்யப்பட்டது. புதிதாக ராவ்பகதூர் சிவராஜ், எச்.டி.ஆவேல், புத்தபிரிய மௌரியா, சனன்ராம் ஆகிய 4 பேரை இணைத்து தலைமைக்குழு விரிவாக்கம் செய்யப்பட்டது. தலைவராக என்.சிவராஜ் தேர்ந்தெடுக்கப்பட்டார். கட்சியின் அரசியல் கொள்கையை வகுக்க, பி.டி.கோப்ரகடே, எச்.டி.ஆவேல், பி.சி.காம்ப்ளே, ஆர்.டி.பண்டாரே, ஏ.ஜி.பவார் மற்றும் டி.டி.ரூபவதே ஆகியோரைக் கொண்ட குழு அமைக்கப்பட்டது. அம்பேத்கரின் 'ஒடுக்கப்பட்ட மக்களின்

விடுதலை' என்ற லட்சியத்தை அடையும் வகையிலான கொள்கை அறிக்கை 1959 மார்ச் மாதம் தயாரானது.

கட்சி, உழைக்கும் மக்கள் விவசாயிகளின் பரந்த அமைப்பை நிர்மாணிக்கவும் அவர்களுக்கான சமூகப் பொருளாதாரத் திட்டங்களைச் செயல்படுத்தவும் முயற்சித்தது. இந்திய குடியரசுக் கட்சியின் துவக்கம் உற்சாகமளிப்பதாகவே இருந்தது. சுயேச்சையாக செங்கோட்டை மக்களைத் தொகுதியால் தேர்ந்தெடுக்கப்பட்ட என்.சிவராஜ் உள்ளிட்ட 9 ஷெட்யூல்ட் சாதி கூட்டமைப்பினரை தங்களுடன் இணைத்துக் கொண்டது. முதல் இரண்டு ஆண்டுகளில் தலித்துகளுக்கு எதிரான அடக்குமுறைகள், அம்பேத்கரைப் பின்பற்றி புத்தமதத்தில் இணைந்தவர்களுக்கு தலித்துகளுக்கான சலுகைகளை விரிவுபடுத்துதல் போன்ற பிரச்னைகளை நாடாளுமன்றத்தில் எழுப்பியது.

வெளியிலும் சமத்துவத்திற்கான போர்ப்படை விதிகள் போன்ற அமைப்புகளைப் புதுப்பித்தது. தலித் பெண்களின் அமைப்பை ஏற்படுத்தி சாந்தாபாய் தலைமையில் 1957 அக்டோபர் மாதம் நாக்பூரில் அகில இந்திய மாதர்கள் கருத்தரங்கம் நடத்தியது. பி.சி.காம்ப்ளே தலைமையில் 1958 ம் ஆண்டு தலித் சாகித்ய சங்கம் நிறுவியது. அகில இந்திய குடியரசு மாணவர் அமைப்பை ஏற்படுத்தியது. நாக்பூரில் மஹாத்ரோ சந்திரமணி துவக்கிவைக்க அம்பேத்கர் தலைமையில் புத்த மதக் கருத்தரங்கம் நடத்தியது. இந்தக் கருத்தரங்கில் நவீன புத்தமதத்தினருக்கு இடஒதுக்கீடு; புத்தர், அம்பேத்கர் பிறந்த நாளுக்கு விடுமுறை; அவர்களுக்கான புனித இடம் ஒதுக்குதல்; நவீன புத்தமதத்தினர் மீதான தாக்குதல்களைத் தடுப்பது போன்ற தீர்மானங்கள் நிறைவேற்றப்பட்டன. எனினும் அம்பேத்கர் மறைவுக்குப் பின் தலைவர்களிடையே ஆளுமைப் போட்டிகள் உருவாகின.

## நிலத்திற்கான போராட்டம், 1959

ஆரம்பகாலத்தில் அழுத்தமாக இருந்த இந்தியக் குடியரசுக் கட்சியால் அக்கட்சியின் போர்க்குணம்மிக்க - ஆளுமைமிக்க தலைவர்களை ஒன்றாக வைத்திருக்க முடியவில்லை. அம்பேத்கரின் இறுதிச் சடங்கிலேயே அவரது இடத்தை அடைவதற்கான போட்டியை அந்தத் தலைவர்கள் தொடங்கிவிட்டனர். அவர்கள் பி.சி.காம்ப்ளே, பி.டி.கெய்க்வாட் ஆகியோர் தலைமையில் பிரிவுகளாகப் பிரிந்து நாக்பூர் மற்றும் அவுரங்காபாத்தில் மாநாடு நடத்திட அதிகார பூர்வமான பிரிவு 1959 மே 14ல் அரங்கேறியது.

அவுரங்காபாத் மாநாட்டிற்கு தலைமை தாங்கிய பி.டி.கெய்க்வாட் குழு அம்பேத்கரைப்போலவே ஒரு தீர்மானத்தை நிறைவேற்றியது. அம்பேத்கர் தமது 'அரசு மற்றும் சிறுபான்மையினர்' நூலில் குறிப்பிட்டுள்ளபடி அரசு அனைத்து நில உரிமையையும் எடுத்துக் கொள்ள வேண்டுமென்றும், அதில் வேளாண்மை செய்ய முன் வருவோருக்கு நிலங்களை விநியோகம் செய்ய வேண்டுமென்றும் தீர்மானத்தில் கோரப்பட்டிருந்தது. அதனை வலியுறுத்தி 1959 ஜூலை 30 முதல் சத்யாகிரகப் போராட்டம் தொடங்கியது. அது உடனே மகாராஷ்டிரா முழுவதும் பற்றிப் பரவியது. இது உண்மையிலேயே 1953-ல் மரத்வாடா பகுதியில் அம்பேத்கர் நடத்திய சத்யாகிரகத்தின் நீட்சிதான். முன்பு போலவே இந்த சத்யாகிரகத்தையும் கெய்க்வாட்தான் தலைமைதாங்கி நடத்தினார். அதன் காரணமாக கெய்க்வாட்டை கம்யூனிஸ்ட்டுகளின் அன்பர் என்று காம்ப்ளே அணியினர் கேலி செய்தனர். (காம்ப்ளே அணியினர் நகர்ப்புற மத்தியதரவர்க்க தலித்துகள் மத்தியில் செல்வாக்கு பெற்றிருந்தனர்.)

இந்தப் போராட்டத்திற்கு கிராமப்புற தலித்துகள் மத்தியில் பெரும் வரவேற்பு இருந்தது. இத்துடன் கம்யூனிஸ்ட்டுகள் திரட்டி வைத்திருந்த தலித் அல்லாத சாதியினரும் இணைய, பெருந்திரளான இந்தப் போராட்டம் பெருவெற்றி பெற்றது. 1959 அக்டோபர் 17ம் நாள்வரை சுமார் 50,000 பேர் கைது செய்யப்பட்டனர். இவர்களில் பெரும்பாலானோர் பெண்கள் மற்றும் சிறுவர்கள் என்பது குறிப்பிடத்தக்கது. சத்யாகிரகிகளின் 15 கோரிக்கைகளையும் அரசு ஏற்றுக் கொண்டது. மேற்கு கந்தேஷ் பகுதியில் தலித் அல்லாதோர் பெருமளவில் பங்கேற்றனர். கைது செய்யப்பட்டவர்களில் புத்தமத மகர்கள் 5217 பேர். புத்தமதத்தில் சேராத தலித்துகள் 6782 பேர். ஆதிவாசிகள் 6894 பேர். சாதி இந்துகள் 4105 பேர். சாம்ராவ் பருலேகர், கோதாவரி பருலேகர், கிராந்திசிங் நானாபட்டேல், ஆர்.பி.மோரே முதலான கம்யூனிஸ்ட் தலைவர்களும் போராட்டத்தில் பங்கேற்றதால் கைது செய்யப்பட்டனர். 1938ல் நடைபெற்ற பஞ்சாலைத் தொழிலாளர்களின் போராட்டத்திற்குப் பிறகு கம்யூனிஸ்ட்டுகளின் செங்கொடியும் அம்பேத்கரிஸ்ட்டுகளின் நீலக்கொடியும் இந்த 1959ல் சேர்ந்தே பறந்தன.

## பிரிவு

போராட்டத்தின் முடிவில் ஒத்துக்கொண்டபடி நிலமில்லாத மக்களுக்கு சாகுபடி செய்யாத நிலங்களை அரசு ஒதுக்கீடு செய்தது. அதனை இந்தியக் குடியரசுக் கட்சியின் வேறு பகுதியினர் அங்கீகரிக்க வில்லை. அந்தக் குழுவின் தலைவர் காம்ப்ளே, கெய்க்வாட்டை

வேட்டிகட்டிய கிராமப்புறத்தான் என்று கேலி பேசினார். அம்பேத்கர் உருவாக்கிய அரசியலமைப்புச் சட்டத்தை அறிந்துகொள்ள இயலாதவர் என்றும், கம்யூனிஸ்ட்டுகளின் அடிவருடி என்றும்கூட தூற்றப்பட்டார். அம்பேத்கர் - கம்யூனிஸ்ட் எனும் எதிர்ப்புணர்வு நடுத்தரவர்க்க தலித்துகளிடையே எடுபட்டது. இந்த கோஷத்தை பிற்போக்கு வாதிகள் அடிக்கடி எழுப்பினர். ஆக காம்ப்ளே கெய்க்வாட் இடையிலான வேறுபாடுகள் இந்திய குடியரசுக் கட்சியின் முதல் பிளவுக்கு இட்டுச் சென்றது.

பி.சி.காம்ப்ளே தலைமையில் எச்.டி.ஏவானே, தாதாசாகேப் ரூப்வதே ஆகியோரைக் கொண்ட பிரிவு, 'ஆர்பிஐ-துருஷ்த்' என்றும் தாதாசாகேப் கெய்க்வாட் தலைமையில் ராஜபாகு கோப்ரகடே, என்.சிவராஜ், தத்தா கட்டி, ஆர்.டி.பண்டாரே ஆகியோரைக் கொண்ட பிரிவு 'ஆர்பிஐ-நதுருஷ்த்' என்றும் அழைக்கப்பட்டன.

இந்தப் பிளவு 1962 பொதுத் தேர்தலில் அதன் விளைவைச் சந்தித்தது. இந்தியக் குடியரசுக் கட்சிக்கு மகாராஷ்டிராவில் ஓர் இடம்கூட கிடைக்கவில்லை. சட்டமன்றத் தேர்தலில் பரவாயில்லை. அம்பேத்கரின் செல்வாக்கு மிக்க உ.பி., பஞ்சாப், ஆந்திரா, கர்நாடகா போன்ற பிற மாநிலங்களிலும் கட்சி வேர்விடத் தொடங்கியது. தேர்தல் கணக்குப்படி மகாராஷ்டிராவில் உ.பி.யில் கட்சி பெரும் வெற்றி பெற்றது. அதற்குக் காரணம் நன்கு அறியப்பட்ட அம்பேத்கரிஸ்டான பி.பி.மௌர்யா. இவர் தலித்- இஸ்லாமியர் இடையே கூட்டணியை உருவாக்கி அலிகார் பகுதியில் அம்மக்கள் மத்தியில் காங்கிரசின் செல்வாக்கை உடைத்தார். ஆனால் இந்தக் கூட்டணி ஆழமான சமூக - கலாச்சார அடித்தளத்தைக் கொண்டிருக்க வில்லை. அதனால் 1969ல் காங்கிரஸ் பிளவுபட்டபின் நாட்டின் எல்லாப் பகுதிகளிலும் நிலைமை மாறியது. அதே காலத்தில் இந்திய குடியரசுக்கட்சி தனது ஈர்ப்பை இழந்தது. அது தலைவர்கள் இடையிலான ஆர்வத்தைக் குலைத்தது. விளைவு? தலித் தலைவராக உ.பி.யில் திகழ்ந்த பி.பி.மௌர்யா, 1971 தேர்தலில் காங்கிரசில் சேர்ந்து வெற்றி பெற்று நாடாளுமன்றத்திற்குச் சென்றார். அதன் மூலம் உ.பி.யில் இந்திய குடியரசுக்கட்சி உத்திரவாதமான முடிவுக்கு வந்தது.

## நிலத்திற்கான சத்யாகிரகம், 1964-65

1959 போராட்டத்தின்போது மகாராஷ்டிராவில் அனைத்துக் கோரிக்கை களையும் ஏற்றுக்கொண்ட யஷ்வந்த்ராவ் சவாண் அரசு நிஜத்தில் ஏதும் செய்ய முன்வரவில்லை. இதனால் எரிச்சலுற்ற இந்திய குடியரசுக் கட்சி, நாடுமுழுவதும் நிலத்திற்கான போராட்டத்தைத் தொடங்கியது.

1962 பொதுத் தேர்தலின்போது தனது கொள்கை அறிக்கையில் இத்திட்டத்தை முன்வைத்தது. அம்பேத்கர் தனது அரசுகள் மற்றும் சிறுபான்மையினர் நூலில் குறிப்பிட்டபடி, நிலங்களைத் தேசிய மயமாக்குதல் மற்றும் கூட்டுப் பண்ணை விவசாயத் திட்டம் முன்வைக்கப்பட்டது. 1964ல் கூடிய அகமதாபாத் பொதுக்குழுவில் அதற்கான வேலைத்திட்டம் வகுக்கப்பட்டது.

அதன்படி 1964 அக்டோபர் முதல்தேதி கட்சித் தலைவர் என்.சிவராஜ் தலைமையில் செங்கோட்டை மைதானத்திலிருந்து மக்களவைவரை மாபெரும் பேரணி நடத்துவதெனத் திட்டமிடப்பட்டது. ஆனால் செப்டெம்பர் 29ம் தேதி என்.சிவராஜ் மாரடைப்பால் மரணம் அடைந்ததையொட்டி, பி.கே.கெய்க்வாட், பி.பி.மௌர்யா பி.டி.கோப்ரகடே ஆகியோர் தலைமையில் திட்டமிட்டபடி நாடு முழுவதிலிருந்தும் திரண்டு வந்த, லட்சத்திற்கும் மேற்பட்டோரின் ஆர்ப்பாட்ட பேரணி பிரும்மாண்டமாக நடைபெற்றது. அப்போதைய பிரதமர் லால்பகதூர் சாஸ்திரியிடம் கோரிக்கை மனு அளிக்கப்பட்டது. அதில் நிலங்களைத் தேசியமயமாக்குதல், கூட்டுப் பண்ணைத் திட்டத்தை அறிமுகப்படுத்துதல், விவசாயிகளுக்குத் தேசிய அளவிலான குறைந்தபட்ச கூலி நிர்ணயித்தல், இடஒதுக்கீட்டுக் கொள்கையை வலுப்படுத்துதல், இடஒதுக்கீட்டை புத்த மதத்திற்கு மாறிய தலித்தவர்களுக்கும் வழங்குதல் மற்றும் தலித்துகளுக்கு கல்வி உதவித்தொகை வழங்குதல் போன்றவை வலியுறுத்தப்பட்டன.

இந்தக் கோரிக்கைகளை நிறைவேற்றாவிட்டால் டிசம்பர் 6ம் நாள் நாடுதழுவிய சத்யாகிரகப் போராட்டம் தொடங்கப்படும் என அப்போதே எச்சரிக்கவும் பட்டது. ஆனால் அரசு மெத்தனமாகவே இருந்தது. திட்டமிட்டபடி போராட்டக்காரர்கள் டிசம்பர் 6ம் நாள் போராட்டத்தில் ஈடுபட, அரசு முதல் நாளிலிருந்தே கடும் அடக்கு முறையைப் பிரயோகிக்க ஆரம்பித்தது. பஞ்சாப், மெட்ராஸ், மைசூர், டெல்லி, குஜராத், உ.பி., மகாராஷ்டிரா பகுதிகளில் பல்லாயிரக் கணக்கானோர் கைது செய்யப்பட்டனர். போலீசார் பேரணியில் புகுந்து தடியடி நடத்தினர். சத்யாகிரகிகளை கைவிலங்கிட்டு அணிவகுப்பாகக் கொண்டுசென்றனர்.

கைக்குழந்தைகளுடன் கலந்துகொண்ட பெண்களைக் கைதுசெய்து நாள்முழுதும் சிறைவைத்தனர். பல பெண்களை பல நாட்கள் சிறையில் வைத்திருந்து ஒரு நாள் காரில் ஏற்றிப்போய் தூர தேசத்தில் விட்டுவிட்டு வந்தனர். இவற்றிற்கெல்லாம் சத்யாகிரகிகள் பயந்துவிட வில்லை. நிலமற்ற ஏழைகள், தலித் மற்றும் தலித் அல்லாத விவசாயிகள் தவிர, கைக்குழந்தைகளுடன் பெண்களும் தினந்தோறும் கைதாகினர்.

1965 ஜனவரி 30ம் நாள்வரை 3,60,000 பேர் கைதுசெய்து சிறையில் அடைக்கப்பட்டனர். இந்தப் போராட்டம்போல் இதற்குமுன்பும் இப்போதுவரையும் ஒரு போராட்டம் நடத்தப்படவில்லை. இதுபோல் ஏற்கெனவே 2 சத்யாகிரகப் போராட்டங்கள் நடைபெற்றிருந்தாலும், அவை மகாராஷ்டிராவிற்குள் நடைபெற்றவை. இதுதான் தேசிய அளவிலான முதல் பெரும் போராட்டம். ஆனால் இந்தப் போராட்டக்காரர்கள் குரூரமாக மிரட்டப்பட்டனர். இந்தப் போராட்டத்தின்போது கெய்க்வாட் மிகவும் செறிவான ஒரு கோஷத்தை முன்வைத்தார்.

'உழுபவனுக்கே நிலம் சொந்தம்;
எனில் நிலமில்லாதோர் நிலை என்ன?'

என்பதுதான் அவரது கோஷம். அந்த வகையில் சாதிரீதியிலான அரசியலைத் தாண்டி நிலச்சீர்திருத்தத்திற்கான அவரது வாதம் ஏற்கக்கூடியது. அவரது இந்தக் கருத்தை அவரது கட்சியில் கருத்தாக்க இயலவில்லை. இந்த சத்யாகிரகப் போராட்டம் நாடுமுழுவதும் அதிர்வலைகளை ஏற்படுத்தியது. தலித்துகளைக் கண் காணாத சமூக-கலாச்சார விஷயங்களோடு சுருக்கிவிடமுடியாது. நாட்டின் சொத்தில் தங்களது பங்குக்கான கோரிக்கைகளை வைக்க வேண்டுமென்ற ஊக்கத்தை முன்வைத்தது. இறுதியில் ஒரு வழியாக அரசு போராட்டத்தின் 5 கோரிக்கைகளை ஏற்றுக்கொண்டது. மீதி 5 கோரிக்கைகள் குறித்து யோசிப்பதாக ஒத்துக்கொண்டது.

ஒத்துக்கொண்ட 5 கோரிக்கைகள் :

1. நாடாளுமன்ற மைய மண்டபத்தில் அம்பேத்கரின் முழு உருவ ஓவியத்தை அமைப்பது.
2. 1964 டிசம்பர் 6ம் தேதிவரை இருந்த தலித் மக்களின் குடிசைகளை அகற்றும் பணிகளை மாற்று இடம் தரும்வரை நிறுத்திவைத்தல்.
3. நிலமற்ற ஏழைகளுக்குச் சாகுபடி நிலம் விநியோகித்தல்.
4. தலித்துகளுக்கு வழங்கப்படும் மானிய உதவிகளை புத்தமதத்திற்கு மாறியவர்களுக்கும் வழங்குதல்.
5. இடஒதுக்கீட்டின்படி தலித்துகளுக்கு நிரப்பப்படாத இடங்களை நிரப்புதல்.

போராட்டம் 1965 பிப்ரவரி 3ம் நாள் விலக்கிக் கொள்ளப்பட்டது.

நிலமற்ற தலித்துகளுக்கு நிலம் வழங்கப்பட்டது. பெருமாள் குழு தெரிவித்துள்ளபடி 1965 ஜனவரி முதல் ஆகஸ்ட் வரை 39,16,676 ஏக்கர் நிலம் தலித்துகளுக்கு வழங்கப்பட்டது. அதனைத் தொடர்ந்து அரசுகள் மற்றும் சிறுபான்மையினர்' நூலில் அம்பேத்கர் எழுதியபடி,

வேளாண்மை மேற்கொள்வதற்குத் தேவையான விதை, உரம் போன்றவற்றையும் அரசே வழங்க வேண்டுமென்ற கோரிக்கையையும் கெய்க்வாட் முன்வைத்தார். குடும்பம் ஒன்றுக்கு குறைந்தபட்சம் 5 ஏக்கர் நிலமாவது பதிவு பண்ணித் தரவேண்டும் என்றும், அது வனப்பகுதியில் இருந்தாலும் பரவாயில்லை என்றும் கெய்க்வாட் கோரிக்கை வைத்தார். தாதா சாகேப் கொள்கையின்படி இது மாதிரியான சீர்திருத்தங்களால் வறுமை, வேலையில்லாத் திண்டாட்டம், பசி ஆகியவற்றிலிருந்து பெருமளவு விடுபடலாம்.

## விரும்பி இணைதலும் சந்தர்ப்பவாதமும்

*1952* மக்களவைத் தேர்தலில் *364* இடங்களைக் கைப்பற்றிய காங்கிரஸ் கட்சிக்கு, சவால்விடக்கூடிய அளவிலான எதிர்க்கட்சி மக்களவையில் இல்லை. இரண்டாவது பெரிய கட்சியான இந்திய கம்யூனிஸ்ட் கட்சிக்கு 16 இடங்களே இருந்தன. இந்நிலையில் சுதந்திரப் போராட்டத்தில் மக்களுக்கு வழங்கிய வாக்குறுதிகளை நிறைவேற்றக் கூடிய கட்டத்தில் காங்கிரஸ் கட்சி இருந்தது. இதை நிறைவேற்றுவதில் காங்கிரஸ் தனது நலன்களை பிரதானப்படுத்தியது. பெருமளவிலான மக்களின் எதிர்பார்ப்பாக இருந்த நிலச் சீர்திருத்தத்தை கையிலெடுத்த காங்கிரஸ் கட்சி கிராமப்புறங்களில் பெரும் நிலச்சுவான்தார்களை எதிர்நிலையில் வைக்க வேண்டி வந்தாலும், மிகவும் பிரபலமான சூத்திர சாதியினரைத் தனது நட்புவட்டத்தில் வைத்துக்கொண்டது. நிலத்தை உழுபவர்கள் தலித்துகளாக இருந்தாலும், அவர்களுக்கு அந்த நிலம் சொந்தமானதாக இல்லை. கெட்டிக்காரத்தனமாக தலித்துகளைத் தவிர்த்து. சூத்திர சாதியினருக்கே நிலம் சொந்தமாக வைக்கப்பட்டது.

விவசாயத்துறையில் புகுத்தப்பட்ட முதலாளித்துவத் தத்துவமான பசுமைப் புரட்சியின் மூலம் சூத்திர சாதியினர் பெரும் உற்பத்தியில் ஈடுபட்டனர், வரி ஏதும் கட்டத் தேவையில்லாமல். வசதிபடைத்த பிரிவினருக்கு சாதகமான இந்த நடைமுறையின்மூலம், விவசாய மக்கள் தொகையில் *85* சதவிகிதத்திற்கும் மேலான மக்களை அரசு ஒதுக்கி வைத்தது. இதனால் கிடைக்கப்பெற்ற உபரி லாபம் இந்தப் புதிய பொருளாதாரத்தின் புதிய வாய்ப்புக்காக உருவான குடிமைப்பொருட்கள், பதப்படுத்தும் பொருட்கள், போக்குவரத்து சாலைமேம்பாடு போன்ற புதிய பகுதிகளுக்கு பாய்ச்சப்பட்டது. இதன்மூலம் பணக்கார விவசாயிகள் மேலும் பணக்காரர்கள் ஆனார்கள். சொல்லப் போனால், விவசாயிகள் என்ற நிலையிலிருந்து நிலமுதலாளிகள் என்ற நிலைக்கு உயர்ந்தார்கள். இந்த வர்க்கம் ஆரம்ப நிலையில் காங்கிரசின் நேச சக்தியாக இருந்தது. நாளடைவில் தனது

சுய தேவைகள், சுய அரசியல் ஆதாயங்களுக்காக காங்கிரஸ் கட்சியுடன் பேரம் பேச ஆரம்பித்தது. அதற்கான கருவிகளாக பிராந்திய கட்சிகளைத் தொடங்கியது. இந்த வகையில்தான் 1960 களின் இறுதிக் காலத்தில் தேர்தல் அரசியல் முன்னெடுக்கப்பட்டது. அவர்களின் அரசியல் கட்சிகள் அனைத்தும் வாக்கு வங்கிகளை உருவாக்கும்வகையில் சாதி மதங்களை ஈர்த்தன. தலித்துகள் மற்றும் அம்பேத்கரின் பால் காங்கிரஸ் கட்சி செலுத்திய கவனத்தை இந்த வெளிச்சத்தில்தான் பார்க்கவேண்டும்.

சுதந்திரத்திற்குப் பிந்தைய 20 ஆண்டுகாலமும் அம்பேத்கரும் தலித்துகளும் புறக்கணிக்கப்பட்டனர். அம்பேத்கருக்கு ஒரு நினைவிடம் அமைப்பதுகூட காங்கிரஸ் கட்சிக்கு தகுதிக் குறைவானதாக இருந்தது. கடைசியாக மாவ்லிலிருந்து பம்பாய்வரை பேரணி நடத்தி அப்போது வசூலிக்கப்பட்ட நன்கொடையைக் கொண்டு 1966ல் அம்பேத்கர் நினைவிடம் நிறுவப்பட்டது. நில சத்யாகிரகப் போராட்டத்தின் பின் 1967ம் ஆண்டு நாடாளுமன்ற மைய மண்டபத்தில் அம்பேத்கரின் முழு உருவச்சிலை நிறுவப்பட்டது. தலித்துகளின் சத்யாகிரகத்தால் மதச்சார்பற்ற சக்திகள் அரசியல் பொருளாதார எல்லையில் தாக்கத்தைச் செலுத்த முடிந்தது.

சாதாரண உழைப்பாளர்கள் பொருளாதாரத்தில் பங்கு கேட்கும் நிலை ஆளும் வர்க்கத்திக்கு அச்சத்தை ஏற்படுத்தியது. 1964 சத்யாகிரகம் அதைத்தான் செய்தது. ஆனால் காங்கிரஸ் கட்சி தலித் தலைவர்களின் ஒத்திசைவைப் பயன்படுத்தியும், அவர்களது கட்சிகளோடு கூட்டணி அமைத்தும், அவர்களது தலைவரான டாக்டர் அம்பேத்கரை முன்னிறுத்தியும் செயலாற்றியது. இந்திய குடியரசுக் கட்சியின் உள்முரண்பாடுகள் வெளிப்பட்டன. நாளடைவில் அது கட்சியின் அழிவுக்குக் காரணமானது.

மகாராஷ்டிராவில் நில சத்யாகிரகப் போராட்டத்திற்குப் பிறகு முன்னாள் மத்திய அமைச்சரான யஷ்வந்த்ராவ் சவாண் மூலம், இந்திய குடியரசுக் கட்சியுடன் கூட்டணி காண காங்கிரஸ் கட்சி முயற்சித்தது. தன்னைச் சுற்றியுள்ள சதிகாரத் தலைவர்களால் சதாகாலமும் தொல்லைகளை அனுபவித்துவந்த கெய்க்வாட், தமது சத்யாகிரகப் போராட்டத்தை வெற்றிகரமாக்கிய கம்யூனிஸ்ட்டுகளுடன் உடன்பாடு கண்டு பரந்துபட்ட உழைக்கும் மக்களுடன் வெகுஜன அமைப்பு காண்பதை விடுத்து காங்கிரசுடன் சேர இணக்கம் தெரிவித்தார்.

இந்தச் சேர்க்கை குறித்து கருத்து தெரிவித்த கெய்க்வாட் 'காங்கிரசுடனான கூட்டணிச் சமையல் சரியாக வராவிட்டாலும் பரவாயில்லை, நான் சாப்பிட்டுக்கொள்கிறேன்!' என்றார்.

கெய்க்வாட்டின் இந்த நிலைமாற்றம் இந்திய குடியரசுக் கட்சியிலுள்ள சந்தர்ப்பவாத சக்திகளுக்கு ஏற்றதாகிப் போனது. ஏற்கெனவே காங்கிரசுடனான கூட்டணிக்கு ஆசைப்பட்டுக் கொண்டிருந்த அவர்கள், அம்பேத்கர் காங்கிரசுடன் கூட்டணி கண்டு அரசியல் நிர்ணய சபையில் அங்கம் பெற்றதையும், காங்கிரஸ் அமைச்சரவையில் அமைச்சராக அங்கம் வகித்ததையும் சுட்டிக்காட்டி நியாயப்படுத்தினர்.

ஆனால் காங்கிரஸ் கட்சி, இந்தியக் குடியரசுக் கட்சியின் தலித் அரசியலைத் தின்று தீர்த்தது. காங்கிரசுடான கூட்டணி இந்திய குடியரசுக் கட்சியை கொஞ்சம் கொஞ்சமாக அரித்து அரித்து மீண்டும் தலை தூக்கமுடியாதபடி செய்துவிட்டது. அதன் காரணமாக தலித்துகளின் கொள்கைகள் நீர்த்துப்போய் சந்தர்ப்ப வாதம் தலைதூக்கத் தொடங்கிவிட்டது.

1967 பொதுத்தேர்தலில் கெய்க்வாட் காங்கிரசுடன் கூட்டணி காண விழைந்தார். மகாராஷ்டிராவில் 50 சட்டமன்றத் தொகுதிகளையும் 15 மக்களவைத் தொகுதிகளையும் கோரினார். ஆனால் காங்கிரஸ் மறுத்து விட்டது. இதனிடையே கட்சியினுள் பிளவுகளும் முளைத்ததால் அந்தப் பொதுத்தேர்தலில் தனித்தே போட்டியிட நேர்ந்தது.

எனவே பல்வேறு மாநில சட்டமன்றங்களிலும் சேர்த்து 23 இடங்களை மட்டுமே கைப்பற்ற முடிந்தது. மக்களவைத் தொகுதிகளைப் பொறுத்தமட்டில் உத்தரப் பிரதேசத்தின் அக்பர்பூத் தனித்தொகுதியில் மட்டுமே வெற்றி பெற்றது. இந்த மோசமான தோல்வியிலிருந்து மீளவேண்டி மாவட்ட கவுன்சில் தேர்தலில் காங்கிரசின் கூட்டணியை நாடியது இந்திய குடியரசுக் கட்சி! காங்கிரசுடன் கூட்டணி கிடைத்தது; ஆனால் எதிர்பார்த்த இடங்கள் கிடைக்கவில்லை. 128 சட்டமன்றத் தொகுதிகளில் போட்டியிட்டு 47 இடங்களை மட்டுமே கைப்பற்றியது.

1970ல் கோப்ரகடே கட்சியைவிட்டு விலகியிருந்தார். மேலும் மேலும் கட்சி பிளவுபட்டதால் பல தலைவர்கள் கடைசியில் காங்கிரஸ் கட்சியில் போய்ச்சேர்ந்தார்கள். அதன் காரணமாக தலித் மக்களிடம் இருந்து அந்நியப்பட்டும் போனார்கள். ஆனால், அம்பேத்கரின் வாரிசுகள் என்று ஏமாற்றிக்கொண்டிருந்தார்கள். அவருக்கு எதிர் மறையாகவே பேசிக் கொண்டிருந்தார்கள்.

## தலித் சிறுத்தைகளின் உதயம்

காங்கிரசின் ஒத்திசைவற்ற போக்கு தலித் தலைவர்களின் சந்தர்ப்பவாதம் ஆகியன சமூகத்தில் தலித்துகளுக்கு மிக பலவீனமாக அமைந்தது. அவர்கள்மீது நாடுமுழுவதும் அட்டூழியங்கள் அவிழ்த்து விடப்பட்டன. நாட்டின் சமூக-பொருளாதாரப் பிரச்னைகள் மக்கள்

எழுச்சியாகவும் போராட்டங்களாகவும் வெளிப்பட்டன. இவை உலக அளவிலான பிரச்னைகளின் நீட்சியாகும்.

அமெரிக்காவில் மனித உரிமை இயக்கம் வளர்ந்து வளர்ந்து கருப்பு சிறுத்தைகள் கட்சி உதயமானது. அதேபோல மேற்கு ஜெர்மனியில் உதயமான மாணவர் இயக்கம்; அமெரிக்கா மற்றும் ஐரோப்பாவில் வியட்நாம் யுத்தத்திற்கு எதிராக எழுந்த போராட்டங்கள்; ஐரோப்பிய நாடுகளில் நடைபெற்ற மக்கள் எழுச்சிகள்; பிரான்சில் சுமார் 1 கோடி தொழிலாளர்களுடன் மாணவர்கள் இணைந்து 1968 மே மாதம் நடத்திய மாபெரும் வேலை நிறுத்தப் போராட்டங்கள்; வட அயர்லாந்தில் எழுந்த கலவரங்கள்; மெக்ஸிகோவில் நிகழ்ந்த லாட்டெலோகோ படுகொலைகள்; பிரேஸில் ராணுவ சர்வாதிகாரத்திற்கு எதிராக உதித்த கொரில்லா யுத்தம்; செக்கோஸ்லோவேகியாவில் கம்யூனிஸ்ட் அதிகாரவர்க்கத்தினர் மற்றும் ராணுவத்திற்கு எதிராக நடைபெற்ற மனித உரிமைப் போராட்டங்கள்; மற்றும் வார்ஸாவில், போலந்தில் யுகோஸ்லோவியாவில் நடைபெற்றவையெல்லாம் அத்தகைய அமைப்பின் வெளிப்பாடுகள்தான்.

இவை ஒவ்வொன்றின் பின்னும் தனிச் சரித்திரம் உள்ளூரின் பிரத்யேக காரணங்கள் உண்டென்றாலும், உலக முதலாளித்துவத்தின் சிக்கல்கள் தான் பொதுவான காரணம்! இந்தியாவிலும் பெருமளவிலான பஞ்சம், மாணவர் இயக்கங்கள், கட்சிகளற்ற எதிர்ப்பரசியல் போன்றவைதான் இந்திரா காந்தியின் எதேச்சாதிகார ஆட்சிக்கு எதிரான ஜெயப்பிரகாஷ் நாராயணனின் 'ஒட்டுமொத்தப்' புரட்சியாக வெளிப்பட்டது. அதே காலத்தில் அனைத்திந்திய அளவிலும் விவசாயிகள் மத்தியில் பிரச்னைகள் தோன்றின. பிகாரில் மாவோயிஸ்ட் லெனினிஸ்ட்டுகள் தலைமையில் நில மீட்புப் போராட்டங்களும், 1967லிருந்து 69வரை மேற்கு வங்கத்தில் 346 இடங்களில் நக்சல்பாரி சம்பவங்களும் நடைபெற்றன.

இத்தகைய சூழலில்தான் பல்கலைக்கழக வளாகங்களிலிருந்து முதல் தலைமுறை தலித் இளைஞர்கள் உருவாகி, இருண்ட எதிர்காலத்தை எதிர்கொள்ள வந்தார்கள். அரசியல் சட்டத்தில் அவர்களுக்காக வரையப்பட்டிருந்த சட்டங்கள் கனவுலக சொர்க்கங்களாகத் தென்பட்டன. ஆனால் நடைமுறையில் அவர்கள் பிறரால் இழிவு படுத்தப்பட்டார்கள். இந்த அராஜகங்களின் வெப்பத்தில் அரசியல் சட்டத்தில் சொல்லப்பட்ட பிரிவுகள் எல்லாம் உருகி ஒழுகிவிட்டன. இந்த சமூக மற்றும் அரசியல் நிலைமைகளால் ஏற்பட்ட கோபங்கள் சிற்றிதழ்களில் வெளிப்பட்டன.

இந்தக் காலகட்டத்தில் அமெரிக்காவில் முனைவர் பட்டம் பெற்றுத் திரும்பினார் எம்.என்.வாங்கடே. அவர் அவுரங்காபாத்தில் உள்ள மிலின்ட் கல்லூரியில் சேர்ந்து பேராசிரியராகப் பணியாற்றினார். அவர் தமது சக தோழர்களுடன் சேர்ந்து தொடங்கிய 'அஸ்மிதாதர்ஷ்' எனும் சிற்றிதழில் எதிர்கால தலித் இலக்கிய இயக்கப்போக்குகள் குறித்து எழுதினார். பல மாதங்களுக்குப் பின் அவரது மாணவரான ஜனார்தன் வாமேர், 'அஸ்மிதா தர்ஷ்' சிற்றிதழில் ஆப்ரிகன்-அமெரிக்கன் இலக்கியம் மற்றும் பண்பாடு குறித்து, தொடர் கட்டுரைகள் எழுதினார். அவை, படித்த தலித் இளைஞர்களுக்கு உத்வேகம் ஊட்டுவதாக அமைந்தது. தொடர்ந்து கருப்பு அமெரிக்கர்கள்பற்றி வெளியான வாழ்க்கை வரலாறுகள், கவிதைகள் முதலியன தலித் இலக்கியமாக மறு உருவாக்கம் பெற்றன. தலித் சிறுத்தைகள் என்போர், இந்த அமெரிக்கா கருப்பு இளைஞர்களின் இயற்கையான உருவாக்கம்தான்!

முன்னதாக சிலர் கூடி 'இளைஞர் முன்னணி' எனும் அமைப்பை நிறுவினார்கள். தலித் இளைஞர்களை ஊக்குவிக்கும் நோக்கோடு 'வித்ரோ' என்னும் சிற்றிதழைத் தொடங்கி அதில் அவர்கள் நிறைய எழுதினார்கள். இந்த இதழின் இலக்கிய விழா என, மஹத் மாநகரில் கூடிய அந்த இளைஞர்கள் மத்தியில் டாக்டர் வான்கடே, அமெரிக்காவின் 'கருப்புச் சிறுத்தைகள் கட்சி'பற்றிப் பேசினார். அதில் உத்வேகம் பெற்ற இளைஞர்கள் மத்தியில் 'தலித் சிறுத்தைகள்' என்ற கட்சி உதயமானது.

1969ம் ஆண்டு 'தீண்டாமை; ஷெட்யூல்ட் சாதியினரின் பொருளாதார மற்றும் கல்வி மேம்பாடு' என்ற அறிக்கையை இளைய பெருமாள் தலைமையிலான குழு தாக்கல் செய்தது. அந்த அறிக்கை தலித்துகளின் அவலமான நிலைமைபற்றியும், அதிலிருந்து தலித்துகளைப் பாதுகாக்க இயலாத அரசின் செயலற்றதன்மை பற்றியும் வெளிப்படுத்தி இருந்தது.

இத்துடன் இரண்டு சம்பவங்கள் தலித்துகள் மத்தியில் ஏற்படுத்திய கடுங்கோபம், தலித் சிறுத்தைகள் அமைப்பு ஏற்பட உடனடிக் காரணமாக அமைந்தன. அந்தக் காரணங்கள் :

1. புனே மாவட்டத்தின் இந்தாபூர் வட்டம் பாவர்தா கிராமத்தைச் சேர்ந்த உயர்சாதிப் பிரிவினர், ஒரு தலித்தை சமூகப் பொருளாதாரம் பகிஷ்காரம் செய்தது. எதனால் என்றால் அந்த தலித் மாவட்ட கவுன்சில் தேர்தலில் போட்டியிட மனுதாக்கல் செய்ததுதான்.

2. பாரபானி மாவட்டத்தில் பிரமாஸ்கோன் கிராமத்தில் சாதி இந்துங்களின் குடிநீர்க் கிணற்றில் இரண்டு தலித் பெண்கள்

தண்ணீர் மொண்டு குடிக்க முயற்சித்ததற்காக, அவர்களை நிர்வாணப்படுத்தி தெருவில் நடக்கவைத்து அவமானப்படுத்தியது!

இந்த இரண்டு சம்பவங்களின் விளைவாக நம்டியோ தாசல் மற்றும் ஜெ.வி.பவார் ஆகிய இரு இளைஞர்கள் கூடி 1972 மே 29ம் நாள் தலித் சிறுத்தைகள் கட்சி துவங்க முடிவெடுத்தனர். அதனை சக தோழர்களுடன் விவாதித்து 1972 ஜுலை 9ம் நாள் கட்சியைத் துவக்கினர். இந்திய குடியரசுக் கட்சி திவாலாகிப் போனதால் துவண்டுபோயிருந்த தலித் இளைஞர்கள் மத்தியில், இதற்கு நல்ல வரவேற்பு கிடைத்தது. இந்தக் கட்சி துவக்கத்திலிருந்தே தலித்துகள் மீதான அடக்குமுறையும் அராஜகமும் தொடங்கிவிட்டன.

1972 ஆகஸ்ட் 12ம் நாள், ராம்தாஸ் நர்னவரே என்ற தலித் இளைஞரை எரான்குவோன் என்ற கிராமத்தின் உயர்சாதி இந்துகள், தமது கிராமத்தில் காலரா பரவாமல் தடுக்க வேண்டி, பெண் தெய்வத்திற்கு உயிரோடு பலிகொடுத்தனர். இந்தச் சம்பவங்கள் கிளர்ச்சித் தீயை பற்றவைக்க, அந்தத் தீ பெருமளவில் பற்றிப் பரவியது! இவற்றின் அடிப்படையில் ராஜா தாலே என்பவர் எழுதிய 'கருப்பு சுதந்திர நாள்' என்னும் கதை 'சாதனா' என்னும் மராத்தி இதழில் தொடராக வெளிவந்தது. அதில் ஒரு தலித் பெண்ணின் மேன்மையை விட, தேசியக் கொடி என்ன பெரிது? என்று வினா எழுப்பியிருந்தார்.

இந்த அம்சம் அவமானப்பட்டிருந்த தலித் இளைஞர்களை உசுப்பியது. அதனால் அவர்கள் ஒன்று சேர்ந்தார்கள். அவர்களால் தலித் சிறுத்தைகள் எனும் சிறுபொறி பற்ற வைக்கப்பட, பம்பாய் மற்றும் பல பகுதிகளில் காட்டுத் தீயாகப் பரவியது.

## தீவிரவாதத்தோடு ஓர் ஒப்பந்தம்

தலித் சிறுத்தைகள் முழுமையான தீவிரவாத அரசியலோடு பிறக்கவில்லையென்றாலும் 1973ம் ஆண்டு வெளியிடப்பட்ட அவர்களது கொள்கை அறிக்கை, தலித் இயக்கத்தின் உள்முரண் பாடுகளை வெளிச்சம் போட்டுக் காட்டுவதாக இருந்தது. நாம்தியோ தாசலுக்கு உரிய முக்கியத்துவம் கொடுத்து வெளியிடப்பட்ட அந்த அறிக்கை, 'தலித்' என்பதற்கு 'சமூகரீதி'யிலும், அரசியல் ரீதியிலும், பொருளாதார ரீதியிலும் சுரண்டப்படும் அனைத்து மக்களும் தலித்துகள்தான்' என்று விளக்கம் தந்தது. காரணம் நாம் தியோதாசல் பிரஜா சோஷலிஸ்ட் கட்சியின் 'யுவ கிராந்திதள்' இளைஞர் அணியில் செயல்பட்ட ஓர் இடது சாரி ஆவார்.

இந்தக் கருத்து முற்றிலும் புதிதல்ல, 1930களில் அம்பேத்கர் கொண்டிருந்த கருத்துதான். மேலும், அந்த அறிக்கை தலித்துகளின்

நண்பர்கள் என்போர், வர்க்கச் சுரண்டலுக்கும் சாதீயச் சுரண்டலுக்கும் எதிராக போராடும் புரட்சிகர கட்சியினர்தான் என்று குறிப்பிட்டிருந்தது. தலித்துகளின் எதிரிகளாக நிலச்சுவான்தார்கள், முதலாளிகள், வட்டிக்குவிடும் பணக்காரர்கள் மற்றும் அதிகாரவர்க்கத்தினரைக் குறிப்பிட்டது. மேலும் தலித்துகளின் விடுதலைக்கான போராட்டம் என்பதை ஒடுக்கப்பட்ட அனைத்துப் பிரிவு மக்களின் விடுதலைக்கான போராட்டமாக வர்ணித்தது. அத்துடன் தலித்துகளுக்கு தீவிரவாத புரட்சிகரவர்க்கம் என்று அடையாளம் தந்தது.

இப்படியாக அவர்களின் கொள்கை அறிக்கையில் வெளிப்பட்ட இடதுசாரித்தன்மை அம்பேத்கர் வழியைப் பின்பற்றுகிறவர்களுக்கு எதிரானதாக இருந்ததில் சந்தேகமேயில்லை. எனினும் சிறுத்தைகளின் தாக்குதல் என்பது அம்பேத்கரைக் கைவிட்டு காங்கிரசுடன் கைகோர்த்த இந்திய குடியரசுக் கட்சித்தலைவர்களை தாக்குவதாகவே இருந்தது.

அவர்களின் விமர்சனத்திற்கு கம்யூனிஸ்ட்டுகளும் தப்பவில்லை. காரணம் தலித்துகளின் பிரச்னைகளைக் கையிலெடுக்காததுதான்! ஆனாலும், தேர்தல் அரசியலுக்கு எதிரான கருத்துத் தெரிவித்த சிறுத்தைகள், 1972 பொதுத்தேர்தலில் கம்யூனிஸ்ட் வேட்பாளரை ஆதரித்து வெற்றி பெறச் செய்தனர். இந்தக் கட்சி புனே, நாசிக், அவுரங்காபாத் பகுதியெங்கும் பரவியது. ஆனாலும் என்ன? கவிதை மற்றும் ஆக்ரோஷமான பேச்சுகள் அடங்கிய தீவிரவாதம் என்பதைத் தாண்டி இளைஞர் சக்தியை நெறிப்படுத்துவதாக இல்ல.

இந்திய குடியரசுக் கட்சியில் அம்பேத்கரிடம் மார்க்சிஸ்ட் என்ற இரு குழுக்களாக தலைவர்கள் பிளவுபட்டதைப்போலவே 1974 சமயத்தில் தலித் சிறுத்தைகள் மத்தியிலும் பிளவு ஏற்பட்டது. இவர்கள் 'தாசல்' பிரிவு, 'தாலே' பிரிவு என்றானார்கள். தொடங்கிய இரண்டே ஆண்டுகளில் தாலே-பவார் பிரிவு, தாசல்-தங்லே பிரிவு, சங்கேர்-மாஹடேகர் பிரிவு என மூன்று பிரிவுகளாகப் பிரிந்தனர். இந்தச் சூழலை மார்க்சிஸ்ட் - லெனினிஸ்ட்டுகள் பயன்படுத்திக் கொண்டார்கள். ஆனாலும் என்ன? இந்திய குடியரசுக் கட்சிக்குள் அதன் கொள்கை அறிக்கையில் தலித் என்பதற்கு பரந்த அர்த்தம் தந்ததைவிட வேறொன்றும் செய்யமுடியவில்லை. தலித் அறிவாளிகளை பொறுத்தவரை அவர்கள் மார்க்சிஸ்ட் என்றால் என்னவென்றே தெரியாமல் அதை விரும்பினார்கள். இது தலித்துகளிடையேயான துன்பியல் கலந்த இன்பவியலாக அமைந்தது.

சிறுத்தைகளிலேயே பெருமளவு மார்க்சிஸ்ட்டான நம்தியோ தாசல் இந்திய கம்யூனிஸ்ட் கட்சியைப்போலவே இந்திரா காந்தியின்

‘வறுமையே வெளியேறு’ கோஷத்தில் மயங்கினார். அதன் பிறகு கட்சி மாறுவதே ஓர் ரசனையாகிப்போனது. நெருக்கடி நிலைக் காலத்தில் இந்திராகாந்தி ஜனநாயகத்தைக் காலில் போட்டு மிதித்தது கண்டு உலகமே கொதித்தபோது, இவர் ‘பிரியதர்ஷினி’ எனும் பெயரில் இந்திராவின் பெருமைகளை எழுதி நூல் வெளியிட்டார்.

புத்தமதத்தைத் தழுவிய உண்மையான அம்பேத்கரிஸ்டான தாலே மக்கள் இயக்கம் ஒன்றை ஆரம்பித்தார். ஆனால் அதில் மக்கள் இணையவில்லை. பிறகு இவர்கள் இந்தியக் குடியரசுக் கட்சியின் பழைய பாதையில் அடியெடுத்து வைத்தார்கள். அதன் விளைவாக தலைவர்களின் கீழ் உள்ளூர் கட்சி பலவாக உடைந்து போனது. அந்தவகையில் தனது தீவிரமான பேச்சாலும் நடவடிக்கைகளாலும் ஆளும் அமைப்புகளுக்கு அதிர்ச்சி ஏற்படுத்திய இவர்கள் முழுக்க தோல்வியடைந்தார்கள்.

## தலித் சங்கர்ஷ் சமிதி

தலித் சிறுத்தைகள் அமைப்பு அடிவானில் ஒரு மின்னல்போலத் தோன்றி மறைந்தாலுமே, ஆளும் வர்க்கத்தின் அடிவயிற்றில் கடும் அதிர்வுகளை ஏற்படுத்தவே செய்தது. இதை நடைமுறைப்படுத்திடும் முன்பு தமது சொந்த முரண்பாடுகளால் அக்கட்சியின் தலைவர்கள் சிதைந்து போனார்கள். இருந்தாலும் அவர்களது தாக்கம் பல மாநிலங்களில் தலித் சிறுத்தைகள் அமைப்புத் தோன்றிட உத்வேகம் அளித்தது.

அப்படி ஒரு மாநிலம் குஜராத்! இங்குள்ள அம்பேத்கரின் இளைஞர்கள் தலித் சிறுத்தைகளின் தலைவர்களான ராஜா தாலே, ஜெ.பி.பவார், பாய் சங்கோ போன்றவர்களை அம்பேத்கரின் பிறந்த நாள் விழாவின் போது அகமதாபாத்துக்கு வரவழைத்தனர். அகமதாபாத்திலுள்ள நாகின்பாய் பார்மர், தள்பத் ஸ்ரீமாலி, வால்ஜிபாய் பட்டேல், பகுல்வகில், பி.டி.வகேலா போன்ற செயல்பாட்டாளர்கள் தலித் சிறுத்தைகளின் கூட்டங்களைப் பல இடங்களில் நடத்தினர். ரமேஷ்சந்திர பார்மர் மற்றும் நாரான் வோரா போன்றவர்களும் தலித் சிறுத்தைகளுக்கு ஒத்துழைப்பு வழங்கினார்கள். ஜெதல்பூரில் சகாராபாய் எனும் தலித் இளைஞர் எரிக்கப்பட்டுக் கொண்டிருந்த சூழ்நிலையில் அங்குவந்த தலித் சிறுத்தைகள் அவரை மீட்டுத் தூக்கிச் சென்ற சம்பவம் பெரிதும் பேசப்பட்டது. நிலமற்றவர்களுக்கு நிலம் என்பதற்கான போராட்டம் நடத்தினர். அந்தவகையில் குஜராத் தலித் சிறுத்தைகள் தலித் சக்தியை நிலைநாட்டினர். கர்நாடகாவில் முற்றிலும் புதிய இளைஞர் அமைப்பு ஒன்று சுதந்திரமாக வேர்விடத் தொடங்கியது.

1973 நவம்பர் 19ம் நாள் டாக்டர் அம்பேத்கர் விசாரவேதிகே மற்றும் பிற்படுத்தப்பட்ட மாணவர் அமைப்புகளின் ஏற்பாட்டில் நடைபெற்ற நிகழ்ச்சி ஒன்றில் பேசிய பி.பசவலிங்கப்பா (இவர் தேவராஜ் அர்ஸ் தலைமையிலான மந்திரி சபையில் ஓர் அமைச்சராகப் பணியாற்றினார்) 'கன்னட இலக்கியம்' என்பது மாட்டுத் தீவனம் போன்றது' என்று பேசி அனைவரது கவனத்தையும் தம்பக்கம் திருப்பினார். இந்தப் பேச்சு கர்நாடகாவில் பெரும் விவாதத்தைக் கிளப்பியது. இதை ஏற்றும், எதிர்த்தும் கர்நாடகமே இரு அணிகளாகப் பிரித்து மோதிக்கொண்டது.

மைசூர் பல்கலைக்கழக முன்னாள் துணைவேந்தர் பேராசிரியர் டி. ஜவாரே கவுடா மற்றும் எதிர்க்கட்சித் தலைவர் எச்.டி. தேவேகவுடா ஆகியோர் கடுமையாக எதிர்த்தனர். ராஷ்ட்ர கவி குவேம்பு, ஞானபீட விருதுபெற்ற டாக்டர் யு.ஆர்.அனந்தமூர்த்தி, முன்னாள் முதலமைச்சர் ஜெ.எச்.பட்டேல் போன்ற பலர் பசவலிங்கப்பாவை ஆதரித்தனர்.

1973 டிசம்பர் 13ம் நாள் மாநிலம் தழுவிய கடையடைப்பு கடைப் பிடிக்கப்பட்டது. அடுத்தநாள் அமைச்சர் பசவலிங்கப்பா பதவி விலகினார். இந்தச் சம்பவம் புதிய தலைமுறை தலித்துகளுக்கு அவர்களது படைப்புகளுக்கு ஆக்க சக்தி வழங்குவதாய் இருந்தது. அவர்களது படைப்புகளுக்கு தலிதா, பஞ்சமா, அந்தோலனா, சூத்ரா, சங்ரமண ஆகிய இதழ்கள் ஆதரவளித்தன. இந்த நிகழ்ச்சிப் போக்குகள் 1977 ஜூன் மாதம் கர்நாடக தலித் சங்கர்ஷ் சமிதி அமைத்திட வழிவகுத்தன. தேவனூஷ் மகாதேவா, பேராசிரியர் சித்தலிங்கய்யா, தேவய்யா ஹராரே, பேராசிரியர் பி.கிருஷ்ணப்பா, கே.ராமய்யா, இந்துதரா ஹொன்னபுரா, மஞ்சையா, கோவிந்தையா ஆகியோர் இந்த உருவாக்கத்தில் முக்கியப் பங்கு வகித்தனர்.

1978 டிசம்பரில் நடைபெற்ற முதல் கூட்டத்தில் மாநில ஒருங்கிணைப் பாளராக கிருஷ்ணப்பா ஒரு மனதாகத் தேர்ந்தெடுக்கப்பட்டார். இந்த அமைப்பின் நோக்கங்கள் பின்வருமாறு.

1. தலித்துகளை சமூகப் பொருளாதார கலாச்சாரச் சுரண்டலிலிருந்து வன்முறையற்ற பாதையின் மூலம் விடுவிப்பது.
2. தனியார் நிலங்கள், தொழிற்சாலைகள் அனைத்தையும் தேசியமய மாக்குவது.
3. சாதிகளும் வர்க்கங்களுமற்ற சமுதாயம் அமைப்பது.
4. தேசிய அளவிலும் உலக அளவிலும் செயல்படும் சுயமரியாதை இயக்கங்களையும் சுதந்திரப் போராட்டங்களையும் அங்கீகரிப்பது.
5. சுதந்திரத்தை முதன்மையாகக்கொண்ட நீதி நெறியான சமூகத்தை உருவாக்குவது.

இவற்றின்மூலம் அரசியல் சட்டத்தின்படியான வன்முறையற்ற பாதையில் பயணிப்பதென அறிவிக்கப்பட்டது.

'பஞ்சமா' என்னும் வார இதழ் தொடங்கப்பட்டது. அது தலித் பிரச்னைகளை முன்னிலைப்படுத்தியது இந்த தலித் சங்சர்ஷ் சமதி, சின்சன்சூரில் தலித் பக்தர்களை நிர்வாணமாக நடத்திச் சென்ற செயலுக்கு எதிராகப் போராட்டம் நடத்தியது. பிதார் மாவட்டத்தின் அலகுடா பகுதியில் நடைமுறையிலிருந்த தீண்டாமை வழக்கத்தை ஒழித்திட போலீசார் எந்த நடவடிக்கையும் மேற்கொள்ளாததைக் கண்டித்தும் போராட்டம் நடத்தியது. இடஒதுக்கீட்டுக்கு எதிராக உயர் சாதியின் நடத்திய ஊர்வலத்திற்கு எதிர்வினை ஆற்றியது. உயர் சாதியினர் மற்றும் போலீசாரால் தலித்துகள்மீது நடத்தப்படும் தாக்குதல்களுக்கு பதிலடி கொடுப்பது என்று பல நிகழ்வுகள்.

தலித் மாணவர்களுக்கு தங்குமிட வசதிக்காவும் நிலச்சீர்திருத்தத்தை முறையாக நடைமுறைப்படுத்தவேண்டியும், குல்பர்கா பல்கலைக் கழகத்திற்கு அம்பேத்கர் பெயர் சூட்டக் கோரியும் போராட்டங்கள் நடத்தப்பட்டன. மேலும் தலித் இளைஞர்களுக்கு உத்வேகமூட்டும் வகையில் பல கருத்தரங்குகளும் மாநாடுகளும் நடத்தப்பட்டன. நடத்தப்பட்ட பல போராட்டங்களின் மூலமும் பல பயன்கள் தலித்துகளுக்குக் கிடைத்தன. எனினும் சந்தர்ப்பவாத அரசியலுக்கு இதன் தலைவர்களும் ஆளானார்கள். அரசு அமைப்புகளிடமிருந்து பொருளாதார லாபம், அரசியல் அதிகாரம் மிக்க பதவிகள் பெற முனைந்தார்கள். எனவே இந்த அமைப்பு சுக்கல் சுக்கலாகச் சிதற அதிகக் காலம் எடுத்துக்கொள்ளவில்லை. இதன் கதியும் இந்தியக் குடியரசுக் கட்சி தலித் சிறுத்தைகள் போலானது!

## பாம்செஃப் மற்றும் டி.எஸ் 4

படித்த தலித் இளைஞர்கள் பம்பாயில் தலித் சிறுத்தைகள் என்ற அமைப்பைத் தோற்றுவித்தபோது, பம்பாய்க்கு அருகிலேயே பாதுகாப்புத்துறை ஆராய்ச்சி மற்றும் மேம்பாட்டு லேப் ஊழியரான கன்ஷிராம் எனும் பஞ்சாப் மாநில தலித் இளைஞர் அத்தகைய உணர்ச்சிவசப்பட்டு களமிறங்கவில்லை. தைரியமான ஒரு மாற்றுவழியைத் தேர்ந்தெடுத்தார். அரசியல் சக்தியற்றவர்களாக விளங்கியதால் தலித்துகள்மீது இழைக்கப்படும் அட்டூழியங்களால் அவர் பாதிக்கப்படவில்லை. புத்த மத மாற்றமும் ஒரு தாக்கத்தை ஏற்படுத்தவில்லை.

ஆனால் அவர் பணியாற்றிய இடத்தில் நான்காம் நிலை ஊழியர் ஒருவர், புத்த ஜெயந்தி மற்றும் அம்பேத்கர் ஜெயந்திகளுக்கு

விடுமுறை கேட்டதால் வேலையை விட்டு நீக்கப்பட்டது அவருக்கு பெரிதும் பாதிப்பை ஏற்படுத்தியது. அவருக்காக வாதிட்டு மீண்டும் அவரைப் பணியில் சேர்த்தார் கன்ஷிராம். இந்தச் சம்பவம்தான் அவர் ஒரு சமூக செயல்பாட்டாளராக உருவாக வழிவகுத்தது. அவர் இந்திய குடியரசுக் கட்சிக்காக உழைக்க விரும்பினார். ஆனால் குறுகிய காலத்திலேயே அதன் மீதிருந்த ஆர்வம் குறைந்துபோனது. அம்பேத்கர் குறித்து தீவிரவாத விளக்கமளித்து அதற்கு மாற்றாக உதயமான தலித் சிறுத்தைகள் கட்சியும் கன்ஷிராமைக் கவரவில்லை. இடஒதுக்கீடு மூலம் வேலை பெற்றவர், உயர்சாதி நிர்வாகிகளால் அரசு அலுவலகங்களில் அவமதிக்கப்படுவதை அவர் கண்ணுற்றிருக் கிறார். அவருக்கும் நிறுவனம் சார்ந்த பாதுகாப்பு தேவைப்பட்டது.

தாம் ஓர் அரசு ஊழியராக இருந்ததால் ஷெட்யூல்டு சாதி ஆதிவாசிகள் மற்றும் இதர பிற்படுத்தப்பட்ட சிறுபான்மையோருக்கான அரசு ஊழியர் சங்கம் ஆரம்பிக்க வாய்ப்பைத் தேடிக்கொண்டிருந்தார். ஏனெனில் அவர்கள் அறிவு வங்கியாக மட்டுமின்றி பண வங்கியாகவும் இருந்தனர். இடஒதுக்கீட்டோடு தொடர்பற்றிருந் தாலும் இதர பிற்பட்ட சாதியினர் மக்கள் தொகையில் 85 சதவிகித அளவுக்கு இருந்ததால், இவர்கள் அனைவரையும் இணைப்பது அரசியல் அதிகாரம் பெறும் தொகுதியாக அமையும்.

எனவே, டி.கே.கோபர்டே, ராம் கோப்ரகடே, நம்தியோ காம்ப்ளே, மனோகர் ஆப்தே போன்ற சகாக்களுடன் இணைந்து 1971ம் ஆண்டு டெல்லியில் பிற்பட்ட மற்றும் சிறுபான்மைச் சமூக அரசு ஊழியர் கூட்டமைப்பு (பாம்செஃப்) ஒன்றை ஆரம்பித்தார். அது அம்பேத்கர் நினைவுநாளான 6.12.1978 அன்று டெல்லியில் முறைப்படி தொடங்கப் பட்டது. 'சமூகத்திற்கு திருப்பியளிப்போம்' என்ற லட்சிய முழக்கத்தை முன்வைத்தார். நாளடைவில் இந்த அமைப்பு ஒடுக்கப்பட்ட மக்களின் சிந்தனா வங்கியாகவும் திறன் வங்கியாகவும் பொருளாதார வங்கியாகவும் மாறியது.

இந்த அமைப்பு சேவை விதிகளுக்கு உட்பட்ட, அரசியல் செயல் பாட்டுக்கு அப்பாற்பட்ட, அரசு ஊழியர்களோடு ஐக்கியப்பட்ட ஒன்றாக இருந்தாலும், அகில இந்திய அளவில் 2 லட்சம் உறுப்பினர்களால் உருவான வலிமைமிக்க அமைப்பாகத் திகழ்ந்ததால், அரசியலில் ஈடுபடும் ஆர்வம்மிக்க இளைஞர்களைப் பெருமளவில் திரட்டியது. அதைவிட முக்கியம் கன்ஷிராமின் அரசியல் செயல்பாடுகளுக்கு நிதி உதவுவதாகவும் இருந்தது.

ஒரு பத்தாண்டு காலம் இந்த அமைப்பை வளர்த்தெடுத்த கன்ஷிராம் திடீரென்று ஒரு நாள் ஒரே பாய்ச்சலாக அரசியலின் பக்கம் தாவினார்.

'தலித் சோஷித் சமாஜ் சங்கர்ஷ் சமிதி' (Dalit Shoshith Samaj Sangharsh Samiti - DS4) எனும் பெயரில் கட்சி ஒன்றை 1981 அம்பேத்கர் நினைவு நாளன்று அறிவித்தார். 'டிஎஸ்4' என்று அழகியலோடு அதற்குப் பெயரும் இட்டார். இந்த DS4 அமைப்பு டெல்லி, ஹரியானா உள்ளாட்சித் தேர்தல்களில் போட்டியிட்டது. ஆனால் 1986ல் பகுஜன் சமாஜ் கட்சி தவிர பிற கட்சிகளுக்காக வேலை செய்ய மாட்டேன் என்று அவர் சொன்னதால் அவரது அமைப்பு பிளவுபட நேர்ந்தது. செல்வாக்கிழந்து இப்போதும் அந்தக் கட்சி பெயரளவில் உள்ளது.

## நமந்தார் போராட்டம்

தாலே அணியினர் தலித் சிறுத்தைகள் அமைப்பு கலைக்கப்பட்டதாக அறிவித்தனர். அதனைச் சற்றும் எதிர்பாராத முக்கியஸ்தர்களான அருண் காம்ப்ளே, ராம்தாஸ் அதாவேல், கங்காதல் கேட் போன்ற சில தலைவர்கள் மறுபடியும் கூடி 'பாரதீய தலித் சிறுத்தைகள்' என்ற பெயரில் இயங்கத் தீர்மானித்தனர். 1977 ஏப்ரலில் அவுரங்காபாத்தில் கூடி மரத்வாடா பல்கலைக்கழகத்திற்கு அம்பேத்கரின் பெயரைச் சூட்டவேண்டுமெனத் தீர்மானம் இயற்றினர். முற்போக்கான இந்த அமைப்பினர் தனியாக இயங்கத் தீர்மானித்தனர். அம்பேத்கர் பெயரை இவர்கள் கூறுவதற்குமுன், அம்பேத்கர் பெயரைச் சூட்ட வேண்டுமென 1957ல் அப்பல்கலைக்கழகம் துவக்கப்படும் போதே அதன் முதல்வர் எம்.பி.சிட்னிஸ் கோரியிருந்தார். எனினும் அம்பேத்கர் பெயரைச் சொல்வது ஓர் உணர்ச்சிகரமான அம்சமாக இருந்ததால், தலித் சிறுத்தைகளும் அதே கோரிக்கையை எழுப்பினார்கள்.

இந்தக் கோரிக்கைக்கு ஆரம்பத்தில் எந்த எதிர்ப்பும் இருக்கவில்லை. எனினும் தலித் அல்லாத மாணவர்களும் அதே கோரிக்கையை எழுப்பிய போது, பொறாமைக்கு ஆளான சிறுத்தைகள் தலித் அல்லாதோரைச் சிறுமைப்படுத்தினர். இத்தகைய போக்கால் தலித் மாணவர்கள் தலித் அல்லாத மாணவர்களைத் தனிமைப்படுத்தினர். இதனால் தலித் அல்லாதோரின் செயல்பாடு தலித்துகளின்மீது கடுமையானது.

அம்பேத்கர் பெயர் சூட்டப்படுமென மகாராஷ்டிரா முதல்வர் வசந்த் தாதா பட்டேல் 1977ல் அறிவித்தார். மாநில சட்டமன்றமும் அதை அங்கீகரித்தது. பல்கலைக்கழகத்தின் ஆட்சிமன்றக்குழு அதை ஒத்துக்கொண்டு தீர்மானம் நிறைவேற்றியது. ஆனால் 1978 ஜூலை 27ல் மாநிலம் முழுவதும் வன்முறை வெடித்தது. பல வாரங்களுக்கு நீடித்தது. இந்த வன்முறைச் சம்பவங்கள் குறித்து பலரும் பல கருத்தைச் சொல்கிறார்கள். எனினும் சாதி இந்துக்களால் தலித்துகள்

கடுமையாகத் தாக்கப்பட்டனர் என்ற கருத்தை எவரும் மறுக்க முடியாது. மராத்வாடா பகுதியில் சுமார் 1200 கிராமங்களில் வன்முறை தாண்டவமாடியது. சுமார் 25,000க்கும் மேற்பட்ட தலித்துகள் தாக்கப் பட்டனர். ஆயிரத்துக்கும் மேற்பட்டோர் காடுகளுக்குள் ஓடி தங்களைக் காத்துக் கொண்டனர். சாதி வெறுப்புதான் இதற்குக் காரணம் என்றாலும் தலித் தலைவர்களும் இதற்குப் பொறுப்பு என்பதைத் தட்டிக்கழிக்க முடியாது. 17 வருட தியாகங்களுக்குப் பிறகு, சிறுத்தைகளின் தலைவர்கள் குறிப்பாக அதாவலே, ஆளும் கட்சியான காங்கிரசில் ஐக்கியமானார். அந்தப் பல்கலைக்கழகத்தின் பெயரோடு அம்பேத்கர் பெயரும் சேர்க்கப்பட்டது!

**தரகர்கள், தலைவர்களாக!**

தலித் இயக்கத்தின் லட்சியம் என்பது சாதி அழிப்பு, சுதந்திரத்துடன் கூடிய சமூக அமைப்பு, சமத்துவம், சகோதரத்துவம் என்கிற தெளிவான பார்வையோடு அம்பேத்கர் சரியாகக் குறிப்பிட்டிருந் தாலும், அவருக்குப் பிந்தைய தலைவர்கள் கொஞ்சமும் கூச்சமுமின்றி தமது சுயநலத்தை உட்புகுத்தி அதனை 'அம்பேத்கரிஸம்' என்று கூறிக்கொண்டார்கள்.

உதாரணமாக கர்நாடகாவில் 'தலித் சேவா சங்கம்' என்ற அமைப்பு சுயமாகவே நிறுவப்பட்டது. எந்த ஒரு கொள்கை கோட்பாடும் இல்லாததால் அம்பேத்கர் பெயரை மட்டும் உச்சரித்துக்கொண்டு, பல குழுக்களாக அந்த அமைப்பு பிரிந்து கிடக்கிறது. சாதிக்குள் உட்சாதி, ஆளுங்கட்சியுடனான தமது உறவு ஆகியவற்றைப் பொறுத்து அவ்வப்போது நிலைமாறிக் கொண்டிருக்கும் அவர்கள், எப்போ தெல்லாம் தலித்துகளுக்கு எதிரான நிகழ்வுகள் நடைபெறுகிறதோ அதற்கு எதிர்ப்பு தெரிவிப்பார்கள்.

பக்கத்து தமிழ்நாட்டில் ஆக்கபூர்வமாகச் சொல்கிறமாதிரி ஒன்று மில்லை. ஆனால் சரித்திர ரீதியில் பார்க்கப்போனால் ஆரம்பகால தலித் தலைவர் ஒருவரைக் கொடுத்தது அம்மாநிலம்தான். ஷெட்யூல்ட் சாதி கூட்டமைப்புக்கும், இந்தியக் குடியரசுக் கட்சிக்கும் பல தலைவர்களை வழங்கியது. இப்போது அந்தச் சரித்திரப் பெருமை மங்கிப் போய் விட்டது. ஒட்டுமொத்த தலித் இயக்கமே இரண்டு தலைவர்களுக்குக் கீழே பிரிந்து நிற்கிறது. விடுதலைச் சிறுத்தைகள் என்ற பெயரில் தொல் திருமாவளவன், வட தமிழ்நாட்டுப் பகுதியில் வாழும் 'பறையர்' சாதி மக்களை ஒருங்கிணைத்து வைத்திருக்கிறார். புதிய தமிழகம் என்ற பெயரில் டாக்டர் கிருஷ்ணசாமி தென் மாவட்டங் களில் வாழும் தமது பள்ளர் சாதி மக்களை ஒருங்கிணைத்து வைத்திருக் கிறார். ஒருவர் எல்லைக்குள் ஒருவர் கால்வைக்க மாட்டார்கள்.

தங்களுக்கான தலைவர்களாக இருபெரும் கட்சிகளான தி.மு.க மற்றும் அ.தி.மு.க.வை வைத்திருக்கிறார்கள். பிற மாநிலங்களிலும் இதே இலக்கணப்படி தலித் கட்சிகள் ஆளும் வர்க்கக் கட்சிகளின் பின்னே சென்றுவிட்டதோடு அதற்கு ஈடாகத் தலித்துகளை அரசியல் ரீதியில் செயலற்றவர்களாக வைத்திருக்கிறார்கள்.

ஆக அம்பேத்கருக்குப் பிந்தைய தலித் அரசியல் என்பது தலித் தலைவர்களின் சந்தர்ப்பவாதம் என்று சொல்லலாம். தலித் மக்களின் பிரச்னைகளை கையிலெடுப்பார்கள். பிறகு உரியவாறு பேரம்பேசி அதைக் கைவிட்டுவிடுவார்கள். இதன் காரணமாக தலித்துகள் இயற்கையாகவே சக்கைகளாகவும் அடியாள் படைகளாகவும் எல்லா அம்சங்களிலும் அம்பேத்கரின் பார்வையற்றவர்களாகவும் மாறியதோடு, அம்பேத்கரைப் பொம்மை கடவுளாக்கி, பஜனை பாடிக் கொண்டிருக்கின்றனர். அதற்காக தலித்துகளுக்கு தலைமைதாங்க தகுதிமிக்க தலைவர்கள் இல்லை என்று சொல்லிவிட முடியாது. ஆனால் ஆளும்வர்க்கத்தின் ஆதரவுபெற்ற, தார்மீகத் தகுதியற்ற தலைவர்களோடு போட்டியிட முடியாமல் அவர்கள் பின் தங்கி விடுகின்றனர்.

அதற்கு தலித் சிறுத்தைகள் (தலித் பேந்தர்ஸ்) முக்கியமான உதாரணம். என்ன வகையிலோ தலித் அரசியலை மிகவும் பொருத்தமான வகையில்தான் முன்னெடுத்துச் சென்றார்கள். தங்களது சுதந்திர சிந்தனைமுறையை செயல்படுத்தியபோது போலீசின் கடுமையான தாக்குதலுக்கும் உள்ளானார்கள். அதன் காரணமாக தலித்துகள் முடமானபோது, ஆளும் வர்க்கத்தில் அவர்களுக்கு ஆதரவுக்கரம் நீட்டுவதுபோல நீட்டி, போலீஸ் பாதுகாப்பும்கூட வழங்குகிறது. தலைவர்களை எளிதாக விலைக்கு வாங்கி விளம்பரப்படுத்தி தலித்துகளின் ஒட்டுகளைப் பெறுகின்றனர்.

இந்தச் சந்தைப்படுத்தலுக்கு அம்பேத்கர் போன்ற உயர்ந்த தலைவரின் பெயரை நிறுத்துகிறார்கள் தலித் சிறுத்தைகளின் கொள்கை அறிக்கையில் குறிப்பிட்டுள்ளபடி தாதாசாகேப் கெய்க்வாட் தலைமையில் நடைபெற்ற நிலத்திற்கான சத்யாகிரகப் போராட்டம் தவிர தலித் சிறுத்தைகள் உள்ளிட்ட ஒட்டுமொத்த தலித் இயக்கமும் உழைக்கும் மக்களின் பிரச்னைகள்மீது அக்கறை கொண்டதாக இல்லை. எனினும் இந்த இயக்கத்தின் பலத்தை கன்ஷிராம் எவ்வளவு கற்பனைவளத்தோடு பயன்படுத்தி பகுஜன் சமாஜ் கட்சி ஆரம்பித்து, தேர்தல் வெற்றிகள் பெற்றார் என்பதை 8வது அத்தியாயத்தில் விவாதிப்போம்.

ஆறு

## விடுதலைக்கான மதமாற்றம்

**ச**ரித்திர ரீதியில் பார்த்தால் சமூகத்தை வடிவமைப்பதில் மதம் முக்கியப் பங்கு வகித்திருக்கிறது. தலித்துகளைப் பொருத்தவரை அவர்களது அடிமைநிலை இந்து மதம் சார்ந்த புராணங்களில் பெருமையாகப் பேசப்படுகிறது. இந்து மதத்தின் நடைமுறை விதியாகவும், சாதிமுறையினை நியாயப்படுத்தும் காரணியாகவும் கர்மவினை, மறுபிறப்பு இரண்டும் விளங்குகின்றன. இதன் காரணமாக இந்து மதத்திலிருந்து வெளியேறுவதும் வேறு ஒரு மதத்தைத் தழுவ விரும்புவதும் இயற்கையான ஒன்றாகிவிடுகிறது.

இஸ்லாத்தில் ஒரு நாகரிகமான மாற்று இருக்கிறதென அறிகிறபோது இந்து மதத்தைவிட்டு இஸ்லாத்தில் இணைகிறார்கள். சீக்கிய மதம் உருவானபோது அது சாதிகளற்ற சமூகம் என்ற நம்பிக்கை ஏற்படுத்தியதால் அதில் இணைந்தார்கள். காலனி ஆட்சிக் காலத்தில் கிறிஸ்தவ மதத்தில் இணைந்தார்கள். ஒரு கட்டத்தில், இதில் எந்த மதமும் சாதிய ஒடுக்குமுறையிலிருந்து விடுதலை தரவில்லை என்றாலும் இந்து மதத்தின் பிடியிலிருந்து வெளியேறுவதே விடுதலை என்பதில் உறுதியாக இருந்தார்கள். இருபதாம் நூற்றாண்டில் ஏற்பட்ட அறிவியல் தொழில்நுட்ப வளர்ச்சியும், புதுப்புது தீவிரவாதக் கொள்கைகளும் மதத்தின் முக்கியத்துவத்தைச் சீர்குலைத்தன.

இந்து மதம்தான் தமது அடிமைத்தனத்திற்குக் காரணம். எனவே அதன் கட்டுக்குள்ளிருந்து வெளியேற வேண்டுமென்று தலித்துகள் இன்னும் நம்பவே செய்கின்றனர். காலனி ஆதிக்க காலத்தில் மிஷினரி எனப்படும் கிறிஸ்தவ மதப் பரப்பாளர்களால் கையாளப்பட்ட

மதமாற்றம் என்ற நிலையோடு கூடவே கிழக்கு வங்காளத்தில் ஹரிசந்த் பிஸ்வாஸ் அவரது மகன் குருசந்த் தாகூர் ஆகியோரால் தோற்றுவிக்கப்பட்ட 'மத்வா இயக்கம்' தலித் மக்களுக்கு நம்பிக்கை ஊட்டியது. ஜோதிதாஸ், அச்சுதானந்த் போன்ற தலித்திய சீர்திருத்த வாதிகள் புத்தமத வழியைக் காட்டினார்கள். அப்புறம் 'அட்' அல்லது 'ஆதி' இயக்கம் தலித்துகளின் பாரம்பரிய அந்தஸ்தைக் கொண்டதாக அறிமுகமாகியது.

## அம்பேத்கரின் பார்வை

நான்காவது அத்தியாயத்தில் நாம் பார்த்தபடி மகத் போராட்டத்தின் பின் அம்பேத்கர் மதமாற்றத்தை வலியுறுத்தினார். அதன்மூலம் இந்து சமுதாயத்தில் போதுமான அளவுக்கு சீர்திருத்தம் மேற்கொள்ளா விட்டால் தலித்துகள் இந்துவாக இருக்கமாட்டார்கள் என்பதை ராஜதந்திர ரீதியில் வெளிப்படுத்தினார்.

அம்பேத்கர் 1938ல் சாதி ஒழிப்பு குறித்து எழுதியபோது, 'சாதிகள் இந்து தர்மசாஸ்திரங்களில் இருந்தே தோன்றின. எனவே இந்த இந்து தர்ம சாஸ்திரங்களை ஒழிக்காதவரை சாதியை ஒழிக்க முடியாது' என்று குறிப்பிட்டார். அந்நூல் எழுதிய சமகாலத்திலேயே 1935 அக்டோபர் 13ம் நாள் பம்பாய் பகுதி தாழ்த்தப்பட்ட வர்க்கத்தார் நடத்திய கருத்தரங்கில் பேசிய அம்பேத்கர், 'இந்து மதத்தைப் புறக்கணிப்போம்' என அறிவித்தார். அதனால் தலித்திய செயல்பாட்டாளர்கள் மத்தியில் எழுந்த குழப்பத்தைப் போக்கும்வகையில் பம்பாயில் நடைபெற்ற ஒரு மாநாட்டில் விவரிக்கும்போது இந்து மதத்திலிருந்து தலித்துகள் வெளியேற வேண்டுமென்பதற்கான இரண்டு காரணங்களை முன்வைத்தார். ஒன்று இருப்பு, இரண்டு ஆன்மிகம்.

வாழ்வினைப் பொறுத்தவரை தலித்துகளுக்கு எதிராக வன்முறை நடத்தியவர்களிடமிருந்து தலித்துகளுக்கான மனித உரிமையினை மீட்டெடுப்பது அவசியம். இதனை வர்க்கப் போராட்டம் என்று அம்பேத்கர் அறிவித்தார். அம்மாநாட்டில் அம்பேத்கர் தனது உரையை முடிக்கும்போது 'தீண்டப்படுபவர்களுக்கும் தீண்டப்படாதவர் களுக்குமான போராட்டம் இயற்கையானது; காலந்தோறும் தொடரக் கூடியது' என்று விளக்கமளித்தார்.

சனாதன அடிப்படையில் தலித்துகளை கடைநிலையில் வைத்திருக்கும் இந்துமதம் அடிப்படையற்றது; முடிவுமற்றது. இந்த நிலை நீடிப்பதன் காரணம், தலித்துகளிடையே போதுமான 'எண்ணிக்கை பலம்' இல்லாததுதான் என்று குறிப்பிட்டார். எண்ணிக்கை பலம் தவிர மனிதகுலம் கொண்டிருக்கவேண்டிய

பலங்களான பொருளாதார பலம், மூளை பலம் எதுவும் தலித்துகளிடம் இல்லை. சிறுபான்மையினராக இருந்தாலும் கிராமங்களில் பல உட்சாதிகளாக பிரிந்திருப்பதாலும் 'எண்ணிக்கை பலம்' இல்லை. அவர்களுக்கு நிலமோ, வியாபாரமோ, நல்ல ஊதியம் தரும் உத்யோகமோ இல்லாததால் 'பொருளாதார பலம்' இல்லை. பல நூறு ஆண்டுகளாக சாதி இந்துக்கள் தமக்கு இழைக்கப்படும் அவமானத்தை விழுங்கிக் கொள்வதாலும், அடக்கு முறைகளுக்கு அடங்கிப்போவதாலும், 'மூளை பலம்' இல்லை.

தங்களது அவல நிலையிலிருந்து மீள முடியுமென்று தலித்துகள் நம்ப வில்லை. முஸ்லிம்களும் தலித்துகளைப்போலவே சிறுபான்மையினர் தான். இந்துக்கள் அவர்களை தலித்துகளைப்போல் நடத்துகிறார்களா? நடத்தவில்லை. ஏனெனில், ஒட்டுமொத்த முஸ்லிம்களும் பக்க பலமாக இருக்கிறார்கள். அப்படி ஒரு பின்புலம் இருப்பதால் தமக்கு ஏதும் தீங்கிழைக்கப்படும்போது முஸ்லிம்கள் பதிலடி கொடுக் கிறார்கள். அப்படி ஒரு ஆதரவு இல்லையென்பதால் தலித்துகள்மீது தாக்குதல் நடத்துகிறார்கள்.

இதில் ஒடுக்குபவர்களும் ஒடுக்கப்படுபவர்களும் 'இந்து'வாக இருப்பதால் பிற மதத்தினர் தலையிடுவதில்லை. எனவே ஒரு பெரும் பின்புலத்தை உருவாக்கவேண்டுமானால் தலித்துகள் மதம்மாறி பிற சமூகக் குழுக்களுடன் இணையவேண்டும். மதமாற்றத்திற்கு ஆன்மிகக் காரணம் என்று சொல்லப்படுவது ஒவ்வொரு தனி நபரின் தகுதியை மேம்படுத்தத்தான். இந்து மதத்தில் தனிநபர்களுக்கான இடம் இல்லை; அது தனிநபர்களுக்கு ஓர் ஆத்மார்த்தமான நிம்மதியை வழங்குவதில்லை. தனி நபரை ஆத்மார்த்தமாக மேம்படுத்துவதே மதத்தின் முக்கிய நோக்கமாக இருக்கவேண்டும் என்று அம்பேத்கர் கருதினார். 'அவனைப் பொறுத்தவரை தனி நபர் ஒவ்வொருவரின் பிறப்பும், சமூக சேவை செய்வதற்காக அல்ல; அவர்களது சொந்த விடுதலைக்காகத்தான்!'

'தனிநபருக்கு விடுதலை தராத எந்த ஒரு மதமும் எனக்கு ஏற்புடையதில்லை' என்று அறிவித்தார் அம்பேத்கர். தனிநபர் மேம்பாட்டுக்கென மூன்று அம்சங்களை முன்வைத்தார் அம்பேத்கர் அவை: இரக்கம், சமத்துவம், சுதந்திரம். இந்த மூன்றும் இந்து மதத்தில் இல்லையென்று அம்பேத்கர் தெளிவாகவே அறிவித்தார். அம்பேத்கரைப் பொறுத்தவரை 'மதத்தின் ஆன்மிக அம்சம் முக்கியமானது. குறிப்பாக தலித்துகளுக்கு! ஏனெனில், அதுதான் வாழ்வதற்கான வாய்ப்பை முன்னெடுத்துச் செல்லக்கூடிய தார்மிக பலம் தரும்' என்கிறார்.

இந்தியாவில் இருக்கிற வேறு ஒரு மதத்தில் சேர்ந்தால் அது இந்துக்களின் அடக்குமுறையை எதிர்த்திட தலித்துகளுக்கு எண்ணிக்கை பலம்தரும் என்பதால் தொடக்கத்தில் அவர் புத்த மத்திற்கோ ஆர்ய சமாஜத்திற்கோ மாறும் ஆலோசனையை நிராகரித்தார். கிறிஸ்தவ மதத்திற்கோ, இஸ்லாமிய மதத்திற்கோதான் மாற விரும்பினார். 'தலித்துகள் புத்த மதத்தினராகவோ, ஆர்ய சமாஜப் பிரிவினராகவோ மாறுவது அவர்களை அடக்கி வைத்திருக்கும் உயர் வர்ணத்தாரின் பாரபட்சத்தின்மீது பெரிய தாக்கத்தை ஏற்படுத்தும் என்று நினைக்கவில்லை. ஆகவே, அந்தப் பாதையில் செல்வது அறிவுபூர்வமாகாது. இந்துக்களின் பாரபட்சமான போக்குடன் வெற்றிகரமாக மோத வேண்டுமானால் நாம் கிறிஸ்தவ மதத்திற்கு மாறவேண்டும் அல்லது இஸ்லாம் மதத்திற்கு மாறவேண்டும். அப்படிச் செய்யும்போதுதான் நாம் மீது தெளிக்கப்பட்டிருக்கும் தீண்டத்தகாதோர் எனும் கறை கழுவப்படும்' என்றார்.

இதற்கு இரண்டு வருடங்களுக்குப் பின், கிறிஸ்தவ மதத்தை ஓரம்கட்டிவிட்டு இஸ்லாம் மதத்தை வட்டம் கட்டினார் அம்பேத்கர். 1929 மார்ச் 15ம் நாள் 'பகிஷ்க்ரத் பாரத்' இதழின் தலையங்கத்தில் 'இந்து மதத்தின் கவனத்திற்கு' என்ற தலைப்பிட்டு அம்பேத்கர், 'தலித்துகளே நீங்கள் மாற வேண்டுமானால் இஸ்லாம் மதத்திற்கு மாறுங்கள்' என்றார். ஏன் கிறிஸ்தவ மதத்தை விட்டுவிட்டீர்கள் என்று கேட்ட போது கிறிஸ்தவ மதத்தில் இந்தியாவின் சாதிக்குத் தப்ப முடியாது. இஸ்லாமிய மதத்தில்தான் தலித்துகளுக்கு முழு ஆதரவு கிடைக்கும் என்றார். ஆனாலும் அம்பேத்கர் இந்து மதத்திலிருந்து வெளியேற வேண்டும் என்பதைத்தான் வலுவாக வலியுறுத்தி வந்தாரே தவிர, எந்த மதத்திற்குத் தாவுவது என்பதில் ஒரு முடிவோடு இருக்கவில்லை.

## விருப்பத் தேர்வாகிறது புத்தமதம்!

மதத்தைப் பொறுத்தவரை தமது விருப்பத் தேர்வாக 1956ல் அம்பேத்கர் வலியுறுத்தியது, அவர் அதுவரை கூறிவந்த காரணங்களுக்கு முரணாக இருந்தது. இருத்தல் தொடர்பான பிரச்னைகள் ஆன்மீகம் தொடர்பான கருத்துகளைவிட முக்கியமாகிப் போனது. வடகிழக்கு இந்தியா, உயர் இமாலய சமவெளிகள் மற்றும் காஷ்மீர், உ.பி., இமாலயப்பிரதேசம் தவிர, இந்தியாவைப் பொறுத்தவரை புத்தமதம் இல்லாமல் போயிருந்தது. மிகவும் குறைவான மக்களே பின்பற்றிவந்த இந்த புத்தமதம்தான் நவீன தர்க்கவியலுக்கும், நவீன அறிவியலுக்கும் ஒத்துப்போகக்கூடிய மதம் என்று அம்பேத்கர் அதை நியாயப் படுத்தினார். அதன் முக்கிய மூன்று கொள்கைகளான 1. அமானுஷ்யங் களுக்கு எதிரான அறிவு, 2. பிறருடனான அன்பு, 3. முழுமையான

சமத்துவம் ஆகியவற்றை அம்பேத்கர் வரவேற்றதோடு அந்தக் கொள்கைகள் வேறு எந்த மதத்திலும் இல்லையென்று உணர்ந்தார்.

அவற்றுடன் புத்தமதத்தின் இந்தியத் தன்மையையும் அம்பேத்கர் கணக்கிலெடுத்துக்கொண்டார். கிறிஸ்தவ மதமும் இஸ்லாமிய மதமும் வெளிநாட்டு மதங்களாக இருந்தபடியால், இந்திய சாதி முறையை எதிர்க்கும் குணாதிசயம் புத்தமதத்தில் இருக்கிறது. மேலும் இந்த சாதிமுறையை எதிர்த்தும் அதற்கு அடிபணியாததுமாகவே புத்தமதம் வளர்ந்துள்ளது என்றார். அநேகமாக அம்பேத்கர்தான் முதன்முதலாக புத்தமதத்தை ஒரு புரட்சிகரமான மதமாகவும் சமத்துவம் பேணும் மதமாகவும் வகைப்படுத்தினார். கிறிஸ்தவ, இஸ்லாம் மற்றும் சீக்கிய மதங்கள் சாதியோடு சமரசம் மேற்கொண்டு விட்டதாக அம்பேத்கர் கருத்து கொண்டிருந்தார்.

தவிரவும் வெளிநாட்டு மதங்களை ஏற்பதில் சமகாலத்திய தற்காலிக அம்சங்கள் சிலவற்றைக் கணக்கில் எடுத்துக்கொள்ளவேண்டி யிருந்தது. இஸ்லாம் மதத்தைப் பொறுத்தவரை, 1940களில் மதமோதல்களில் ஈடுபட்டு, அதன் தொடர்ச்சியாக இந்தியப் பிரிவினைக்கு இட்டுச் சென்றது. அதனுடன் இணைவதென்பது தலித்துகளை பேரழிவுக்கு இட்டுச் செல்லும். கிறிஸ்தவ மதத்தை கணக்கில் எடுத்துக்கொண்டால் அதிலும் இதே பிரச்னைதான். ஆனால், பெரும்பான்மை இந்து மதத்தினரால் தீங்கற்றது என கருதக் கூடியதாக புத்தமதம் இருந்தது. அதை அம்பேத்கர் ஒரு மாற்றுக் கருத்தாக முன்வைத்தபோது ஒட்டுமொத்த இந்து இயக்கமும் நிம்மதிப் பெருமூச்சு விட்டது.

ஆக, பல காரணிகளால் தேர்ந்தெடுக்கப்பட்ட இந்த புத்தமதமே, தலித்துகளுக்கான மதம் எனும் விருப்பமாக அமைந்தது. சொல்லப் போனால் அனைத்து மதங்களிலும் சிறந்தது புத்தமதமே என்ற முடிவுக்கு அம்பேத்கர் வந்தார். இந்தக் கருத்தை நிறுவனமயமான பிற மதங்களை விட மட்டுமல்ல; மார்க்சியத்தை விடவும் மேலானதாகக் கொண்டிருந்தார்.

அம்பேத்கர் மார்க்சிஸ்ட் இல்லையென்றாலும் அதன் புரட்சிகரமான நம்பிக்கையூட்டல்களையும், தலித் போன்ற அடித்தட்டு மக்களுக்கு ஈர்ப்பை ஏற்படுத்தக்கூடியதெனும் கருத்தையும் புறக்கணித்ததில்லை. அவரைப் பொறுத்தவரை இருப்பதிலேயே மார்க்சியம் சிறந்தது; ஆனால் அதன் நடைமுறைகள் எதிர்மறையானவை. அந்த வகையில் தமது விருப்பங்களைத் தேர்வு செய்யும்போது மார்க்சியத்தையே 'தர அளவுகோலாக'வும் மதிப்பீடாகவும் அம்பேத்கர் கொண்டிருந்தார். புத்தமதத்தை அவர் தேர்ந்தெடுத்தபோதும் இந்த மதம்

மார்க்சியத்தைப் போன்ற லட்சியங்களைக் கொண்டிருக்கிறது என்றார். ஆனால் மார்க்சியத்தின் நடைமுறையான வன்முறையும் சர்வாதிகாரமும் இதில் இல்லையென்று அறிவித்தார். ஆக மார்க்சியத்தை அவர் புரிந்துகொண்டதிலும் அதன் மாதிரியாக அவர் புத்தமதத்தைச் சித்தரித்ததிலும் ஒருவருக்கு மாற்றுக் கருத்துகள் இருக்கலாம். ஆனால், கருத்தளவில் அவரது இரண்டாவது சிறந்ததாக மார்க்சியம்தான் இருந்தது என்பதே உண்மை.

## மதம் மாறிய தலித்துகள் மீதான தாக்கம்

புத்தமதம் ஒரு புரட்சிகரமான மாற்றத்திற்கான பாதையாக இருக்குமென்று டாக்டர் அம்பேத்கர் புரிந்துகொண்டிருந்தார். ஆனால் அத்தகைய மாற்றத்தைக் கொண்டுவருவதற்கான திறன் புத்த மதத்திற்கு இருக்கிறதா என்பதில் பல அறிஞர்கள் எதிர்கருத்தை முன்வைக்கிறார்கள். அவர்களைப் பொறுத்தவரை, புத்தமதம் தனிநபரின் ஆன்மீகப் பாதுகாப்பு மற்றும் உலகியல் இன்பங்களைத் தியாகம் செய்தல் குறித்துப் பேசுகிறது. சமூகத் தீங்குகள் எவற்றுக்கும் அது பங்களிக்கவில்லை. என்றாலும் சாதியம், அடிமைத்தனம் ஆகியவற்றுக்கு எதிராக அம்மதம் போராடவுமில்லை.

முக்கியமான வரலாற்றாசிரியரான டி.டி.கோசாம்பி புத்தபிக்குகளைத் தேர்வு செய்யும்முறை குறித்து விளக்கமாக எடுத்துரைக்கிறார். 'தப்பிவந்த அடிமைகள், குடிமைத்தொழில் புரியும் ஆதிவாசிகள், தப்பிவந்த குற்றவாளிகள், பெருநோயாளிகள், கடனாளிகள், நாகர்கள் ஆகியோர் புத்தபிக்குகளாகச் சேர அனுமதிக்கப்படவில்லை' என்கிறார்.

அவர்களின் அறிவியல்பூர்வமான சிந்தனை தமது உலகிற்குள் வரையறுக்கப்பட்டது. தன்னல மறுப்பு பற்றிப் பேசும் புத்தமதத்தினர் சமூகத் தீங்குகளை ஏற்படுத்தும் சமூக சக்திகள் எதிர்ப்பு குறித்துத் தெளிவான பார்வை கொண்டிருக்கவில்லை. அம்பேத்கர் கற்பனை செய்ததுபோல புத்தமதம் பரவினால், புரட்சிகரமான மாற்றம் ஏற்பட்டுவிடும் என்று அவர்களே சொல்லிக்கொள்ளவில்லை.

இவைதவிர கடந்த 50 ஆண்டுகளாக தலித்துகள் மத்தியில் உருவான முன்னேற்றங்களுக்கு புத்தமதமே காரணமென, புத்தமதத்தில் சேரவேண்டுமென்று வலியுறுத்துபவர்கள் தெரிவிக்கிறார்கள். முன்னேற்றம் நிகழ்ந்த இந்தக் காலகட்டத்தில் தலித்துகள் புத்த மத்தினராக மாறியிருக்கவில்லை. புத்தமதத்தில் இணைந்த தலித்துகள் அதில் இணையாத தலித்துகளைவிட அதிக முன்னேற்றம் அடைந்ததாக நிரூபிக்கவேண்டும். அநேகமாக இதற்கு ஆதாரங்கள்

இல்லை. எந்த பூகோளப்பகுதியில் உள்ள தலித்துகளும், அவர்கள் புத்தமதத்திற்கு மாறியோ மாறாமலோ ஒரு முன்னேற்றம் அடைந்துதான் வந்திருக்கிறார்கள். அதுவும் குறிப்பாக தலித் புத்தமதத்தினருக்கான மகாராஷ்டிரா மாநிலத்தில் இந்த முன்னேற்றம் கண்ணெதிரே தெரிந்தது! இது பொருளாதார ரீதியில், கல்வி ரீதியில், அரசியல் மேம்பாட்டு ரீதியில் அளவிடக்கூடிய உண்மைதான்!

எனினும் சில அம்சங்களை, சமூக கலாச்சார ரீதியில், ஆன்மீக ரீதியில், உளவில் ரீதியில் அளவிடமுடியாதுதான். இந்த மாதிரியான முன்னேற்றங்கள் மதமாற்றம் மூலம் திட்டமிடப்பட்டன. மதமாற்றம் தலித்துகளுக்கு சுயமதிப்பீடும் சுயதகுதியும் வழங்குமென வாதிடப்பட்டது.

மதமாற்ற ஆதரவாளர்களும் எதிர்ப்பாளர்களும் தலித்துகள் மத்தியில் குறிப்பிடத்தக்க மாற்றம் ஏதும் ஏற்பட்டிருந்தால் அவற்றை மதிப்பிட வேண்டும். அம்பேத்கர் எதிர்பார்த்த மாற்றம் நிகழ்ந்துள்ளதா என்பதை ஆராயும் தகைமை அவர்களுக்கு உள்ளது. முன்பே நாம் விவாதித்தபடி மதமாற்றத்தின் நோக்கம் தலித் சமூகத்தை ஏற்கெனவே நிலைத்திருக்கும் ஒரு சமூகத்துடன் இணைப்பதென்பதுதான். இந்தக் கருத்து ஏற்கெனவே தோற்கடிக்கப்பட்ட ஒன்று. இந்துக்களின் தாக்குதல்களைத் தடுக்கும் வல்லமை கொண்டதாக புத்தமதம் இல்லை.

ஆக, எதார்த்தமான நிலைகளைக் கணக்கிலெடுத்தால் புத்த மதம் ஒவ்வாததாகிவிடுகிறது. கூடவே ஆன்மீகம் பற்றிய கருத்து முன் வைக்கப்படுகிறது. அதாவது சமூக, அரசியலில் புரட்சிகரமான மாற்றங்களைக் கொண்டுவர ஆன்மீகம் மதம் மற்றும் கலாச்சார ரீதியிலான புரட்சியை ஏற்படுத்துகிறதாம். இது குறித்து அம்பேத்கர் ஏதும் வரையறுத்துக் கூறவில்லை என்பதால் அதுபற்றிப் பேசுவதில் ஆக்கப்பூர்வமான விளைவுகள் ஏதும் ஏற்படப் போவதில்லை. ஆனால், புத்தமதம் அறிவியல் பார்வையை - சுய கட்டுப்பாட்டை - சமத்துவத்தை வலியுறுத்துகிறது.

இந்நிலையில், புதிய கலாச்சாரத்தைப் படைப்பதற்குத் தேவையான மதிப்பீடுகளாக அம்பேத்கர் 22 உறுதிமொழிகள் தம்மைப் பின்பற்று வோருக்கு வழங்கினார். மதமாற்றத்தின் மூலம் இந்தக் கலாச்சார முன்னுதாரணத்தை எந்த அளவுக்கு அமையக்கூடும் என்பதை ஒருவர் மதிப்பிடத்தான் வேண்டும். 1956க்குப் பிந்தைய தலித்துகளுக்கு மத்தியில் ஒரு பெரும் மாற்றம் ஏற்படத்தான் செய்தது.

தலித்துகளுக்கு தனிகலாச்சார அடையாளம் ஏற்பட்டது. அம்பேத்கர் புத்த ஜெயந்திகள், தலித் மேளாக்கள் கொண்டாடப்பட்டன.

ஆட்டமும் பாட்டுமாக அவை நடந்தேறின. டாக்டர் அம்பேத்கரின் வாழ்வில் வரும் இடங்கள் புண்ணிய பூமியாக மாறின. முதன்முதலாக நாக்பூரில் நடைபெற்ற மதமாற்ற நிகழ்வு (தீக்ஷ தினம்) கோலாகலமாகக் கொண்டாடப்பட்டது. அம்பேத்கரின் நினைவு தினம் பம்பாயில் கடைப்பிடிக்கப்பட்டது. அம்பேத்கரின் பிறந்த நாள் அவர் பிறந்த பூர்வீக பூமியான மோவ் கிராமத்திலும் நாடு முழுவதும் கொண்டாடப்பட்டது. அதேபோல அம்பேத்கரின் முதல் போராட்டமான 'மஹத்' பொதுக்கிணற்றில் தலித்துகளும் நீரெடுக்கும் மனித உரிமைப் போராட்ட தினம் உணர்ச்சிகரமாகக் கொண்டாடப் பட்டது. அம்பேத்கரின் புகழ்பாடும் பாடல்கள் மட்டுமல்ல அவர் பெயரால் ப்ரேஸ்லெட், நெக்லஸ், உடைகள், கொடிகள், முக்கியமாக அம்பேத்கர் பெயரிலான நூல்கள், பத்திரிகைகள், சிற்றிதழ்கள் பல தோன்றி தலித்துகளின் தனி அடையாளத்தைப் பிரதிபலிக்கத் தொடங்கின. மதமாற்றத்தின் மூலம் இது மாதிரியான ஒரு கலாச்சாரப் புரட்சியைத்தான் பாபாசாகேப் அம்பேத்கர் எதிர்பார்த்தார் என்று ஒருவர் எடுத்துக் கொள்ளலாமா?

## எதார்த்தத்தை மதிப்பிடுதல்

எதார்த்தத்தை மதிப்பிடும் விஷயத்தில் இரண்டு விதமான பார்வைகள் உள்ளன. அவற்றை இதில் வழங்குகிறோம். ஒன்று 1994ல் திமோதி ஃபிட்ஜெரால்டுடையது! மற்றொன்று 1997ல் நீரா புர்ராவினுடையது! இருவரும் மகாராஷ்டிர புத்தமத பழக்கவழக்கங்களை அறிந்தவர்கள். மதமாற்றம் தலித்துகளின் வாழ்க்கைமுறையில் குறிப்பிடத்தக்க மாற்றம் எதையும் ஏற்படுத்தவில்லை எனும் ஒரே முடிவுக்கே இருவரும் வருகிறார்கள். உதாரணமாக ஃபிட்ஜெரால்டு கிராமப்புற மகர்கள், தலித்துகளின் பாரம்பரிய வழக்கம் மனிதர் கழிவை அள்ளுதல், மாட்டுக்கறி சாப்பிடுதல், தமக்குக் கீழாகவும் சாதி இருப்பதை அங்கீகரித்தல், தமக்குள்ளும் தீண்டாமையைக் கடைப் பிடித்தல், சாதிகள் தாண்டி திருமணம் செய்வதை ஆதரித்தல், இந்துக் கடவுள்களை கும்பிடுதல் போன்றவற்றைச் செய்ய மறுத்த போதிலும் புத்தமதம் தீவிரமான மாற்றம் எதையும் கொண்டுவரவில்லை என்றார்.

நீராபுர்ரா ஆய்வு மேற்கொண்ட கிராமப்புறப் பகுதிகளில் இன்னும் மோசமான நிலைமைகள் தென்படுகின்றன. அவர் பேட்டி கண்ட 102 பேரில் 70 பேர் தங்களை புத்தமதத்தினர் என்று சொல்லிக் கொண்டனர். ஆனால் அம்பேத்கரின் 22 உறுதிமொழிகளை அவர்கள் ஏற்கவில்லை. தாம் ஆய்வு மேற்கொண்ட வீடுகள் அனைத்திலும் அம்பேத்கர், புத்தர் படத்திற்கு அருகில் இந்து மதத்தின் ஆண், பெண் கடவுள் படங்கள் மாட்டப்பட்டிருந்ததாகக் குறிப்பிடுகிறார். அவர் பேட்டி

கண்டவர்களில் பாதிக்கும் மேற்பட்டோர், இந்து கடவுள்களின் படங்களுக்கும் சிலைகளுக்கும் வழிபாடு நடத்துவதை ஒத்துக் கொண்டிருக்கின்றனர்.

கிராமப்புற தலித்துகளின் கடவுள் வழிபாடு, புத்தமதத்தினது என்று சொல்லிக் கொண்டபோதிலும், அடிப்படையில் இந்து கடவுள் களையும் அவர்கள் கைவிடவில்லை. மகர்கள் இன்னும் தமது திருமணங்களின்போது, வழக்கமான இந்து சாஸ்திரங்களையும், சம்பிரதாயங்களையும்தான் இன்றும் கடைப்பிடிக்கிறார்கள். பிற நிகழ்வுகளின்போதும் பொது இடங்களில் புத்தமத சம்பிரதாயங்கள் கடைப்பிடிக்கப்பட்டாலும், தனிப்பட இந்துமத ஆச்சாரங்களே அனுஷ்டிக்கப்படுகின்றன. இவற்றை திருமதி நீராபுர்ரா மதமாற்றமாக அல்லாமல் ஒருவிதமான 'அடையாள மாற்றத்தின்' அங்கமாகப் பார்க்கிறார்.

'ஏனெனில் அவர்களுக்கு வெளி உலகத்தைப் பொறுத்தவரை புத்தமத அடையாளம் தேவைப்படுகிறது. புத்தமதம் மாறியவர்களின் மனம் உள்ளார்ந்தபடி இந்துவாகவே இருக்கிறது. எனினும் இதனை துரோகம் என்று சொல்வதற்கில்லை. இது தனியாக, பொதுவாக என இருநிலைகளிலும் இருவேறு நடைமுறைகள் என புர்ரா வர்ணித்தாலும் அதனை பாரம்பரியமான சாதியத் தன்மையின் வெளிப்பாடாக புரிந்துகொள்ளவேண்டும்' என்கிறார்.

தலித்துகளின் துயரமான வாழ்க்கைமுறையின் காரணமாக தனிப்பட்ட வாழ்வின் பழைய கடவுள்கள், பழைய பழக்கவழக்கங்களை நாட வேண்டி வருகிறது. பொதுவாழ்வில் ஒட்டுமொத்த சாதிச் சமூகத்தின் பொதுவான பழக்க வழக்கங்களோடு அவர்கள் வாழ வேண்டியதாகிறது. சாதிரீதியிலான இந்தப் பழக்கங்கள், டாக்டர் அம்பேத்கரின் வழிகாட்டுதல்படி ஏற்றுக்கொண்ட தலித் இயக்கத்தின் அரசியல் தாக்கத்தைச் சுட்டிக் காட்டுகிறது. இந்தப் பழக்கம் பழைய கடவுள்களைக் கும்பிடுவதற்காக யாத்திரை போவதைத் தடுப்பதால், நாளடைவில் அம்பேத்கர், புத்தர் ஆகியோரை மையமாகக் கொண்ட மாற்றங்களை ஏற்படுத்திக் கொண்டார்கள். கோயில்களின் இடத்தை விஹார்கள் பிடித்தன. பழைய யாத்திரைத் தலங்களின் இடத்தை புத்தமதக்கூடங்கள் பிடித்தன. பழைய புண்ணியத்தலங்களின் இடத்தை தீக்ஷ பூமி - சைத்ய பூமி ஆகியன பிடித்தன.

இங்கும் பழைய இந்துமத நடைமுறைகள் கடைப்பிடிக்கப் படுகின்றன. உதாரணமாக, புத்தவிஹார்களுக்குள் செருப்பு அணிந்து வரக்கூடாது; சாமி கும்பிடுவதில் உள்ள பாலினப் பாகுபாடு ஆகியனவற்றின் மூலம் அதனை எளிதில் கண்டறியலாம்.

## அடையாளம் என்னும் கேள்வி

புத்தமதத்திற்கு மாறியதன் காரணமான, சாதாரண கலாச்சார அடையாளத்தின் மாற்றம்கூட பிரச்னைக்குரியதாக இருந்தது. ஏற்கெனவே இங்கு புத்தமதம் இல்லாதபடியால் அந்த மதத்திற்கு மாறிய பிறகும்கூட, பழைய தலித் எனும் அடையாளம்தான் நின்றது. தலித் என்பதே அனைத்து தீண்டத்தகாத சாதிகளின் அடையாள மானது. தலித்திய உட்சாதி என்பதன் அடையாளம்கூட மதம் மாறிய பின்னும் மாறவில்லை. தாம் புத்தமதத்திற்கு மாறியதும் 7 கோடி தலித்துகளும் அப்படியே மாறிவிடுவார்கள் என்று அம்பேத்கர் கற்பனை செய்தார். அது நடக்கவில்லை. மகாராஷ்டிராவில் உள்ள மகர்களும் உ.பியின் சில பகுதிகளில் உள்ள ஜாதவர்களும்தான் அம்பேத்கரைப் பின்பற்றி புத்த மதத்துக்கு மாறினார்கள். அந்த வகையில் புத்தமதம் என்பது மகர்களோடுமட்டுமே இணைந்து போனது. இந்த மதமாற்றமும் சமூகரீதியில், அரசியல் ரீதியில், கலாச்சார ரீதியில் எந்த மாற்றத்தையும் ஏற்படுத்த முடியவில்லை. எனினும் தலித்துகள் சாதியைத் தவிர்த்தது சாதாரண சாதனையில்லை. இதைத்தான் அம்பேத்கர் எதிர்பார்த்தார்.

எனினும் தலித்துகள் மொத்தமாக புத்தமதத்துக்கு மாறவேண்டு மென்றே அம்பேத்கர் விரும்பினார். அப்படி நடந்திருந்தால் இந்து மதத்தின் பழமையான கோட்பாடுகளுக்கும் பழக்கவழக்கங்களுக்கும் எதிராக பெரும்பலத்தோடு எதிர்வினை ஆற்றியிருக்கமுடியும். அதன் மூலம் சாதிமுறையை நொறுக்கியிருக்கமுடியும்; நம் சமூகத்தை உண்மையான ஜனநாயக சமூகமாக மாற்றியிருக்கமுடியும். ஆனால், இவையெல்லாம் ஆசைக்கனவுகளாகவே அஸ்தமித்துவிட்டன. மதமாற்றம் தலித்துகள் மத்தியில் எந்த மாற்றத்தையும் ஏற்படுத்த வில்லை. அதனால் முன்னர் மாதிரியே இந்துமத நம்பிக்கைகளையும் பழக்கங்களையும் கடைப்பிடிக்கலானார்கள். எனவே இந்துமத வெறியர்கள், கிறிஸ்தவர்களை எதிர்த்தது போலவோ, இஸ்லாமிய மதத்தை எதிர்த்தது போலவோ புத்தமதத்தினரை எதிர்க்கவில்லை. சொல்லப்போனால் தலித்துகள் புத்தமதத்தைத் தழுவியதற்கு ஆரம்பத்திலிருந்தே மிகவும் மகிழ்ச்சியைத்தான் வெளிப்படுத்தினர். ஏனெனில் புத்தமதத்தை இந்து மதத்தின் ஓர் அங்கமாகத்தானே அவர்கள் கருதினர்! மதமாற்றத்தின் மற்றொரு தாக்கம் சட்ட ரீதியிலானது. அரசியல் சட்டப்படி தலித்துகளுக்கான அதிகார பூர்வமான வார்த்தை ஷெட்யூல்டு இனம். அது இந்து மதத்தின் கீழ் உள்ளது. 1950ல் அரசியல் சட்டம் இறுதிப்படுத்தப்பட்டபோது அவர்கள் இந்து தலித்துகள்தான். 1956ல் சீக்கிய தலித்துகள் அங்கீகரிக்கப்பட்டு அரசியல் சட்டத்திற்கு உள்ளே கொண்டுவரப்பட்டனர்.

அதே ஆண்டில் அம்பேத்கர் தலித் மக்களை புத்தமதத்திற்கு மாற்றிய போது, அவர்கள் ஷெட்யூல்டு இனம் என்பதிலிருந்து அகற்றப் பட்டனர். அதன் காரணமாக அதற்கிருந்த சட்டரீதியிலான சலுகைகளும், இடஒதுக்கீட்டின் மூலமான பலன்களும் இல்லாமல் போயின. மேலும், அம்பேத்கர் சொன்னவுடன் உற்சாகமாக புத்த மதத்திற்கு மாறிய தலித்துகளால் அதிகாரபூர்வப் பதிவேடுகளில் புத்தமத தலித்துகள் என்று குறிப்பிடமுடியவில்லை. இதன் மூலம் தமது தலித்திய அடையாளத்தை இழந்தனர்.

ஆக, தலித்துகளைப் பொறுத்தவரை மதமாற்றம் என்பது எதிர் மறையான தாக்கத்தையே ஏற்படுத்தியது. அது சமூக அரசியல் தளங்களில் பிரதிபலித்தது. அதன் காரணமாக மதமாற்ற நிகழ்வுகள் நாளடைவில் நின்று போயின. 34 வருடங்களுக்குப் பிறகு 1990ல்தான் புத்தமதத்திற்கு மாறிய தலித்துகளுக்கும் சலுகை என்பது அரசியல் சட்டத்திற்குள் கொண்டு வரப்பட்டது.

அதன் பிறகே தலித்துகள் வாழ்வாதார பயத்திலிருந்து மீண்டனர். அதன் தொடர்ச்சியாக தலித்துகள், தமது புத்தமதக் குறியீடுகளை கைவிடத் தொடங்கி, இந்து மதத்தோடு இறுக்கமானார்கள். ஏறக்குறைய மகாராஷ்டிரா முழுவதிலுமிருந்த நிலையை உத்வேகமிக்க அம்பேத்கரிஸ்ட் ஒருவர் வருத்தத்தோடு குறிப்பிடுகிறார். அந்த எதார்த்தமான நிலைகள்பற்றி அவர் குறிப்பிடுபவற்றை கீழே உள்ள குறிப்பில் படியுங்கள்.

'புத்தமதத்திற்கு மாறிய தலித்துகள், அம்மத வழக்கப்படி பௌர்ணமி தினத்தை அனுஷ்டித்தார்கள். தமது வீட்டுத் திருமணம் போன்ற நிகழ்வுகளின்போது 'பஞ்சசீலம்' எனப்படும் புத்த மதத்தின் 5 கோட்பாடுகளை உச்சரித்தார்கள். சும்மா, உச்சரிக்கத்தான்; கடைப் பிடிப்பதற்கு இல்லை! தங்களது வீடுகளுக்கு புத்தரது வாழ்வோடு தொடர்புடைய பெயர்களைச் சூட்டினார்கள். இவைதான் அவர்களது புத்தமத ஆச்சார அனுஷ்டானங்கள்! தூபி போன்ற அமைப்பின் கீழே, நவீன புத்தர் சிலையுள்ள குடிசை மேலே என ஊழல் சொத்துகள் குவிந்துகிடக்கும். புத்தவிஹார்கள் அமைக்கத் தேவைப்படும் கட்டுமானப் பொருட்களை உள்ளூர் கட்டுமானப் பணிகளின் ஒப்பந்ததாரர் வழங்குவார். அவற்றிற்கு ஆகும் செலவுகளை உள்ளூர் பஞ்சாயத்தார் ஏற்றுக்கொள்வர். இப்படியாக அவர்கள் கட்டித் தந்த பல விஹார்கள் கீறி, கீறி சிதைந்து கிடந்தன. அந்த ஒப்பந்ததாரர் இந்தப் பணிகளைத் தியாக மனப்பான்மையோடு செய்யாததால் வந்த வினை! மதில்களில் எழுதப்பட்டிருந்த புத்தமதக் கொள்கைகள் சிதைந்து போனதோடு, அவை ஒருவருக்கும் உத்வேகம் ஏற்படுத்த

வில்லை. காரணம், உரிய தயாரிப்புகளோடு அவை எழுதப் பட்டிருக்கலாம் அல்லது உத்வேகம் ஏற்படுத்தக்கூடிய ஆற்றலற்றதாக இருக்கலாம். ஆனால், 'புத்தர் ஒரு கடவுள்; எல்லா நிகழ்வுகளின் போதும் அவரிடம் ஆசீர்வாதம் கேளுங்கள். இவைதான் புத்தமதத்தில் பின்பற்றுதற்கு மிகவும் எளிதான வழி.'

சாதாரண புத்தமதத்தவரின் பழக்கங்களாக இவை இருக்க, இங்கு தலித்துகளில் இருந்த தங்களை வித்தியாசப்படுத்திக்காட்ட உயர் நிலையிலுள்ள வர்க்கத்தார் உண்மையான புத்தமத நெறியென்று தியானத்தை மேற்கொண்டனர். மரபு வழிவந்த புத்தமதத்தினரும் அம்பேத்கர் வழிவந்த புத்தமதத்தினரும் ஒன்றிணையும் புள்ளியே 'தியானம்' எனும், புத்தமதம் குறித்த அம்பேத்கரின் தீவிரமான பார்வை, முறைசார்ந்த வழிகளிலேயே தகர்த்து தரைமட்டமாக்கப் பட்டது. அம்பேத்கர் வழிவந்த புத்தமதத்தினரின் இந்த உயர்வர்க்க நடைமுறைகளை சில தனிநபர்கள் எதிர்த்தனர். 'தியானம்' குறித்து அம்பேத்கர் வகுப்பு ஏதும் எடுக்கவில்லை; அதுகுறித்து அவர் பேசக்கூட இல்லை' என்று அவர்கள் சரியாகவே வாதிட்டனர்.

தீவிரமான புத்தமத அறிஞர்களான பி.எல்.நரசு, ஜக்தீஷ் காஷ்யப், பாதந்த் ஆனந்த் கௌசல்யாயன், ராகுல் சாங்கிருத்தியாயன் போன்றோரும்கூட ஒருபோதும் தியானம் குறித்து பாடம் நடத்த வில்லை. இவையெதையும் கருத்தில் கொள்ளாத அம்பேத்கரிய புத்தமதத்தினர், தியானத்தின்பால் ஈர்க்கப்பட்டார்களே தவிர தலித்துகளின் ஒட்டுமொத்த விடுதலைபற்றி நினைக்கக்கூட இல்லை.

## ஏழு
## தலைசிறந்த அரசியல்!

**தே**ர்தல் அரசியலில் கன்ஷிராம் குதித்தது அவருடைய தோழர்களுக்கு ஆச்சரியத்தை ஏற்படுத்தியது. அவர் துவக்கிய பாம்செஃப், முழுமையான, அரசியல் கட்சி தொடங்குபவர்களின் ராஜதந்திர ரீதியில் எடுத்துவைக்கப்பட்ட முதலடிதான் என்பதை அவர்கள் அன்று அறிந்திருக்கவில்லை. ஆள்பலம், பணபலம் மற்றும் அமைப்பு ரீதியிலான பலம் இல்லாமல் வெற்றி பெறக்கூடிய ஒரு தொகுதியைக் கூட உருவாக்குவது சாத்தியமல்ல. 'எதை எப்படிச் செய்யக்கூடாது' என்று அறிந்திட இந்திய குடியரசுக் கட்சி உடைந்து சிதறியது ஓர் உதாரணமாகும். நடைமுறை ரீதியில் பார்த்தால், தலித்துகள் தமது தன்னம்பிக்கையை மீட்டெடுக்கும்வகையில் பாம்செஃப் மூலம் வளங்களைத் தொகுக்கலாம். அந்த வகையில் கன்ஷிராம்தான் இத்தகு வளங்கள் பொதிந்து கிடப்பதைக் கண்டறிந்தார். அரசுத்துறை பொதுத் துறைகளில் பணிபுரியும் அரசியல் சார்பற்றிருந்த தலித் ஊழியர்களை மிகப்பெரும் வளமாகக் கண்டார் கன்ஷிராம். தலித் சமுதாயத்தின் மிகப்பெரும் முதலீடாக உள்ள இவர்களை ஒருங்கிணைத்தால் எவ்வளவு பெரிய பலமாக இருக்கும்? இந்தப் பார்வையோடுதான் பாம்செஃப்பைத் துவக்கினார்.

அமைப்பு ரீதியிலாக இதனை உருவாக்கியவுடன், பொருளாதார மற்றும் ஆள்பலத்தை ஏற்படுத்திக்கொண்டார். அதன் பின் அதிகாரத்தை அடையும் போட்டியில் ஈடுபட, நேரடி அரசியலில் இறங்கினர். டிஎஸ்4 என்பது பகுஜன் சமாஜ் கட்சியை ஆரம்பிப்பதற்கான ஒரு படிக்கல்லாகவே அமைந்தது. அந்த பகுஜன் சமாஜ் கட்சி தனது தேர்தல் தந்திரங்களால் அனைவரையும் அதிர்ச்சியடைய வைத்தது.

## கன்ஷிராம் ஒரு ராஜதந்திரி

கன்ஷிராமைப் பற்றி எவ்வளவு குறைவாக எழுதினாலும் அது பகுஜன் சமாஜ் கட்சியின் தேர்தல் வெற்றிகுறித்து பெரும் தாக்கத்தை ஏற்படுத்தவே செய்யும். எங்கிருந்தோ வந்து இறந்த காலத்தின் மற்றும் நிகழ்காலத்தின் பிடிகள் அத்தனையையும் உடைத்தெறிந்து தனது தைரியம் மற்றும் உறுதிப்பாட்டை மட்டுமே வளமாகக்கொண்டு எதிர்காலத்திற்கு வடிவம் கொடுத்தவர் இவர்.

அரசு ஊழியர்களை கிரியா ஊக்கிகளாகக் கொண்டு அரசியல் இயக்கம் துவக்கி இந்தியாவின் பெரிய மாநிலமான உ.பி.யின் ஆட்சியைக் கைப்பற்றி, இந்தியாவின் ஒட்டுமொத்த அரசியல் அமைப்பின்மீதும் அதிர்வுகளை ஏற்படுத்தியவர். உள்ளபடியே சொல்லப்போனால் கன்ஷிராம் இந்தியா உருவாக்கிய ராஜதந்திரமிக்க அரசியல் அறிஞர்களில் ஒருவர் எனலாம்.

அம்பேத்கரின் கொள்கைகளைச் சிரமேற்கொண்டு, அவரது அரசியல் லட்சியங்களை அடையப் போவதாக அறிவித்துக்கொண்டு, சந்தர்ப்ப வாதம் எனும் அடிநிலை நெறியோடு அம்பேத்கருக்குப் பிந்தைய தலித் தலைவர் எனும் மதிப்போடு, தேர்தலில் பெரும் வெற்றியும் பெற்றதால் உண்மையிலேயே கன்ஷிராம் அரசியல் ராஜதந்திரிதான்! அவரைப்பற்றி வரலாறு எப்படித் தீர்ப்பளித்தாலும் அவர் மிகச்சிறந்த ராஜதந்திரி, மிகச் சிறந்த அமைப்பியல்வாதி, மக்களைப் பிணைக்கும் தகவல் தொடர்பாளர், இந்திய தேர்தல் அரசியலில் புதிய சரித்திரம் படைத்தவர் என்பதை மறுதலிக்க முடியாது. ஆனாலும் அவர் தலித்துகளை அதிகாரமிக்க ஆளுமைகளாக உருவாக்கிடவும், அவர்களின் விடுதலைக்கு ஆக்கபூர்வமான பங்களிக்கவும் என்ன செய்தார்? என்பது பதிலளிக்க இயலாத கஷ்டமான கேள்வி.

கன்ஷிராம் கடைப்பிடித்த தேர்தல் உத்தி என்பது தலைசிறந்தது. அதில் முதலாவதாகக் குறிப்பிட வேண்டியது, உ.பி.யைத் தேர்ந்தெடுத்தது! தான் பிறந்த பஞ்சாப்பைத் தேர்ந்தெடுக்காமல், தாம் சமூகப் பணியாற்றிவரும் மகாராஷ்டிராவைத் தேர்ந்தெடுக்காமல், உ.பியைத் தேர்ந்தெடுத்தது அவரது பகுத்தறிவின் பலத்தைக் காட்டுகிறது. உ.பியைப் பொறுத்தவரை ஜாதவ் அல்லது சாமர் எனும் சாதி ஒன்று மட்டுமே தலித் சாதிகளுள் 56.3 சதவிகித மக்கள் தொகை கொண்டது. மொத்த மக்கள் தொகையினுள் 21 சதவிகித அளவு கொண்டது. தலித் மக்களை அதிகமாகக் கொண்ட மாநிலங்களில் உ.பி. 4வது இடத்தில் உள்ளது. பிற மாநிலங்களில் தலித்துகள் அதிகமாக உள்ளனர் என்றாலும், உ.பி. மாதிரி ஒரே சாதியாக இல்லை. உதாரணமாக

பஞ்சாபை எடுத்துக் கொண்டால் 28.9 சதவிகித அளவுக்கு தலித்துகள் உள்ளனர். இவர்களால் 'மழபி' எனப்படும் ஒரு பிரிவு 31.6 சதவிகிதம் பேர் உள்ளனர். இது மொத்த மக்கள் தொகையில் 9% மட்டுமே! அடுத்த தலித் சாதியான 'சாமர்' மக்கள் தொகையில் 26.2% அளவுக்கு உள்ளனர். மீதமுள்ள 42.2% தலித்துகளும் 37 தலித் பிரிவுகளாக உள்ளனர்.

தவிர, பஞ்சாப் தலித்துகள் சரித்திர ரீதியாகவே சீக்கியமதம், கிறிஸ்தவ மதம், இஸ்லாமிய மதம் எனப் பல மதங்களாகப் பிரிந்துள்ளனர். அதே போல ராமதாஸியா, அட்-தர்மி, சாமர், சுரா, பால்மிகி, மழபி என்று பல இனக்குழுக்களாகப் பிரிந்துள்ளனர். வளர்ச்சியைப் பொறுத்த வரை, அட்-தர்மி, சாமர் பிரிவினர் 76.3% அளவே கல்வியறிவு பெற்றிருக்க, எண்ணிக்கையில் அதிகமாக உள்ள மழபிக்கள் 42.3 சதவிகித அளவே கல்வியறிவு பெற்றுள்ளனர். இது மாதிரியான காரணங்களால் கன்ஷிராமுக்கு சொந்த பூமியான பஞ்சாப்பில் அதிக தாக்கம் ஏற்படுத்தவில்லை.

ஆனால் உ.பி.யில் தலித் சாதிகள் பலவாக இருந்தாலும் பத்து ஆண்டுகளுக்கு முன்புவரை அம்பேத்கர் நடத்திய இயக்கங்களில் மகாராஷ்டிராவை விட பலம் பெற்றிருந்தது. இந்திய குடியரசுக் கட்சியின் வலுவான தலைவர்களாக இருந்த புத்தப்ரிய மௌரியா மற்றும் சஸ்ப்ரிய கௌதம் போன்றோர் காங்கிரசுக்கும் பா.ஜ.கவுக்கும் தாவியிருந்ததால், இந்திய குடியரசுக் கட்சி குலைந்து போயிருந்தது. இப்படி கட்சித் தாவல்கள் மகாராஷ்டிராவில் அதிகம் நிகழ்ந்தாலும், மக்களிடையே அடித்தளம் வலுவாகப் போடப்பட்டிருந்ததால் இந்தியக் குடியரசுக் கட்சி முழுமையாக சீர்குலையவில்லை. ஆகையால் மகாராஷ்டிராவைப் பொறுத்தவரை தலித்துகள் மத்தியில் விழிப்புணர்வு ஏற்படுத்தப்பட்டிருந்தது. எனினும் உ.பி.யைப் பொறுத்தவரை அம்பேத்கரிய விழிப்புணர்வு மக்களிடையே இருந்தது. ஆனால் தலைமையிலும் கட்சி அமைப்புகளிலும் ஒரு வெற்றிடம் ஏற்பட்டிருந்தது.

இந்த வெற்றிடத்தை நிரப்பவும் 14% வாக்குகளை உறுதிப்படுத்தவும் கன்ஷிராம் வேண்டியிருந்தது. இம்மாநிலத்திலுள்ள பிற தலித் சாதியினர் : பாசி - 15.9%, டோபி, கோரி பால்மிகி - 15.3%, கோன்ட், தனுக, கதிக் - 5%, ரவத் பகேலியா, கர்வார் கோல் போன்ற அடுத்த 9 உட்சாதிகள் - 4.5%, மீதி 49 உட்சாதிகள் 3% அளவுக்கு உள்ளனர். ஆக, அடுத்தபடி அதிகமாக உள்ள பாசி சாதியின் 15% உள்ள நிலையில் உதிர்ந்து கிடக்கும் பிற தலித் வாக்குகள், முஸ்லிம் வாக்குகள், காங்கிரஸ், சமாஜ்வாடி கட்சி ஆகியவற்றின் வாக்குகளையும் இழுக்க முடியும்.

இந்த நடைமுறைத்திட்டம் செயல்படத் தொடங்கியதும், பகுஜன் சமாஜ் கட்சியின் வாக்குவங்கி படிப்படியாக உயர்ந்ததும் அந்தப் பலத்தோடு கன்ஷிராம் பிற கட்சிகளோடு பேச்சுவார்த்தை நடத்தினார். பாபர் மசூதி இடிக்கப்பட்ட பிறகு, 1993ல் நடைபெற்ற இடைக்கால சட்டமன்றத் தேர்தலில் பா.ஜ.க, தீண்டத்தகாத கட்சி ஆனதால் சமாஜ்வாடி கட்சியோடு தொகுதி உடன்பாடு கண்டார். இந்தக் கூட்டணி வெற்றிபெற்று முலாயம்சிங் யாதவ் தலைமையில் ஆட்சி அமைந்தது. பத்தே ஆண்டுகளில் ஆட்சியில் அமர்ந்தது என்பது சாதாரணச் சாதனையல்ல! ஆனாலும் இந்தக் கூட்டணி குறைந்த காலமே நீடித்தது. முலாயம் சிங் யாதவிற்கு அளித்துவந்த ஆதரவை 1995ல் கன்ஷிராம் விலக்கிக்கொண்டார்.

உடனே உலகமே ஒத்துக்கொள்ளாதவகையில் மனுவாதிகளின் கட்சியான பா.ஜ.கவுடன் கூட்டணிகண்டு தனது சீடரான மாயாவதியை முதலமைச்சராக்கினார். எது எப்படியோ தலித்துகளின் ஆட்சிக்கனவு அரங்கேறியது. பகுஜன் சமாஜ் கட்சி, தனது தொகுதிகளை விரிவுபடுத்தவும் தனது வாக்குவங்கியை வளப்படுத்திக் கொள்ளவும் இந்த நிலை உதவியது. இதன் நீட்சியாக 2007 சட்டமன்றத் தேர்தலில் 30.46% வாக்கு சதவிகிதத்துடன் பகுஜன் சமாஜ் கட்சி பெருவெற்றி பெற்றது.

## பகுஜன் சமாஜ் கட்சியின் வெற்றி துண்டாடப்படுதல்

பகுஜன் சமாஜ் கட்சியின் வெற்றி உண்மையிலேயே பிரம்மாண்டமானது. அதனுடைய வாக்கு சதவிகிதம் 4.53% அளவுக்குக் கூடுதலாக உயர்ந்தது. 1989 மக்களவைத் தேர்தலில் 245 தொகுதிகளில் போட்டியிட்ட அக்கட்சி, பஞ்சாபில் 1, உ.பி.யில் 2 என மூன்று இடங்கள் மட்டுமே வெற்றி பெற்றது. ஆனால் 1996 மக்களவைத் தேர்தலில் 11.21% வாக்குகளைப் பெற்றது. அதன்பிறகு இந்தச் சதவிகிதம் கணிசமாகக் குறைய ஆரம்பித்தது. 2009 மக்களைத் தேர்தலில் 6.56% வாக்குகள் மட்டுமே பெற்றாலும், வெற்றி பெற்ற தொகுதிகளின் எண்ணிக்கை 11 லிருந்து 21 ஆக உயர்ந்தது. 1998 தேர்தலில் மட்டும் 5 சீட்டுகளாகக் குறைத்திருந்தது. 2014 மக்களவைத் தேர்தலில் ஒரு தொகுதியில்கூட வெற்றி பெறவில்லை. உ.பி. சட்டமன்றத் தேர்தலில்கூட அதே நிலைதான். 1993 சட்டமன்றத் தேர்தலில் 164 தொகுதிகளில் போட்டியிட்டு, 11.12 வாக்கு சதவிகிதத்துடன் 67 தொகுதிகளில் வெற்றி பெற்றது.

2007 சட்டமன்றத் தேர்தலில் 30.43% வாக்குகளுடன் 206 தொகுதிகளை வென்று, தனிப் பெரும்பான்மையுடன் ஆட்சி அமைத்தது. கடந்த 20 ஆண்டுகளில் இந்த அளவுக்குப் பெரும்பான்மை பெற்று எந்தக்

கட்சியும் ஆட்சி அமைத்ததில்லை. இந்தத் தேர்தல், பகுஜன் சமாஜ் கட்சி 89 தனித் தொகுதிகளில், 62 இடங்களைக் கைப்பற்றியது. சமாஜ்வாதி கட்சி 13 இடங்களிலும் காங்கிரஸ் 5 இடங்களிலும் பா.ஜ.க. 7 இடங்களிலும் வெற்றி பெற்றன. அடுத்த இரண்டு ஆண்டுகளில் 2009 மக்களவைத் தேர்தலின்போது, பகுஜன் சமாஜ் கட்சி 17 இடங்களில் போட்டியிட்டு 2 இடங்களை மட்டுமே கைப்பற்றியது. சமாஜ்வாடி கட்சி 10 இடங்களையும், காங்கிரஸ் 2 இடங்களையும் கைப்பற்றின. பகுஜன் சமாஜ் கட்சியின் வாக்கு வங்கி 3% குறைந்து 27% ஆனது.

இதற்கு முக்கியக் காரணம், மாயாவதி பகுஜன்களையும், சர்வ ஜனங்களையும் விட்டு, பிராமண ஜனங்களுடன் (பா.ஜ.க.வுடன்) கூட்டுச் சேர்ந்ததுதான். இதன் காரணமாக தலித்துகள் பகுஜன் சமாஜ் கட்சியை தூரத் தள்ளிவிட்டனர். 2012 உ.பி. சட்டமன்றத் தேர்தலில் பகுஜன் சமாஜ் கட்சியின் தொகுதி எண்ணிக்கை 206 லிருந்து 80 ஆகக் குறைந்தது. தனித் தொகுதிகளில் 62 லிருந்து 16 ஆகக் குறைந்தது. தலித்துகளிடமிருந்து அக்கட்சி தனிமைப்பட்டுப் போனதுதான் காரணம்! இந்தத் தேர்தலில் சமாஜ்வாடி கட்சி தனித் தொகுதி களிலேயே 54 தொகுதிகளைக் கைப்பற்றியது. மொத்தமுள்ள 85 தனித் தொகுதிகளில் வெற்றி பெற்ற 35 பேர், சாமர், ஜாதவ் சாதியினர்! 25 பேர் பாஸி சாதியினர்! இந்த 25 பாஸிகளில் 21 பாஸிகள் சமாஜ்வாதி கட்சியைச் சேர்ந்தவர்கள். 2 பேர் மட்டுமே பகுஜன் சமாஜ் கட்சியைச் சேர்ந்தவர்கள்! மாயாவதியின் சொந்தத் தொகுதியிலேயே இந்தச் சாதியினர் அவரைவிட்டு விலகிச் சென்றுவிட்டது தெரியவந்தது.

இந்தமுறை மாயாவதி 26% வாக்குகளைத்தான் பெற முடிந்தது. இது 2007ல் பெற்ற வாக்குகளைவிட 4% குறைவு. சரித்திர ரீதியாகவே ஜாதவ், சாமர் பிரிவு இரண்டுமே இணைந்திருக்கும் ஒன்றுபட்ட சாதிகள்தான். பகுஜன் சமாஜ் கட்சியின் அரசியல் சாதி என்கிற சொல்லை வைத்தே இவை தொடர்பாக ஒரு சாதகமான அம்சத்தை ஏற்படுத்திக்கொண்டது. ஆனால் 2012ல் ஜாதவ் சாதி மாயாவதியோடு தன்னை இணைத்துக்கொண்டபோது, சாமர் சாதியினர் அவரைவிட்டு விலகலாயினர். பாஸி முஸ்லிம்கள் மற்றும் சிறுபான்மைச் சாதியினரும் மாயாவதியை விட்டு ஒதுங்கினர். அரசியல் அதிகாரத்தை அடையும் ஆசையால் அதன் பின்விளைவு களைப் பற்றி யோசிக்காமல் மாயாவதி காங்கிரசின் பாதையில் சென்றார்.

கன்ஷிராமும், அவருக்குப் பின் அவரது சிஷ்யை மாயாவதியும் எப்படிப் பார்த்தாலும் உ.பி.யில் சாதித்தது மிகவும் உன்னதமானது. தலித்துகள் அதன்மூலம் உற்சாகமடைந்தார்கள். சில அறிஞர்கள்

அவர்கள் செய்ததை 'அமைதிப் புரட்சி' என்று வர்ணித்தனர். தற்போதைய பார்வையில் அவர்களின் நடைமுறை உச்சத்திற்கே போய்விட்டது. இப்படிச் சொல்வதன் மூலம் அவர்களது நடைமுறை உத்திகளை குறைத்து மதிப்பிட்டதாகிவிடாது; கன்ஷிராம் - மாயாவதியின் தலைமை அடைந்த மிகச் சிறந்த வெற்றி அது! குறிப்பாக பாபர் மசூதி இடிக்கப்பட்டதன் பின் தேசியக் கட்சிகளை எல்லாம் பின்னுக்குத் தள்ளிவிட்டு, முன்னர் ஷெட்யூல்ட் சாதிகளின் கூட்டமைப்பும், இந்திய குடியரசுக் கட்சியும் இணைந்து பெற்ற வெற்றியைப் போன்றது அது! இந்தக் காலத்தில் பணபலம் உயர்ந்திருந்த போதிலும் உ.பி.யைத் தாண்டி இந்த உத்தி, பகுஜன் சமாஜ் கட்சி போட்டியிட்ட பீகார், சட்டீஸ்கர், டெல்லி, ஹரியானா, இமாசல பிரதேசம், ஜம்மு காஷ்மீர், ஜார்கண்ட், ம.பி., மகாராஷ்டிரா, பஞ்சாப், ராஜஸ்தான், உத்தரகாண்ட் போன்ற பிற மாநிலங்கள் எதிலும் எடுபடவில்லை.

### பகுஜன் சமாஜ் கட்சியின் ராஜதந்திரம்

பகுஜன் சமாஜ் கட்சியின் ராஜதந்திரம் என்பது கன்ஷிராமின் 85க்கு 15 என்ற விதிமுறையில் பிரதிபலிக்கிறது. தொகுதி பேச்சுவார்த்தைகளின் போது, சாதியில் கீழ்சாதி என்னும் அடையாளமில்லாமல், மதத்தில் சிறுபான்மை என்னும் அடையாளமில்லாமல், ஒட்டுமொத்த தலித் மக்களையும் பிரதிபலித்தார் கன்ஷிராம். இது ஒன்றும் புதிதல்ல; புலே போன்ற சீர்திருத்தவாதிகளின் காலத்திலிருந்து இந்தப் பார்வைதான் இருந்துவந்தது.

ஒடுக்கும் மக்களுக்கு எதிரான அனைத்து உழைக்கும் மக்களின் ஒற்றுமை என்பது நல்ல அம்சம்தான். ஒன்றோடு ஒன்றாக வெட்டியும் ஒட்டியும் கிடக்கும் சாதி அமைப்பில் இப்படி அவர்களை ஒரு குடையின் கீழ் கொண்டுவருவது சாத்தியமா? வரலாற்று ரீதியிலான அனுபவத்தின்படிப் பார்த்தால், அது பலனளிக்காது. ஜோதிபா புலே முதல் டாக்டர் அம்பேத்கர்வரை அந்த முயற்சி தோல்விதான் அடைந்திருக்கிறது. 'சாதி' பற்றிய தவறான புரிதல்தான் இதன் முக்கிய அம்சம். சாதியின் அடிப்படைப் பண்பே பிரிப்பதுதான்; சேர்ப்பது அல்ல. எனவே சாதிகளில் ஒற்றுமை என்பது அவற்றைத் தயவு தாட்சண்யம் இல்லாமல் தாண்டுவதில்தான் இருக்கிறது.

பகுஜன் சமாஜ் கட்சியின் பணிகூட தேர்தலுக்கான லாபத்தைக் கருத்தில் கொண்டு சாதிகளை ஊக்குவிப்பதாகவே இருந்தது. அதே சமயம், தேர்தலில் நல்ல வெகுமதி கிடைக்கிறதென்றால் பகுஜன் சமாஜ் கட்சி என்ற பெயரையேகூட நிராகரித்து விடுவார்போல் இருந்தது. அதுதான் 2014 தேர்தலில் நடந்தது!

அரசியல் அதிகாரத்திற்கான இந்த உத்தி காங்கிரஸ் கட்சியும், அதற்குப் பின் ஒவ்வொரு கட்சிகளும் கடைப்பிடித்து வரும் உத்திதான்! பாதிக்கப்பட்டவர்கள் இட்டுகட்டிப்பேசி சாதிகளை ஒன்று கூட்டுவதும், அதன்மூலம் தேர்தல் வெற்றி பெறுவதற்குமானதுதான் இந்த உத்தி! மற்ற கட்சிகளிலிருந்து தன்னை வித்தியாசப்படுத்த பகுஜன் சமாஜ் கட்சிக்குக்குக் கிடைத்த ஒரு வாய்ப்பு இது! கூடுதலாக மக்களின் உணர்ச்சிகளை வைத்து விளையாடுவதில் மற்ற மையக் கட்சிகளைவிட முன்னேறிச் சென்றது பகுஜன் சமாஜ் கட்சி. அதன் அம்சங்களாகத்தான், சிலைகள் நிறுவியது; நினைவுமண்டபங்கள் கட்டியது; மற்றும் மறக்கடிக்கப்பட்ட பழைய தலித் தலைவர்கள் பெயரை சாலைகளுக்கும் பூங்காக்களுக்கும் சூட்டியது; மேற்கண்ட செய்கைகளை பிற உயர்சாதிகளுக்காகவும் தரகர்கள் மூலமும் செய்தது. இது எதுவரை சென்றதென்றால், எஸ்.சி. / எஸ்.டி.களுக்கு எதிரான குற்றங்களைப் பதிப்பு செய்வதைத் தடுக்கும் வரையிலும்கூட சென்றது.

இந்தக் குற்றங்களை பி.சி./ஓ.பி.சியினர்தான் செய்தார்கள் என்பதால், அவர்கள்மீது கடும் நடவடிக்கை எடுக்க வழிவகை செய்யும் வன்கொடுமை தடுப்புச் சட்டத்துக்கு பகுஜன் சமாஜ் கட்சியால் தடை ஏற்படுத்தப்பட்டது. அந்த வகையில், பிற கட்சிகளிலிருந்தும் பகுஜன் சமாஜ் கட்சி வித்தியாசமாக நடந்துகொண்டதென்றாலும் ஆளும் வர்க்கக் கட்சிகளுக்கு மிகவும் ஏற்புடையதாக அமைந்தது. எல்லாப் பிரச்னைகளுக்கும் அரசியல் அதிகாரம் பெறுவதே தலைசிறந்ததாகப் போய்விட்டது, கன்ஷிராம்- மாயாவதியர்க்கு!

தற்போதைய தேர்தல்முறை சாதி மதங்களிடையே ஒற்றுமை மாதிரி ஏற்படுத்துவதையும் அதனைக் குறைந்தகால முதலீடாக தேர்தலின் போது பயன்படுத்துவதையும் காணலாம். தேர்தலில் அரசியல் பகுஜன் சமாஜ் கட்சி மட்டும் இந்த உத்தியைக் கடைப்பிடிக்கிறது என்றில்லை. கன்ஷிராம் இந்த உத்தியை இந்திய குடியரசுக் கட்சியிடமிருந்துதான் கற்றார். ஆனால் ஆர்.எஸ்.எஸ். தலைமைமாதிரி அதைப் பயன் படுத்தினார். அதன் மூலம் பகுஜன் சமாஜ் கட்சியின் கன்ஷிராம் மாதிரியான தலைமையை எவரும் விலை கொடுத்து வாங்கலாம் என்ற நிலைமை உருவானது. தேர்தலின்போது இக்கட்சி தேர்தல் அறிக்கை வெளியிடுவதில்லை. தலைமைக்கான ஒரு பிம்பத்தை உருவாக்க மிகப்பெரும் பேரணிகள் நடத்துமாறு செய்யப்பட்டன. பகுஜன் சமாஜ் கட்சியைப் பொறுத்தவரை எவற்றையெல்லாம் தவறு என்று குறிப்பிடுகிறார்களோ, அவையெல்லாம் ஒவ்வொரு தேர்தலுக்குப் பிறகும் சரியென்றானது. இதற்கு தற்போதைய தேர்தல் முறைதான்

காரணம் என்றாலும் அதற்கு எதிராகப் போராட வேண்டும் என்பதையும் முடிவெடுக்க விடாமல் செய்கிறது.

## எஃப்.பி.டி.பி. தேர்தல் முறை

இந்தியாவைப் பொறுத்தவரை சாதியம், மதவாதம், ஊழல், வளர்ச்சியின்மை, துன்ப துயரங்களுக்கெல்லாம் காலனி ஆட்சியாளர்களிடமிருந்து நாம் சுவீகரித்த தற்போதைய தேர்தல் முறைதான் காரணம். இது பிரதிநிதித்துவ ஜனநாயகம் என்று சொல்லப்படுகிறது. ஆனால் நடைமுறை அதற்கு எதிராக இருக்கிறது. 'வெற்றி பெறுவோர், தோல்வியடைந்தவர்களுக்கான பிரதிநிதித்துவத்தை மறுக்கிறார்கள். கொள்கை ரீதியில், இரண்டு கட்சி ஜனநாயகத்திலும் கூட, 51 சதவிகித வாக்குகள் வாங்குவோர் 49 சதவிகித வாக்குகள் வாங்கியவர்களைப் புறக்கணிக்கிறார்கள்.

நடைமுறையில் செல்வ வளமிக்க பணக்காரக் கட்சிகள் நிறைய பேரை தேர்தலில் போட்டியிடச் செய்து, அதன் காரணமாக வாக்குகளைச் சிதற வைப்பதும். தாங்கள் சுமார் 10 சதவிகித அளவு வாக்குகளைப் பெற்றுகூட வெற்றி பெற்று விடுகின்றன. அதன்மூலம் பிறருடைய பிரதிநிதித்துவத்தைத் தடுத்து விடுகின்றன. இப்படியாக, வசதி வாய்ப்பற்றவர்கள், சிறுபான்மையினர், அடக்கப்படும் சமூகத்தினர், தங்களது பிரதிநிதித்துவத்தை இழக்கின்றனர். இந்தத் தேர்தல்முறை வளர்ச்சிக்கு குந்தகம் விளைவிக்கக்கூடியது. இதன்மூலம் ஆட்சி அமைப்பு என்பது மிகவும் அதிகமான வாடகை கொண்ட வீடாகிப் போகிறது. பெரும்பான்மையின ஒடுக்கப்பட்ட ஏழை மக்கள் இதில் குடியேறுவது சாத்தியமற்றதாகிவிடுகிறது. மிக மோசமான நடைமுறையாகிப் போன இது, ஜனநாயகத்தின் வேரை இற்றுப் போகச் செய்துவிடுகிறது.

அண்மைக் காலங்களில் தோன்றிப் பெருகியுள்ள பாவங்களுக்கு எல்லாம் இந்தத் தேர்தல்முறைதான் காரணம். இந்தத் தேர்தல் முறையின் ஆபத்துக்கு அஞ்சியே, இந்துக்களும் முஸ்லிம்களும் இரத்தக்களறி உண்டாகும் அளவுக்கு சண்டையிட்டுக்கொண்டு நாட்டைப்பிரிக்க வேண்டியதாயிற்று. டாக்டர் அம்பேத்கர் தமது வாழ்நாளின் பெரும் பகுதியில் தனித்தொகுதி கேட்டு போராட வேண்டிவந்தது. ஆனாலும் இந்த அடிப்படையான பிரச்னை குறித்து உரிய கவனம் செலுத்தப்படாமல் இருக்கிறது. ஜனநாயகத்துக்கான பாதையாக உள்ள இந்தத் தேர்தல்முறையைக் குருட்டுத்தனமாக கடைப்பிடிப்பது ஆளும் வர்க்கத்திற்கு பிடித்தமான ஒன்றாகவும், தங்களது வர்க்க ஆட்சியை நடத்துவதற்கான அதிக அதிகாரங்களை

அடையவும் ஏதுவாகிப் போகிறது. இந்தத் தேர்தல்முறை தாராள மானதாகவும் சாதாரண கட்சிகளும் போட்டியிட்டு வெற்றிபெற வாய்ப்புள்ளதாகவும் அறியப்படுகிறது. ஆனால் நடைமுறையில் அது ஏறுக்குமாறாக உள்ளது.

ஆனால் வர்க்கத்தின் நலன்களுக்கான செயல்பாடுகளுக்கு இந்தத் தேர்தல்முறை சட்ட அங்கீகாரம் வழங்குகிறது. இதற்கு பகுஜன் சமாஜ் கட்சியே நடைமுறை உதாரணம்.

## அடையாள அரசியல்

அனைத்து தலித்துகளையும் டாக்டர் அம்பேத்கர், பகுதி வர்க்கப் பிரிவாகவும் உழைக்கும் வர்க்கத்தின் ஒரு பகுதியாகவும்தான் உள்வாங்கிக் கொண்டார். ஆனால் சூழ்நிலை அவரை சாதீயப் பார்வைக்குள் தள்ளிவிட்டது. தற்போதைய தலித் செயல்பாட்டாளர் களுக்கும் அதே பிரச்னைதான். அம்பேத்கரின் உழைக்கும் வர்க்கக் கட்சி எனும் சிந்தனை, அவரைப் பின்பற்றியவர்களால் வசதியாக கண்டுகொள்ளாமல் விடப்படுகிறது.

அம்பேத்கர், ஷெட்யூலிஸ்ட் சாதியின் கூட்டமைப்பு ஆரம்பித்த போது, தமது ஆரம்பக்கால 'உழைக்கும் வர்க்கக் கட்சி' என்ற பெயரைத்தான் யோசித்தார். பின்னால் இந்தியக் குடியரசுக் கட்சி துவங்கவும் அதுவே விதையாக விழுந்தது. அம்பேத்கர் மறைவுக்குப் பின் அவரைப் பின்பற்றியவர்கள் அவரது இந்த அறிவுபூர்வமான அணுகுமுறையைக் கையாளும் திறன் அற்றவர்களாகி, சாதி அடையாளத்தையே பிடித்துக்கொண்டார்கள். அம்பேத்கரின் காங்கிரஸ் அல்லாத - கம்யூனிஸ்ட் அல்லாத பார்வையை ஷெட்யூலிஸ்ட் சாதியின் கூட்டமைப்பும், பின்னர் இந்தியக் குடியரசுக் கட்சி துவக்கப்பட்ட போதும் கைவிட்டுவிட்டனர்.

கன்ஷிராம் காலத்தில் இந்த (சாதிய) அடையாள அரசியல் உச்சத்திற்கே போனது. 'மேல் சாதியினரின் அடக்குமுறைகளை எதிர்க்க, கீழுள்ள சாதிகளுக்கு சக்தி வழங்கப்போகிறேன்' என்று ஆரம்பித்தார். தலித்துகளின் முன்னேற்றத்தைப் பொறுத்தவரை மட்டுமே கன்ஷிராம் அம்பேத்கரைப் பின்பற்றினார். சுதந்திரம், சமத்துவம், சகோதரத் துவத்தின் அடிப்படையிலான சமுதாயம் உருவாக்குதல் என்பதன் உள்ளடக்கமாகத்தான் தலித் முன்னேற்றத்தைக் கொள்ளவேண்டும் என்றெல்லாம் அம்பேத்கர் கொண்டிருந்த கருத்தைப் புரிந்துகொள்ளக் கூட கன்ஷிராம் முயன்றதில்லை. கொள்கை என்கிற அளவில் கன்ஷிராம் எதையும் எடுத்துக்கொண்டதில்லை. அதனால்தான் 'சாதி

அழிப்பு' என்ற கருத்தில்கூட அவருக்குப் பெரிதாக ஈடுபாடு இருக்கவில்லை. அவர் ஒருவிஷயத்தில் கறாராக இருந்தார்.

'15 சதவிகிதமே உள்ள உயர்சாதியினரை 85 சதவிகிதமுள்ள பிறர் ஆளவேண்டும்' என்பதுதான் அது. சாதி அடையாளங்களை உறுதிப்படுத்துவதன் மூலம் இதனைச் சாதிக்க விரும்பினார். இது அம்பேத்கரின் சாதி குறித்த புரிதலுக்கு எதிரானது. சாதி அடிப்படையில் பிராமணர்கள் நீண்ட காலம் ஆண்டார்கள் அல்லவா, அதே போல தலித்துகளும் செய்யவேண்டும், அப்போதுதான் சமூகத்தில் நிலவும் பிராமணியத்தைத் துடைத்தெறிய முடியும்' என்றார்.

இந்தியாவின் மிகப்பெரிய மாநிலமான உ.பி.யின் ஆட்சியை பகுஜன் சமாஜ் கட்சி கைப்பற்றியபோது, அது நடந்துவிட்டது போன்ற கருத்து உலவ ஆரம்பித்தது. ஆனால் அதிகப் புகழையும், அதிகாரத்தையும் வழங்கிய அது, சிதைந்து சீரழிந்ததைப் பார்க்க கன்ஷிராம் இல்லை! இத்தகைய அடையாள அரசியலுக்கான இடத்துக்கு காலனி ஆட்சியாளர்களைப் பார்த்து உருவாக்கிய தமது அரசியல் சட்டம் இடமளித்துள்ளது என்பதை இந்திய அரசியலைக் கூர்ந்து கவனித்து வரும் ஒருவர் கவனிக்கத் தவறமாட்டார். காலனி ஆட்சியின் சட்டத்தை விடவும் அதிகமாகவே, நமது அரசியல் சட்டத்தில் சமூகநீதி, மதச்சீர்திருத்தம் என்ற பெயரில் சாதியும் மதமும் வலுவாக வைக்கப்பட்டிருக்கிறது. நாம் ஏற்கெனவே குறிப்பிட்டது போல, மக்களிடையே சாதி மதம் குறித்த உள்ளுணர்வு ஏற்படுத்துவதற்கு, நமது தேர்தல்கள் ஒரு கிரியா ஊக்கியாகவே செயல்படுகின்றன. இந்தத் தேர்தல்கள் சாதி அடையாளத்தைச் சட்டென்று காட்டி விடுகின்றன. அதன்மீது பேரங்கள் நடைபெறுகின்றன.

அந்தவகையில், ஆளும் வர்க்கங்கள் தலித்துகளின் சாதி அடையாளத்தை தட்டிக் கொடுப்பதோடு வளர்த்துவிடவும் செய்கின்றன. தலித்துகளின் பிரச்னைகளை அம்பேத்கர் முன்னெடுத்த போது, அவரை ஆளும் வர்க்கத்தினர் கண்டுகொள்ளவில்லை. எனினும் அறுபதுகளின் மத்தியில் தலித்துகளிடையே தீவிர எழுச்சிகள் தோன்றியபோது, தலித் தலைவர்களோடு இணக்கமான அணுகு முறைகளை மேற்கொண்டனர். அம்பேத்கரின் சிலைகள் தெருக்கள் தோறும், சாலைகள்தோறும் தென்படத் தொடங்கியபோது, ஆளும் வர்க்கத்தினர் அவர்மீது புகழாரம் சூட்டினர்.

அம்பேத்கரை தலித்துகளின் ஒரே குறியீடு; ஒரே கௌரவம்; ஒரே தலைவர் என்றெல்லாம் பெருமை பேசினார். அது தலித் மக்களுக்கு தினவை ஏற்படுத்தியது. நாளடைவில் பிராந்திய கட்சிகள் நிறைய

தோன்றியதால், அரசியலில் போட்டி அதிகரித்தது. அனைத்துக் கட்சிகளுமே தலித்துகளை தம் பக்கம் இழுக்க முனைந்தனர். அதன் மூலம் தமது வாக்கு வங்கியை அதிகரித்து, தம்மை ஓர் அம்பேத்கராகவே காட்டிக்கொண்டனர்.

1990களில் இந்தியா நவீன தாராளமயத்தைத் தழுவியதைத் தொடர்ந்து சமூக பார்ப்பனீய வாதிகள் பலமுனைகளிலும் அடித்தட்டு மக்களுக்கு எதிர்பாராத பல பிரச்னைகள் உருவாக்கினர். வேகமாக மாறிவரும் நவீன தாராளமய உலகில், மக்கள் தங்களின் மாறாத நிலைக்காக ஏங்குகின்றனர். ஆனாலும் தங்களைப் பொறுத்தவரை முழுமையற்ற நவீன உலகில், நொறுங்கும் நம்பிக்கைகளில், தலித்துகள் சாதியின் நிழலில் ஒதுங்கிடவே விரும்புகின்றனர்.

தலித்துகளைப் பொறுத்தவரை இது மிகவும் தேவையான நலனைத் தருகிறது. அதாவது, அதிகாரம் என்கிற பொய் உணர்வை ஊட்டுகின்றன. மேலும் அவர்களது லட்சியத்திற்கிடையே உள்ள குழப்பத்தை நீக்குகின்றன. இந்த உணர்வு உள்நோக்கம் கொண்ட மேல்தட்டுப் பிரிவினரால் ஊக்குவிக்கப்படுகிறது. இந்த சாதி அடையாளம் என்னும் சிலந்திவலை சாதி அழிப்பு என்கிற லட்சியத்தைச் சுற்றியிருப்பது மட்டுமல்ல, அதனை மறுதலிக்கவும் முன்வருகிறது.

சாதிகளை எப்போதும் அழிக்கமுடியாது; அதனை வலுப்படுத்த வேண்டும் என்கின்றார். அவர்கள் நேரடியாகப் பேசுகிறார்களோ, என்னவோ, அவர்களது வாதத்தின் அடியில், சின்னச் சின்ன காளான் போன்ற அடையாளங்கள் முளைத்தே கிடக்கின்றன. இந்த அடையாள அரசியலை ஆர்தர் ஸ்செஸ்ஸிங்கர், டேவிட் ஹாலிங்கர் போன்ற தாராள அரசியல் கொள்கையாளர்கள் ஏற்கவில்லை. அழுத்தமான குழுமிய சிந்தனைகள் ஜனநாயகத்திற்கு எதிரானவை என்கின்றனர். இவை குழுக்களாகச் சுற்றி எல்லைக்கோடு போட்டுவிடுகின்றன. சமூகமாக இயங்குவதற்குத் தடையாய் இருக்கின்றன என்கிறார்கள். மேலும் அரசியல் சேர்க்கைகள் மூலமான செயல்படும் ஜனநாயகத் தன்மைக்கு எதிராக நிற்கின்றன. இந்த அடையாள அரசியல், தன்மய வாதத்தை வெளிப்படுத்துகிறது என்றும் அவர்கள் சொல்கின்றனர்.

இடதுசாரி சிந்தனையாளர்களான எரிக் ஹாப்ஸ்பாம், மைக்கேல் டொமாஸ்கி, ரிச்சர்ட் ரோர்ட்டி, ஷான் விலென்ட்ஸ், ராபர்ட் டபிள்யூ மெக்செஸ்னி, பார்ட் லான்ட்ரி, ஜிம்ஸ் லீப்பர், டாட் கிட்லின், இம்மானுவல் வாலர்ஸ்டீன், ரிச்சர்ட் ரார்டி, நான்ஸி ஃப்ரேஸர் போன்ற பலரும் வளர்ந்துவரும் அடையாள அரசியலின் போக்கைக்

கடுமையாக விமர்சிக்கின்றனர். அவர்களின் கருத்துப்படி இது அரசியலின் கட்டமைப்பைச் சிதறடிக்கிறது. பொதுத்தன்மைகளை விலக்கிவிட்டு மாறுபாடுகளை உயர்த்தி நிற்கிறது. சிறுபான்மயினரை உயர்த்துகிறேன் என்று சொல்லிக்கொண்டு அடையாள அரசியல் அவர்களை ஒரு சீசாவுக்குள் அடைத்துவிடுகிறது. அறிவுபூர்வமாகப் பார்த்தால் அடையாள அரசியல் மடத்தனமானது. அரசியல் ரீதியாகப் பார்த்தால் தற்கொலைக்குச் சமமானது என்கிறார் கிட்லின்.

அடையாள அரசியலைப் பிற்கட்டமைப்பு வாதிகளும், பின் நவீனத்துவ வாதிகளும் மறுபட்டாளர்களின் அரசியல் என்கின்றனர். அதன் அடிப்படையான அர்த்தம் என்னவெனில் தீவிரமான இயக்கங்களை ஒதுக்கிவைப்பது; வாரிசுகளின் இருத்தல்களை மறுபடியும் தோற்றுவிப்பதுதான்.

## சாதி அடையாளம்

தலித்துகளின் அரசியலைப் பொறுத்தவரை அனைத்து விமர்சனங்களும் பொருந்தும் என்றாலும், அது ஒரு 'விபரீதமான அடையாளம்' என்பதையும் கூடுதலாகக் குறிப்பிட்டாக வேண்டும். அடையாளம் என்பது அதைப் பகிர்ந்துகொள்வதன் மூலம் மனிதர்களை ஒருங்கிணைக்கவேண்டும். ஆனால் சாதி அடையாளம் என்பது நிலையானதில்லை. வாரிசு அடையாளம் போல அல்ல சாதி அடையாளம். சாதிகளுக்குள் துணை சாதிகள் உள்ளன. இன்னும் சொல்லப் போனால் துணை, துணை சாதிகளும் உள்ளன. அவை தங்களது அளவில் ஒரு வாரிசை உருவாக்குகின்றன.

வெளி அழுத்தம் இருக்கிறபோது சாதி ஓர் அடையாளமாக இருக்கிறது. அது நீங்கியவுடன் தனதளவில் அது வாரிசு கேட்கிறது. விடுதலைக்கான திட்டத்தில் சாதிரீதியில் கட்டமைக்கப்பட்ட அடையாளம் ஏதும் சரித்திரத்தில் பதிவாகவில்லை. ஜோதிபாவின் 'சூத்ரா-அதிசூத்ரா' அடையாளம் அவரது மறைவுக்குப் பின் நிலை பெறவில்லை. அம்பேத்கர் இயக்கத்தின் தலித்திய அடையாளம், அவருக்குப்பின் உட்சாதியின் பல பிரிவுகளாகப் பிரிய நேர்ந்தது. கன்ஷிராமின் வெற்றிகரமான பகுஜன் அடையாளம் பலவீனப்பட்டுப் போனது.

நாம் ஏற்கெனவே விவாதித்தது போல, பகுஜன் சமாஜ் கட்சியின் பகுஜன் என்பது பணம் மற்றும் அதிகாரத்தைக் காட்டி ஆசை உண்டாக்கப்பட்ட சாதிகளின் தொகுப்புதான்! சாதிகளை விடுங்கள், சாதியற்ற அடையாளங்களும்கூட பலன்தரவில்லை. இந்தியத் துணைக்கண்டத்து மக்களுக்கு சாதியே வாழ்வாகவும், உலகமாகவும்

போய்விட்டது. அடிப்படையில் அது படிநிலைகளைக் கொண்டதாகவும், உரிமை மற்றும் விட்டுக் கொடுத்தல்களுக்கு உரியதாகவும் உள்ளது. அந்தவகையில்தான் தேசிய அளவில் மிக உயர்ந்ததாக பிராமண சாதியும், மிகத் தாழ்ந்ததான தீண்டப்படாத சாதியும் உள்ளன. 1872ல் எடுக்கப்பட்ட கணக்கெடுப்பின்படியிலான சாதிகளின் எண்ணிக்கையும், தரவரிசையையும் வைத்துத்தான் காலனி ஆட்சி நடைபோட்டது.

1998ல் சக்ரவர்த்தி குறிப்பிடுகிறார் : காலனி ஆட்சி சாதிக்கு புது அர்த்தமும், புது வரையறையும் கொடுத்தது. தனது மேம்பாட்டுக்காக வாதாடும் வலிமையையும் ஏற்படுத்திக் கொடுத்தது. அதன்மூலம் சாதிகளின் செயல்பாட்டுக்கு புதுத் தெம்பும் அவற்றைத் தொகுத்து இணைப்பதற்கு வசதியையும், காலனி ஆட்சியுடன் பேசி தனது தரத்தை உயர்த்தி அரசுப் பதிவேடுகளில் பதிவு செய்துகொள்ளவும் வாய்ப்பு ஏற்படுத்திக் கொடுத்தது. ஆரம்பத்தில் இந்தத் தொகுப்பு சாதிகளின் குழுவாக இருந்தது. தனது தரத்தை உயர்த்திப் பதிவு செய்வதே அதன் முக்கிய நோக்கமாக இருந்ததால் அந்த சாதி தனது பிம்பத்தை பெரிதாகக் காட்ட முயற்சித்தது. அதற்கு ஆதாரமாக பல புராணக் கதைகளைக் காட்டியது. தீண்டப்படாத சாதி உட்பட அனைத்து சாதிகளுக்கும் பழங்கதைகள் கைகொடுத்தன என்றாலும், பிராமண சாதி அவை அனைத்தையும் தனக்குக் கீழானதாகவே வைத்திருந்தது. அதனால் அவை பிராமணர்களை வெறுத்தாலும், தம்மை கலாச்சாரரீதியில் உயர்ந்ததாகக் காட்டி வந்தன. சமஸ்கிருத மயமாக்கலின் அம்சம் இது. காலனி ஆட்சியினர் தலித்துகளின் கோரிக்கைகளை ஆக்கபூர்வமாக ஏற்றுக்கொண்டனர். இங்கிருந்து தொடங்கியது எண்ணிக்கைக் கணக்கு. மொத்தமாக தலித் சாதிகளை ஒருங்கிணைக்கும்வகையில், சாதிகளின் கூட்டமைப்புகள் உருவாகின. தங்களின் எண்ணிக்கையைக் கூட்டிக் காட்டினர். தகவல் தொடர்பு வளர்ச்சியைக் கொண்டு அந்தத் தொடர்புகளும் பல்கிப் பெருகின. இதனை இனக்குழுவயப்படுத்தல் என்கின்றனர் சமூகவியலாளர்கள்.

தலித்துகளைப் பொறுத்தவரை, தங்களது கலாச்சார விழிப்புணர்வு, கல்விப் பரவல், பொருளாதார மேம்பாடு இவற்றால் சுதந்திரத்துக்குப் பிந்தைய காலத்திலேயே ஒரு புதிய நடுத்தரவர்க்கமாக சிலர் உருவாகினர். அதன் மூலம் தங்களுக்கான அடையாளத்தை உறுதிப் படுத்த விழைந்தனர். அவர்களெல்லாம் தலித் மக்களுக்கு முன்மாதிரியாகவும் திகழ்ந்தனர். எனினும் தனிநபர்களின் சுய ஆவல்களால் அவர்களால் ஒருங்கிணைத்து செயல்பட முடியவில்லை. அந்த வகையில் அம்பேத்கர் போன்றோர் நெறிப்படுத்தியபோதும், தங்களது அடையாளத்தை தலித்துகள், புத்தமதத்தினர், ஷெட்யூலிஸ்ட்

இனத்தவர், பகுஜன், தலித் பகுஜன், தலித் சிறுத்தைகள், முல்னிவாசி, ஏன், ஹரிஜன் என்றும்கூட தங்களுக்குத் தனி அடையாளம் காட்டிக் கொண்டனர். இதன் மூலம் 'சாதி அழிப்பு' என்ற பொது லட்சியத்திலிருந்து விலகினர். இந்த நிலைமாற்றம் என்பது நடுத்தர வர்கியாக உயர்வதற்கான வாய்ப்புகளோடு நேர்விகிதத்தில் இருந்தது. சாதிவாரியாக இணைவது என்பது சாதியத்திலிருந்து 'விடுதலை' பெறுவது என்னும் நோக்கத்திற்கு முரண்பட்டதாக இருந்தது. இது உயர்சாதியினரின் சமூக மூலதனத்தை உயர்த்துவதற்கு உதவியாக இருந்தது.

ஆனால் அடிமட்டத்து சாதிகளுக்கு பயனளிப்பதாக இல்லை. சாதிவாரியான அடையாளம் என்பது, உயர் சாதியினரின் சமூக மூலதனத்தை உயர்த்திக்கொள்ள ஏதுவாக உள்ளதால் சாதியிலிருந்து விடுதலை பெறுவதற்கு, அது எந்த அளவுக்கு உதவுமென்பது கேள்விக்குரியதாகவே உள்ளது. அது எப்படியிருந்தபோதும் அதன்படி மிகவும் ஒடுக்கப்படும் சாதிகள் என்ற அடைப்புக் குறிக்குள் அவர்களைக் கொண்டு வர முடிந்தது. இது சாதி பற்றிய தவறான புரிதலை உருவாக்குகிறது.

சாதி எனும் சொல்லால் உருவாக்கப்படும் அடையாளம், சாதிக்கே உகந்ததில்லை. அதற்கு மாற்றான வர்க்கம் போன்ற சொல்லால் சாதியைக் கொல்லமுடியும். உச்சரிப்பைப் போன்றே அது சிரமமாகத்தான் இருக்கும். ஆனால் இந்தப் பிணியைத் தீர்க்க சரித்திரம் குறுக்குவழிகள் எதையும் கொண்டிருக்கவில்லை.

### சமூக மூலதனமாக - சாதி!

சில அறிஞர்கள் சில தொழிற்சாலைகளை சமூக மூலதனமாக உருவாக்கும் சில சாதிகளைக் கண்டறிந்துள்ளனர். இதுமாதிரியான நிலைகளை, நவீன தாராளமய முதலாளிகள் பெருமளவுக்குக் கொண்டாடவும் செய்கிறார்கள். உதாரணமாக தமிழ்நாட்டின் திருப்பூரில் செயல்படும் ஆயத்த ஆடைத் தொழிற்சாலைகள் பெரும்பாலும் கவுண்டர் சாதியினரால் நிர்வகிக்கப்படுகின்றன. இது, 2002ம் ஆண்டின் உலக வங்கியின், உலக முன்னேற்ற அறிக்கையில் சிறப்பாகக் குறிப்பிடப்பட்டுள்ளது. மேலும், மூலதனப் பெருக்கத்தில் இந்த ஆயத்த ஆடைத் தொழிற்சாலைகள், வளர்ச்சி விகிதத்திலேயும் சீராக வைத்துள்ளன.

இந்த வளர்ச்சி கவுண்டர்களின் சாதி சார்ந்த முயற்சிகளால் - அவர்களின் ஒருங்கிணைந்த ஒத்துழைப்பால் சாத்தியமாகியிருக்கிறது. இது மாதிரியான சமூக மூலதனங்களைச் சுட்டிக் காட்டி இந்துத்வா

சக்திகள், சாதியின் இருத்தலை நியாயப்படுத்துகின்றன. அதேபோல தலித்துகளின் மூலதனத்தையும் வரவேற்கிறார்கள். இதன்மூலம் மேற்கு நாடுகளிலிருந்து கடன் வாங்கிய உத்திகளை உதாசீனம் செய்கிறார்கள். இது எந்த ஆக்கபூர்வமான நாயகர்களாலும் பாராட்டப் படவில்லை.

உலகவங்கி, யு.என்.டி.பி மற்றும் ஓ.இ.சி.டி போன்ற நவீன தாராளமய நிறுவனங்கள் சமூக மூலதனத்தை மேம்படுத்தி வளர்ச்சிக்கு பயன்படுத்தலாமென்று சொல்கின்றன. ஆனாலும் இதன்மீதான விமர்சனத்தின் நிழல்கள் படிய நீண்டகாலம் ஆகவில்லை. சமூக மூலதனம் என்பதைக் கொள்கையளவில் புரிந்துகொள்வதில் பிரச்னை இருக்கிறது என்று சொன்ன அந்த நிறுவனங்கள், சமூக மூலதனத்தின் விளக்கத்தையும் அளவுகோலையும் பிரச்னைக்கு உள்ளாக்கினர். வாஷிங்டனுக்குப் பிந்தைய நிலையில் அரசியலுக்கு சம்பந்தமற்ற கருத்தாக, ஆதாரமான வளங்களுக்கு எதிரானதென்று போராட்டங்களைத் தெரிவித்தனர். அவர்களைப் பொறுத்தவரை சமத்துவமின்மை ஒரு பிரச்னை அல்ல என்றார்கள். அந்த சமத்துவ மின்மைக்குக் காரணம் சாதிகள், தமது சமூக மூலதனத்தை வளர்த்துக் கொள்ளவும்தான் என்கின்றன உலக வங்கி மற்றும் சர்வதேச நிதி நிறுவனம் ஆகியன. ஏழை, அடித்தட்டு மக்களின் சமூக மேம்பாடு குறித்துப் பேசும்போது சமூக மூலதனம்தான் அரசியல் களத்தின் பொருளாதார மேம்பாடு தொடர்பான செயல்பாடுகளுக்கெல்லாம் சர்வரோக நிவாரணி என்றனர். இந்தியாவிலும்கூட பிரபலமான சுவாமிநாதன், எஸ்.அங்லேஷ்வர் அய்யர் போன்ற நவீன தாராளமய வாதிகள் சமூக மூலதனத்தையும் புகழ்ந்து பேசுகின்றனர்.

மூலதனம் என்ற கருத்தை விற்கும் தரகர்கள் அதை வரவேற்கிறார்கள் என்றால் சரி, அரசியல் ரீதியில் அது இடதுசாரிகளையும்கூட அது ஈர்க்கவே செய்கிறது. காரணம் அது மக்களை ஒருமிக்கிறது. சகோதரத்துவ உணர்வூட்டுகிறது என்கின்றனர். பழமைவாதிகளும் கூட பாரம்பரிய மதிப்பீடுகள், சமூகம், குடும்ப உறவுகளை இணைப்பதாக கட்டப்படுவதால் சமூக மூலதனத்தால் கவர்ந்திழுக்கப் படுகிறார்கள். 'சமூகம்' என்கிற வார்த்தையே, பாதி அறிவியல் பூர்வமானதாக இருப்பதால், கருத்தியல் ரீதியில் ஏற்புடையதாகிறது.

அதன் கருத்தியல்தன்மையை விடுங்கள், 'சமூக மூலதனம்' என்பது சமூக உறுப்புகளிடையிலான நம்பிக்கை, ஒத்துழைப்பு, தகவல் தர, பரிமாற்றத்தின் அளவு ஆகியவற்றுக்காக, அவற்றின் குறைந்த அளவிலான பங்களிப்பை ஏற்கிறது. சமூக மூலதனம் என்பதில் இருக்கிற 'சமூகம்' எனும் சொல்தான் செல்வாதாரம் உள்ளவர்களின்

பங்களிப்பு ஆர்வத்தை அதிகரிக்கச் செய்கிறது. அதில்தான் அதன்மீதான அக்கறையும் இருக்கிறது.

இதற்கான பங்களிப்பைச் செலுத்திவரும் மார்வாடிகள், கவுண்டர்கள், நாடார்கள், கச்சி முதலான சாதியினர் செல்வாதாரங்களின் பின் புலமும் ஒத்திசையும் கொண்டவர்களாக இருப்பதால், அவர்கள் மரியாதைக்காக சம்பந்தப்பட்ட சாதியின் பெயராலேயே அழைக்கப்படுகின்றனர். எனில் இந்தச் சமூக மூலதனத்தால் சம்பந்தப்பட்ட சாதியினர் அனைவரும் பயன்படுகிறார்கள் என்று அர்த்தமில்லை. கவுண்டர்கள், நாடார்களிலேயேகூட குறிப்பிட்ட சில குடும்பங்கள்தான் அந்த ஆதார வளங்களைக் கொண்டுள்ளன. அது அதே சாதியிலுள்ள மற்ற மக்களுக்குப் பயன்படுவதில்லை. அதே போல தலித் மூலதனம்கூட தலித் மக்களோடு சம்பந்தப்பட்டதில்லை; சம்பந்தப்பட்ட மத்திய தர குடும்பங்களின் மூலதனமாகவே உள்ளது. தலித்துகளின் உண்மை சமூக மூலதனம் என்பதை பண மூலதனத்தில் வைத்து மதிப்பிடமுடியாது. அந்த வர்க்க உழைப்பாளிகளின் ஒத்துழைப்பு மற்றும் விடுதலைக்கான போராட்டத்தை வைத்துத்தான் மதிப்பிட வேண்டும்.

ஆளும் வர்க்கத்தின் தலித் சமூக மூலதனம் என்ற சொல், அவர்களின் நவீன தாராளமய எதிர்ப்பையும், விடுதலைக்கான உணர்வுகளையும் திசை திருப்பக்கூடியதாக உள்ளது. அதற்கான பாலைவனப் பசுஞ்சோலை போன்றதுதான் தலித்துகளின் சமூக மூலதனம் என்ற கருத்தாக்கம். இந்தப் பார்வையை வளர்த்தெடுக்கவே சர்வதேச மூலதன நிறுவனங்கள் தடாலடியாக ஆதரவளிக்கின்றன!

எட்டு

# நவீன தாராளமயத்தின் கீழ் தலித்துகள்

ஜூலை *1991* - இந்திய அரசு நவீன தாராளமய பொருளாதாரச் சீர்திருத்தங்களை செயல்படுத்தத் தொடங்கியது. 'பொருளாதார நிலைநிறுத்தம் மற்றும் கட்டமைப்பு மாற்றம்' என்னும் பெயரில் பிரிட்டன் வுட்ஸ் இன்ஸ்டிடியூஷன் நடத்திய பாடத்தின்படி இது 'உலகமயமாக்கம்' என்று அழைக்கப்பட்டது. இந்த உலகமயமாக்கம் என்பது பிரச்னைகளில் சிக்குண்டு தவித்த முதலாளித்துவ பொருளாதார அமைப்பின் முதலீடுகளுக்காக பிறநாட்டுச் சந்தைகளை திறந்துவிடச் செய்வது ஆகும்!

இது இரண்டாம் உலகப் போருக்குப் பின் தனியார் மூலதனத்தின் முதன்மையையும் முக்கியத்துவத்தையும் வலியுறுத்தியதோடு, சுதந்திரச் சந்தை குறித்தும் பேசியது! இது கெய்னிஸனின் கலப்புப் பொருளாதாரம் என்கிற முன்னுதாரணத்தை எதிர்த்தது. சுதந்திரச் சந்தை என்று பேசிய சந்தை அடிப்படைவாதிகள், அரசியல் கட்டுறுதியோடு சமூக டார்வினியக் கொள்கையாளர்களின் போட்டியை எதிர்கொள்ளவும் உதவியது. மேலும் நடப்பிலுள்ள சுரண்டல் நடைமுறைக்கு வழங்கப்பட்டிருந்த சட்ட ரீதியிலான சமூக அந்தஸ்தைப் புறந்தள்ளியது. சமூக டார்வினியக் கொள்கையாளர்கள் சமத்துவமின்மையை நியாயப்படுத்தியதோடு, போட்டியில் ஈடுபடாத வர்கள் வாழ்ந்திடவே தார்மீக உரிமையற்றவர்கள் என்று நியாயப் படுத்தினர். ஆக, சமத்துவமின்மை இயற்கையானது என்று சொல்லி, சாதிமுறையை மறைமுகமாக ஆதரித்தனர்.

இதனிடையே சந்தை அடிப்படை வாதிகள் 'சந்தை'தான் போட்டி அடிப்படையில் வணிகம் பண்ணும் உயர்ந்தபட்ச நிறுவனமாகும் எனக் கூறினார்கள். பொருளாதார மொழியில் கூறுவதானால், அரசு, தனியார் நிறுவனங்கள், பொதுத்துறை நிறுவனங்கள் பொதுநலச் சேவைக்கென வழக்கமாகச் செலவுசெய்யும் நிதி அளவைக் குறைப்பது என்கின்றனர். முக்கியமான சந்தை தொடர்பாக எழும் மக்கள் எதிர்ப்பை முளையிலேயே கிள்ளி எறியவும் இது உதவியது.

சமூக நீதி என்ற பெயரில் தகுதியற்ற மக்களுக்கு, அதாவது அடித்தட்டு மக்களுக்கென செல்வாதாரம் ஒதுக்கப்படுவதற்கு எதிரான மேல்தட்டு மக்களின் எரிச்சலுக்கு இதம் அளிப்பதாக அமைந்தது. அதன் நீட்சியாக, அரசு என்பது, பெரும்பான்மை வர்க்கத்துக்கென எந்த ஒரு பொறுப்பையும் நிறைவேற்றாத, மேல்தட்டு வர்க்கத்துக்கு சேவை செய்கிறது. அடக்குமுறைக்கருவியாக மாறுகிறது. தாராளமயம் என்பது சர்வதேச அளவில், முரண்பாடு கொள்ளத் தேவையில்லாத வகையில் - வெளிப்படையாகவே - நாடுகளுக்கிடையே, மண்டலங் களுக்கிடையே, இனங்களுக்கிடையே, வர்க்கங்களுக்கிடையே - சமத்துவமின்மையை இன்னும் அதிகப்படுத்துகிறது.

பொது அறிவுக்கெட்டியவரை, கடந்த பல நூற்றாண்டுகளாக மனிதர்களுக்கிடையே உருவாக்கப்பட்ட சமத்துவம் என்பதை அது சாதாரணமாக்கிவிட்டது. சமத்துவமின்மை என்பதை தகுதிகளுக்கு இடையிலான போட்டியின் முடிவென்றும், திறமைகளுக்கு இடையிலான விஷயமென்றும், ஆற்றலுக்கிடையிலான பரிசு என்றும் தரவித்தியாசப்படுத்தியதோடு சரித்திரம் நெடுகிலும் காலகாலமாகவே இருந்துவரும் உண்மை இதுதான் என்றாக்கிவிட்டது.

உலகமயமாதல் அந்தவகையில் போட்டி என்பதைக் காட்டி சமத்துவ மின்மையை எல்லாவகையிலும் நியாயப்படுத்துகிறது. ஆக சமூக டார்வினிஸ்ட்டுகள் விவரித்த சமத்துவமின்மை என்பது வேற்றுமையை வளர்க்கவும், தோல்வியினைச் சகித்துக் கொண்டு போகும் போக்கை வளர்க்கவும், தாம் பின்தங்கியதற்கு தாங்களே காரணம் என்கிற வகையில் மக்களுக்கு விளக்கம் தருகிறார்கள்.

## மத்தியதர வர்க்கப் பிரச்சாரம்

சமூக டார்வினியக் காரணிகள், தலித்துகளின் நலன்களுக்கு எதிரானது என்பதை எளிதில் காணலாம். சமூக ரீதியிலும் கலாச்சார ரீதியிலும் ஒடுக்கப்பட்ட மக்களாக இருப்பதால் இந்தப் பொருளாதார வாதம் அவர்களுக்கு ஏற்புடையதாக இல்லை. எனினும், உலகமயம் என்பது வளரும் சக்தி என்றும், சிலர், தலித்துகளுக்கு அதனால் பலன் இருக்கும்

என்று நம்பினார்கள். பிரிட்டிஷ் காலனி ஆட்சிபோல, இதுவும் தலித்துகளுக்கு நலன்பயக்கும் என்று சொல்லி தலித்துகளுக்கு துரோகம் இழைக்கப்பட்டது. குறிப்பாக தலித் மத்தியதரவர்க்கத்தை இடதுசாரிகளுக்கு எதிராகக் கொண்டுபோக முடிந்தது. இந்தச் சந்தர்ப்பவாதம் அரசுக்கு ஆதரவு நிலையாக இருந்தது. தலித்துகளோ அதனை தமக்குப் பயன்தருவதென்று நம்ப வைக்கப்பட்டனர். உண்மையிலேயே அவர்களில் சிலருக்கு அரசு வெகுமதியளித்தது. அவர்களும் தாமாகவே முன்வந்து இது தலித்துகளுக்கான சீர்திருத்தம் என்றார்கள். அவர்கள் தலித்திய நடுத்தர வர்க்கத்தை இடதுசாரிகளுக்கு எதிரான நிலை எடுக்க வைத்ததோடு, உலகமயத்தை ஆதரிக்க வைத்தனர். ஆரம்பத்தில் இது உள்ளூர் தலித்துகள் மத்தியில் வரவேற்பைப் பெற்றது. உலகமூலதன அமைப்புகள் மத்தியிலும் அதே வரவேற்பு கிடைத்தது.

உலகமயம் தலித் மக்களின் கல்வி, சுகாதாரம், வேலை வாய்ப்பு, ஏன் சாதி அடக்குமுறையை விடுவிப்பதோடு அதிகாரத்தையும் அவர்களுக்கு அளிக்கும் என்று பொத்தாம் பொதுவாக பிரசாரம் செய்யப்பட்டது. தலித்துகள்மீதான உலகமயத்தின் தாக்கத்தை வரையறுக்க முடியாது. தலித்துகள், வசதி வாய்ப்பற்ற ஏழை தலித்துகள், சமூகரீதியில் பிற்படுத்தப்பட்ட தலித்துகள் என்று பிரிக்கப் பட்டனர். ஏழை என்பதற்கான விளக்கம் உலகமயத்தின் நேரடி அனுபவத்திலேயே கிடைத்தது. சமூக ரீதியில் பிற்படுத்தப்பட்ட என்பதற்கான பொருள், மறைமுகமாக பல்வேறு தளங்களில் பெறமுடிந்தது.

### ஏழைகளாக தலித்

தலித்துகள் ஏழைகளிலும் ஏழைகள். ஆனால் அவர்களது ஏழ்மை என்பது நேர்மையான பொருளாதாரத்தின் அளவுகோலில் மட்டு மல்லை. நடைமுறை சார்ந்த பொருளாதாரச் செயல்பாடுகளிலும் சரித்திரகாலம் தொட்டு நிகழும் பொருளாதாரச் சுரண்டல்களினாலும் உருவாவது. ஏழ்மையைப் பொறுத்தவரை உலகமயத்திடம் இருக்கிற ஒரே பதில் 'சிறு சிறு துளிகளாக விழுதல்' என்பதுதான்! அதாவது சுதந்திரச் சந்தையின் மூலம் உண்டாகும் பொருளாதார வளர்ச்சி துளித்துளியாக கீழே உள்ளவர்களைச் சென்றடையும் என்பதுதான்.

உலகமயமாதலின் பலன் முக்கியமாக ஏழைகளைச் சென்றடையும் என்று சொல்லவில்லை. படிப்படியாக கீழிறங்கி பல்வேறு படிநிலையிலுள்ள வர்க்கங்களைச் சென்றடையும் என்கிறது. சமூக கட்டமைப்பில் இந்த துளித்துளி கருத்துரு, அனுமதிக்கப்பட்ட

அளவில்தான் கீழிறங்கும். அப்போது பாதுகாக்கப்பட்ட சாதிகளுக்கு அத்துளி சென்றடையாது.

ஆம், இந்த உருவகம் நடைமுறை அனுபவத்தில் முரண்பட்டதாகத் தெரிகிறது. ஏனெனில் இதில் வளர்ச்சியும் இல்லை. இது துளித் துளியாக வடியவும் இல்லை. முதல் பத்து ஆண்டுகளில் எடுக்கப்பட்ட புள்ளிவிவரம் அதைப் புறந்தள்ளுகிறது. அதற்கும் முந்தைய பத்து ஆண்டுகளைவிட வளர்ச்சி குறையாகவே இருக்கிறது. இடையே பொருளாதார வளர்ச்சி காணப்பட்டாலும், அது குறைந்த கால அளவே நீடித்துள்ளது. விளைவு? பொருளாதார மந்தநிலை! அது அடித்தட்டு மக்கள் எதிர்பாராத - இதுவரை சந்தித்திராத பிரச்னைகளை ஏற்படுத்திவிட்டது.

ஆனால் அரசு மட்டும், ஏழ்மையின் அளவு குறைந்துவிட்டதாக எண்ணிக்கையில் காட்டுகிறது. ஆனால், எதார்த்தம் வேறுமாதிரி காட்டுகிறது. வேலை உறுதித் திட்டம், குறைந்த விலையில் குடிமைப் பொருள் வழங்குதல், ரேஷன்முறை போன்றவற்றால் அரசு பிரச்னைகளை மறைக்க முயன்றாலும் உண்மையில் பல பிரச்னைகளின் ஒட்டுமொத்தத் தொகுப்பான வறுமை உயர்ந்து வருவதை சாதாரணமாகவே கண்டுகொள்ளமுடியும்.

கிராமப்புறங்களைப் பொறுத்தவரை விவசாயத்துறையில் பொது முதலீடு குறைந்து வருவதாலும், பல்வேறு விவசாயப் பொருட்களின் மீதான வணிகத் தாராளமயத்தாலும், கிராமப்புற வேலைவாய்ப்பு குறைந்து வருவதாலும், உணவுப் பொருட்களின் விலைவாசி உயர்ந்து வருவதாலும், நவீன தாராளமய பொருளாதார கொள்கை அதிக மக்களை வறுமைக்குள் தள்ளிவிடுகிறது.

நகர்ப்புறங்களைப் பொறுத்தவரை ஏழைகள் வேலைவாய்ப்பு, ஒப்பந்ததாரர்களாலும் தரகர்களாலும் அத்தியாவசியப் பொருட்களின் விலை உயர்வாலும், கல்வி, சுகாதாரத்திற்கு அதிக நிதி ஒதுக்கப்படுதல் போன்றவற்றாலும் பாதிக்கப்படுகின்றனர். இதன் காரணமாக தனிநபர்கள் உட்கொள்ளும் உணவுப் பொருள்களின் கலோரி அளவு குறைகிறது. இவற்றின் மூலம் உலகமயமும் தாராளமயமும் தனியார் மயமும் ஏழைகளுக்கு உதவிகரமாக இல்லை என்பதையே காட்டுகின்றன.

ஏழைகளின்மீது உலகமயம் செலுத்திய தாக்கம் குறித்து கல்வியாளர்கள் காட்டும் ஆதாரம் இன்னும் முழுமையாக முடிய வில்லை. ஏனெனில் பன்முக ஒளிபரப்புகளை நிகழ்த்தும் தொலைக் காட்சிகள் மூலமாகவே அவை வெளிவருகின்றன. ஆனாலும் பல

விஷயங்களை வடிகட்டியே செய்திகளைத் தருகின்றன. இதன் காரணமாக விளக்கம் - மறுவிளக்கம் என போட்டி ஏற்படுகிறது. அவற்றின் காரணமாக மேலும் மேலும் சமத்துவமின்மை அதிகரிக்கிறது. இறுதியாக உலகமயமானது ஏழைகளுக்குப் பயன்தருவதாக இல்லை என்பதை உறுதிசெய்கிறது.

## பலன் பெறாத சமூகக் குழுவாக தலித்துகள்

சமூகரீதியில் வெளியே நிறுத்தப்பட்டிருக்கும் தலித்துகள் மீதான உலகமயமாதலின் தாக்கத்தை இரண்டு பகுதிகளாகப் பார்க்கலாம். ஒன்று, அரசியல் அமைப்புச் சட்டத்தின், தலித்துகளின் இருத்தலுக்கான இடம். இரண்டு, தலித்துகளின் விடுதலைக்கான நீண்டகாலத்திட்டங்கள்.

## அரசியல் சட்டத்தில் தலித்துகளுக்கான இடம்

அரசியல் சட்டத்தில் தலித்துகளுக்கான இடம் என்பதை அவர்களுக்கு அரசு உதவிபெறும் கல்வி நிறுவனங்களில் வழங்கப்படும் இட ஒதுக்கீடு, அரசு மற்றும் பொதுத்துறை நிறுவனங்களில் வழங்கப்படும் வேலை வாய்ப்பு மற்றும் அடக்குமுறைகளுக்கு எதிராக சட்டத்தில் வழங்கப்பட்டுள்ள பாதுகாப்பு ஆகியவற்றைக் கொண்டு காணலாம். உலகமயம் இந்த வாய்ப்பை கட்டுப்படுத்தியிருக்கிறது. அதன் பயனைப் பெருமளவு குறைத்துள்ளது.

பொதுத்துறை நிறுவனங்களில் இடஒதுக்கீடு அளவைக் குறைத்ததன் மூலம் வேலைவாய்ப்பு வழங்குவதைக் கட்டுப்படுத்தியிருக்கிறது. இடஒதுக்கீட்டு பயன் பெற்றோர் 1997ல் 197 லட்சமாக இருந்தனர். உலகமயமாதல் விளைவாக 2007ல் 180 லட்சமானது. பத்து ஆண்டுகள் 17 லட்சம் வேலைகள் பறிக்கப்பட்டுவிட்டன. கல்வித் துறையில் தனியார் பள்ளிகளில் அவர்தம் பெற்றோர்களின் சாதி/வர்க்கத்தைப் பொறுத்து இடம் வழங்கப்படுகிறது.

உலகமயமாக்கம் விவசாயத்துறையில் பொதுவான சிக்கல் பலவற்றை உருவாக்கியதோடு தலித்துகள் மீதான ஒடுக்குமுறைத் தாக்குதல்களை அதிகரித்திருக்கிறது. (அட்டவணை 8.1ல் பார்க்கவும்)

நவீன தாராளமயமும் உலகமயமும் தலித்துகளுக்காக சட்டம் வழங்கியுள்ள சமூகநீதியைச் சாகடித்துவிட்டன. அரசியல் சட்டம் மாற்றத்திற்குள்ளாகாமல் இருந்தாலும், அரசு என்னவோ நவீன தாராளமய அரசாக மாறிவிட்டது; அடித்தட்டு மக்களுக்கு வழங்கப் பட்டிருந்த மிகக்குறைந்த சலுகைகளைக்கூட தடுத்து விட்டது.

அட்டவணை 8.1 - தலித்துகள் மீதான பல்வேறு வகையான தாக்குதல்கள் (2001 முதல் 2014 வரை)

| குற்றச்செயல்/ஆண்டு | 2001 | 2002 | 2003 | 2004 | 2005 | 2006 | 2007 | 2008 | 2009 | 2010 | 2011 | 2012 | 2013 | 2014 |
|---|---|---|---|---|---|---|---|---|---|---|---|---|---|---|
| கொலை | 763 | 739 | 581 | 654 | 669 | 673 | 674 | 622 | 629 | 572 | 673 | 651 | 676 | 794 |
| பாலியல் பலாத்காரம் | 1,316 | 1,331 | 1,089 | 1,157 | 1,172 | 1,217 | 1,349 | 1,453 | 1,350 | 1,350 | 1,557 | 1,576 | 2,073 | 2,388 |
| ஆள்கடத்தல் | 400 | 319 | 232 | 253 | 258 | 280 | 332 | 477 | 511 | 510 | 616 | 490 | 628 | 1,456 |
| கொள்ளை | 41 | 29 | 24 | 26 | 26 | 30 | 23 | 50 | 42 | 41 | 36 | 27 | 45 | 37 |
| திருட்டு | 133 | 105 | 70 | 72 | 80 | 90 | 86 | 81 | 67 | 75 | 54 | 40 | 62 | 92 |
| தீ வைப்பு | 354 | 322 | 204 | 211 | 210 | 226 | 238 | 224 | 195 | 150 | 169 | 214 | 189 | 201 |
| காயம் | 4,547 | 4,491 | 3,969 | 3,824 | 3,847 | 3,760 | 3,814 | 4,134 | 4,322 | 4,344 | 4,247 | 3,855 | 4,901 | 4,531 |
| பிற குற்றச் செயல்கள் | 377 | 14,383 | 11,401 | 11,435 | 11,077 | 11,808 | 13,490 | 14,645 | 15,091 | 15,039 | 14,958 | 14,164 | 16,797 | 28,577 |
| சிவில் உரிமை பாதுகாப்புச் சட்டத்தின் கீழான குற்றங்கள் | 634 | 1018 | 634 | 364 | 291 | 405 | 206 | 279 | 168 | 143 | 67 | 62 | 62 | 101 |
| எஸ்.சி/எஸ்.டி வன்கொடுமை தடுப்புச் சட்டத்தின் கீழான குற்றங்கள் | 1,3113 | 1,0770 | 8,048 | 8,891 | 8,497 | 8,581 | 9,819 | 1,1465 | 1,1037 | 1,0419 | 1,1342 | 1,2576 | 1,3975 | 8,887 |
| மொத்த குற்றங்கள் | 33,501 | 33,507 | 26,252 | 26,887 | 26,127 | 27,070 | 30,031 | 33,430 | 33,412 | 32,643 | 33,719 | 33,655 | 39,408 | 47,064 |
| உயர்வு சதவிகிதம் | | 0.0% | 21.7% | 2.4% | 2.8% | 3.6% | 10.9% | 11.3% | 0.1% | 2,3% | 3.3% | 0.2% | 17.1% | 19.43% |

Sources: National Crime Research Bureau, Crime in India (2001 to 2014).

## தலித் விடுதலைக்கான திட்டங்கள்

தலித்துகள் தம்மீதான சாதிப் பாகுபாடுகளைத் தாண்டி, அவர்களது அடிமன ஆசைகளை அடைவதற்கான வாய்ப்புகளை, ஒட்டுமொத்த சமூகப் போக்கிலிருந்து பெற முயற்சிக்கின்றனர். தலித் விடுதலைக்கான நிரல்களை, அவர்களுக்கு 4 விதமான அதிகாரம் வழங்குவதிலிருந்து தொடங்கலாம்.

1. தன்வய அதிகாரப்படுத்துதல்

2. சமூகப் பொருளாதார ரீதியில் அதிகாரப்படுத்துதல்

3. சமூக அரசியல் ரீதியில் அதிகாரப்படுத்துதல்

4. சமூக கலாச்சார ரீதியில் அதிகாரப்படுத்துதல்

அதிகாரப்படுத்துதலை கீழ்கண்டவற்றின் வாயிலாகக் கண்டடையலாம். அதாவது சுகாதாரம் மற்றும் கல்வி, நிலம் மற்றும் உத்தரவாத வேலைகள், ஜனநாயகம் மற்றும் நவீனத்துவம் ஆகியனவே அவை. தலித் அதிகாரப்படுத்தலின் மீதான உலக மயமாதலின் தாக்கத்தைக் கீழ்கண்ட சில அம்சங்களின் வழியாக மதிப்பீடு செய்யலாம்.

தன்வய அதிகாரப்படுத்துதல் என்பது ஆரோக்கியமான உடல் மற்றும் அறிவூட்டப்பட்ட மூளை ஆகியன. அதற்கான அடிப்படை, உண்ணும் உணவுதான்! இது உலகமயமாதலின் காலத்தில் எப்படி குறைந்தது என்பதற்கு உறுதியான ஆதாரங்கள் உள்ளன. தனிநபர் உணவுப் பொருள் 1961ல் நாளொன்றுக்கு 468.7 கிராம் அளவுக்குக் கிடைத்தது. அதுவே 1991ல் 510.1 கிராமாக உயர்ந்தது. பின் உலகமயமான காலத்தில் - 2011ல் - 438.6 கிராமாகக் குறைந்தது. பருப்பு வகைகள் 1961ல் நாளொன்றுக்கு 69 கிராம் அளவுக்குக் கிடைத்தது. அதுவே 2011ல் 31.6 கிராமாகிப் போனது.

உணவுப் பொருள்கள் இந்த அளவு குறைந்து போனதென்றால் கிராமப்புறங்களில் சிறுதானியங்கள் எடுத்துக்கொள்ளும் அளவும் 1993-94ல் மாதத்துக்கு 13.4 கிலோவாக இருந்தது. 2009-10ல் மாதத்துக்கு 11.35 கிலோவாகக் குறைந்து போனது. நகர்ப்புறங்களில் 1993-94ல் மாதத்துக்கு 10.6 கிலோவாக இருந்தது. 2009-10ல் 9.37 கிலோவாகக் குறைந்தது. கிராமப்புறங்களில் பருப்பு வகைகளின் உபயோகம் 1999-2000ல் மாதத்துக்கு 0.84 கிலோவாக இருந்தது. 2009-10ல் 0.65 கிலோவாகிப் போனது. நகர்ப்புறங்களில் பருப்பு வகைகளின் உபயோகம் 1999-2000ல் மாதமொன்றுக்கு 1 கிலோவாக இருந்தது. 2009-10ல் 0.79 கிலோவாகக் குறைந்துவிட்டது.

இந்தச் சறுக்கல் உலகமயகாலம் முழுக்க நீடித்தது. 2005-10ல் உட்கொள்ளப்பட்ட கலோரியின் அளவு மிக அதிகபட்சம் குறைந்ததாக கண்டறியப்பட்டது. உட்கொள்ளப்பட்ட கலோரியின் அளவு நகர்ப்புறங்களிலும் சரி, கிராமப்புறங்களிலும் சரி, உலகமய மாதல் காலம் முழுவதும் தொடர்ந்து குறைந்துகொண்டே வந்தது. கிராமப்புறங்களில் - 1972-73ல் 2266 கலோரியாக இருந்தது. 1999-2000ல் 2149 கலோரியாகவும் 2004-05ல் 2047 கலோரியாகவும் 2009-10ல் 1929 கலோரியாகவும் குறைந்துகொண்டே போனது.

நகர்ப்புறங்களில் 1972-73ல் 2107 கலோரியாக இருந்தது. 1999-2000ல் 2156 ஆக உயர்ந்து, 2004-05ல் 2020 ஆகி, 2009-10ல் 1908 ஆக மேலும் சரிந்தது. கிராமப்புறங்களைப் பொறுத்தவரை - 1972-73க்கும் 1999-2000 இடையிலான உட்கொள்ளல் 117 கலோரியாக இருந்தது. கடந்த 10 ஆண்டுகளில் 220 கலோரியாக உள்ளது. நகர்ப்புறங்களில் முதல் 27 ஆண்டுகளில் 49 கலோரி அளவிலான உணவு அதிகமாக உட்கொள்ளப் பட்டது. கடைசி 10 ஆண்டுகளில் 248 கலோரியாக குறைந்துள்ளது. உட்கொள்ளப்படும் புரோட்டீன் அளவு கிராமப்புறங்களில் 1993-94ல் 60.2 ஆக இருந்து 2009-10ல் 55 கலோரியாகிவிட்டது. நகர்ப்புறங்களில் 1993-94ல் 57.2 கலோரியாக இருந்தது 2009-10ல் 53.5 கலோரியாகக் குறைந்துபோனது.

இந்த சராசரி விகிதக் கணக்குகள் கடைநிலை மக்களான தலித்துகளைப் பொறுத்தவரை அப்படியே பிரதிபலிப்பதாகச் சொல்ல முடியாது. அது இந்தக் கணக்கு சொல்வதைவிட அதிகமாகும். இன்னொரு வகையில் இந்தக் கணக்கு ஒரு முரண்பாடான தகவலையும் தருகிறது. உட்கொள்ளுதல் குறித்த குறிப்புகளைப் பார்த்தால் பணக்காரர் சிறுபான்மையினரைப் பொறுத்தவரை அதிகமாகி உள்ளனர். பெரும்பான்மை பணக்காரர்கள் உட்கொள்ளும் கலோரி விகிதம் குறைவாகவே உள்ளது. உள்ளபடியே தலித் மாதிரியான அடித்தட்டு மக்களைப் பொறுத்தவரை, இந்தப் புள்ளி விபரத்தில் காட்டப்பட்டதைவிட அதிகமாகவே குறைந்துள்ளது.

இந்திய மக்கள் நல்வாழ்வுத்துறை என்பது உலகிலேயே பெருமளவு தனியார் மயமாக்கப்பட்டதாக தரம் பிரிக்கப்பட்டுள்ளது. உலகமயச் சந்தையின் கொள்கைப்படி அரசின் உதவி மேலும் குறைந்து போனது. மருத்துவ சிகிச்சைக்கு 1/3 பங்கு குழந்தைகளைக் கொண்டுபோக முடியாதபடி பொது சுகாதாரத்துறை பாழடைந்து நிலைமை மோசமாகிவிட்டது என்று அரசே ஒத்துக்கொள்ள வேண்டிவந்தது. அண்மையில் மத்திய சுகாதாரத்துறை வெளியிட்ட தேசிய சுகாதாரக் கொள்கையின்படி ஏழைகளின் ஏழ்மை நிலைக்கு உயர்ந்து வரும்

சுகாதாரச் செலவு முக்கியக் காரணங்களில் ஒன்றாக விளங்குகிறது எனக் குறிப்பிட்டுள்ளது. இந்த மருத்துவ செலவினால் மட்டுமே 6,30,00,000 மக்கள் வறுமைக்குள் தள்ளப்படுகிறார்கள் என்கிறது அதன் அறிக்கை.

2011-12ம் ஆண்டில் ஒவ்வொருவருக்குமான மாதாந்திர மொத்த வீட்டுச் செலவுக்கும் பணமில்லாமைக்குமான சராசரி விகிதம் கிராமப் புறங்களில் 6.9 சதவிகிதமாகவும் நகர்ப்புறங்களில் 5.5 சதவிகிதமாக வும் இருந்தது. மேலும் அந்த அறிக்கை, இந்திய மக்களின் சுகாதாரத்துக்கான செலவு குறைவாக மட்டுமல்ல, பிற்போக்குத் தனமாக இருக்கிறதென்றும் ஒப்புக்கொள்கிறது. இந்தச் சுகாதாரத் துறையினால் மிகவும் குறைவான வருமானம் வரும் வர்க்கத்தினரை விட வசதியானவர்களே பெரும் பயன் அடைகிறார்கள்.

கல்வியே மனிதர்களின் விடுதலைக்கான கருவி; தனிமனிதருக்கும் சமூகத்திற்கும் தகுதி வழங்குவது என்னும் நிலைமையை மாற்றி, 'மனித மூலதனம்' ஆக்கிவிட்டது உலகமயம். மேலும், இந்த நவீன தாராளமயம் ஆரம்பக்கல்வி நிலையிலிருந்தே பொதுப்பள்ளி முறையை மாற்றி அவர்களை தனியார்மயக் கல்விக்குள் நுழைய வேண்டி பணத்துக்காக அலைய வைக்கிறது. மாணவர்களுக்கு ஆரம்பக்கல்வி மற்றும் பள்ளிக்கல்வி வழங்குவது தமது பொறுப்பென்று அரசாங்கங்கள் அதிகாரபூர்வமாக ஏற்றுக் கொண்டுள்ள நிலையில் அதற்கான வாய்ப்புகளைச் சுருக்கிவிட்டன. அரசியல் சட்டத்தின் 86வது பிரிவில் திருத்தம் செய்யப்பட்டு, 2009ல் கொண்டுவரப்பட்ட கல்வி பெறுவதற்கான உரிமைச் சட்டத்தின்படி மாநில அரசுகள் 6 முதல் 14வது வரையிலான சிறுவர்களுக்கு இலவச கட்டாயக் கல்வி வழங்கவேண்டுமென்ற பொறுப்பை தனியார் பங்கேற்க வசதியாகக் குறுக்கியது. பல்வேறு அரசுப் பள்ளிகள் மூடப்பட்டன அல்லது தனியார் வசம் ஒப்படைக்கப்பட்டன. ஆக, ஏழை தலித் மக்கள் பள்ளிக்கல்வியைக் கூடப் பெறமுடியாத அளவுக்கு நிலைமை மாறியது. பல அடுக்குகள் கொண்ட கல்விமுறைக்கு சட்டபூர்வ அங்கீகாரம் வழங்கப்பட்டதால், மாணவர்கள் சாதி அடுக்கு மாதிரியான சிறுவர் தம் பெற்றோர்களின் சாதி வர்க்க நிலைக்கு ஏற்ப இடம்பிடித்தனர்.

கிராமப்புறங்களில் கல்வி, தனியார்களுக்கென ஒதுக்கப்படலானது. தலித்துகள் கிராமப்புற மக்களானபடியால் அவர்களே பெரிதும் பாதிக்கப்பட்டார்கள். நர்சரி பள்ளிகள் கிண்டர் கார்டன் பள்ளிகளும் ஏற்கெனவே பெரும் பணக்காரர்களின் வியாபாரமாகிவிட்டபடியால் கான்வெண்ட்கள் கிராமங்களின் மூலைக்கு மூலை திறக்கப்பட்டன.

அதன்மூலம் ஏமாறக்கூடிய பெற்றோர்கள் சுரண்டலுக்கு உள்ளானார்கள்.

உயர்கல்வியைப் பொறுத்தவரை அது வணிகத்திற்கான சேவை என்று உலகவர்த்தக நிறுவனம் அங்கீகரித்துள்ளபடியால் ஏற்கெனவே உள்ள பொதுப்பள்ளிகளுக்கு பொதுப்பணம் நிறுத்தப்பட்டது. மேலும் எந்த அரசு நிறுவனங்களும் தனியார் மயமாக்கப்படாவிட்டாலும் நிறைய ஐ.ஐ.டி, ஐ.ஐ.எம், எய்ம்ஸ், மத்திய பல்கலைக் கழகங்கள் முதலான நிறுவனங்கள் நிறைய நிறுவப்பட்டன. சாதாரண தலித் மக்களால் தாங்க முடியாத அளவுக்கு கட்டணங்கள் உயர்த்தப்பட்டன. ஏற்கெனவே ஐ.ஐ.டி, ஐ.ஐ.எம் போன்ற நிறுவனங்களில் தலித் மாணவர்கள் சேர்க்கை சுருங்கிவிட்டது. இந்நிறுவனங்களிலும் 'பகுதி இடஒதுக்கீடுக் கொள்கை' கடைப்பிடித்ததாலும் நாளடைவில் கார்ப்பரேட் நிறுவனங்களும் அரசியல்வாதிகளும் தொடங்கிய தனியார் பல்கலைக்கழகங்களில் உயர்கல்வி என்பது கடைச்சரக்காகி விட்டது. தலித்துகளுக்கு இடம் மறுக்கப்பட்டது.

காட்ஸ் பேச்சுவார்த்தையின்படி 2005ம் ஆண்டு, உலக வர்த்தக மையம் உயர் கல்வியை தாரைவார்த்துவிட்டது. அதன்படி உயர் கல்வி என்பது சந்தைக்கான சேவை; அதில் அரசின் குறுக்கீடு கூடாது; எனவே தலித் மக்களுக்கு உயர்கல்விக்கான கதவு மூடப்பட்டது. சமூகப் பொருளாதார அதிகாரப்படுத்துதல் என்பது நிலம் மற்றும் கிராமப் புறங்களில் என்றால் பண்ணை வேலைகள் தவிர்த்த பிறவேலைகளின் மூலம் மட்டுமே சாத்தியப்படும்.

ஆனால் இந்தியாவைப் பொறுத்தவரை, நில உரிமை என்பது ஏற்கெனவே சாய்க்கப்பட்டுவிட்டது. 2003-04ம் ஆண்டு என்.எஸ்.எஸ் நடத்திய கணக்கெடுப்பின்படி உயர்சாதி 5.2 சதவிகிதக் குடும்பங்களின் கையில், 42.8 சதவிகித நிலமும், அடுத்த கூட்ட 9.5 சதவிகிதக் குடும்பங்களின் கையில் 56.6 சதவிகித நிலமும், 10 சதவிகிதக் குடும்பங்கள் நிலச் சொந்தக்காரர்களாக இல்லை. வீடு சம்பந்தப்பட்ட நிலங்களைத் தவிர்த்துப் பார்த்தால் நிலமற்ற குடும்பங்கள் 41.6 சதவிகிதமாக உள்ளன. இந்தச் சங்கடமான சூழ்நிலை நிலச்சீர்திருத்தம் தேவையென வேண்டுகிறது.

நிலச்சீர்திருத்தத்தின் மூலம் தலித்துகள் பெறக்கூடிய நிலங்களை ஆக்கிரமிப்பாளர்களும் கார்ப்பரேட் நிறுவனங்களும் கபளீகரம் செய்துவிட்டன. கிராமப்புற தலித்துகளின் 3/4 பகுதி வீட்டுமனைகள் நிலத்தோடு தொடர்புடையவைதான். ஆனாலும் நிலமற்ற தலித்துகளின் எண்ணிக்கை உயர்ந்துகொண்டே வருகிறது. நிலமற்ற குடும்பங்களின் எண்ணிக்கை 13.34 சதவிகிதத்திலிருந்து 10

சதவிகிதமாகக் குறைந்துள்ளது. ஏதோ கொஞ்சம் நிலமுள்ளவர்களின் எண்ணிக்கை 56.39 சதவிகிதத்திலிருந்து 65 சதவிகிதமாக உயர்ந்துள்ளது. இரண்டையும் இணைத்துப் பார்த்தால் நிலமற்ற மற்றும் ஏதோ கொஞ்சம் நிலம் கொண்டவர்களின் எண்ணிக்கை 67.73 லிருந்து 75 ஆக உயர்ந்துள்ளது.

அதிக நிலம் வைத்திருந்தவர்களின் சதவிகிதம் 1992லிருந்து 2000ம் ஆண்டு வரையிலான உலகமயக் கொள்கையினால் குறைந்து கொண்டே வந்தது. நடுத்தரமான நில உரிமையாளர்கள் வைத்திருந்த நிலங்களின் அளவும் 3.85 ஹெக்டேரிலிருந்து 2.80 ஹெக்டேராக ஆக குறைந்தது. பெருநிலச்சுவான்தார்கள் வைத்திருந்த அளவும் 2.04 ஹெக்டேரிலிருந்து 1.10 சதவிகிதமாகக் குறைந்தது. இவற்றின் மூலம் பார்த்தால் தலித்துகளின் கைகளிலிருந்து நிலம் எவ்வளவு வேகமாக நழுவிக் கொண்டிருக்கிறது என்பது புரியும்.

2011-12 இறுதியில் விவசாயம் செய்யப்படாத நிலங்களின் அளவு ஆண்டுக்கு 2.36 லட்சம் ஹெக்டேராக இருந்தது. தினத்துக்கு 646 ஹெக்டேராக ஒட்டுமொத்தமாக கடந்த 20 ஆண்டுகளில் 1.59 மில்லியன் ஹெக்டேர் விளைநிலங்கள் தரிசு நிலங்களாக ஆக்கப்பட்டுள்ளன. ஆண்டுக்கு 75,000 ஹெக்டேர் உற்பத்தி நிலங்கள் தரிசாக்கப்பட்டு வருகின்றன. விளைநிலங்களை தரிசாக்குவது மிகவும் கொடுமையான விஷயம். 1991- 2011க்கு இடையிலான 20 ஆண்டுகளில் 1.8 மில்லியன் ஹெக்டேர் நிலங்கள் முற்றிலுமாக கைவிடப்பட்டன.

இந்தவகையில் மகாராஷ்டிராவில் 7.57 லட்சம் ஹெக்டேரும், ஒடிஸாவில் 17.1 லட்சம் ஹெக்டேர் நிலமும், பீகாரில் 12.4 லட்சம் ஹெக்டேர் நிலமும், தமிழ்நாட்டில் 7.12 லட்சம் ஹெக்டேர் நிலமும், ஆந்திராவில் 2.73 லட்சம் ஹெக்டேர் நிலமும், மேற்கு வங்காளத்தில் 2.63 லட்சம் ஹெக்டேர் நிலமும் இழக்கப்பட்டன. மிகவும் கொஞ்சம் நிலம் வைத்திருப்போர் என்பதாலும் பெரிய அளவிலான அரசியல் பின்புலம் அற்றவர்களாக இருப்பதாலும் தலித்துகளை நில ஆக்கிரமிப் பாளர்கள் எளிதில் பலியாக்கிவிடுகிறார்கள்.

பண்ணையல்லாத வேலைகளைப் பொறுத்தவரை ஆரம்ப 10 ஆண்டுகள் குறித்த ஆதாரம் ஏதும் இல்லை. 1980 மற்றும் 1990 காலம் எடுக்கப்பட்ட ஆய்வுகளின்படி கிராமப்புற இந்தியாவில் வேலை வாய்ப்பு என்பது 3.13 சதவிகித அளவுக்கு அதிகரித்துத்தான் வந்தது. ஆனால் 1990ம் ஆண்டில் 1.6 சதவிகிதமாகச் சரிந்துவிட்டது. தொடர்ச்சியாக இந்தச் சரிவு கிராமப்புறங்களில் நிகழ்ந்துகொண்டே இருந்தது. நகர்ப்புறங்களிலும் உலகமயமாதலின் முதல் 10

ஆண்டுகளில் இதே நிலைமைதான் இருந்தது. சிறு தொழிற்சாலைகள் சகட்டு மேனிக்கு மூடப்பட்டன. அங்குதான் நிறைய தலித்துகள் பணியாற்றிக்கொண்டிருந்தார்கள். ஒன்றுக்கொன்று துணை நிறுவனங்களாக இருந்த பல தொழிற்சாலைகள் மந்த நிலையைச் சந்தித்தன. ஒப்பந்ததாரர்கள் வசம் ஒப்படைக்கப்பட்டன. கிராமப் புறங்களில் ஆகட்டும், நகர்ப்புறங்களில் ஆகட்டும், வேலைவாய்ப்பு நிலைமை மிகவும் மோசமான நிலையைச் சந்தித்தது.

நவீன தாராளவாத உலகமயத்தின் விளைவாக ஏற்கெனவே செயல் பட்டுவந்த பாரம்பரிய தொழிற்சாலைகளும் பொதுத்துறை நிறுவனங்களும்கூட வேலைகளைச் சுருக்கிக்கொள்ள நேரிட்டது. அதன் காரணமாக ஆட்குறைப்புச் செய்தன. இந்த சமூக பிரமிட்டின் அடிநிலையிலிருந்த தலித்துகள் பெரும் அடியைத் தாங்கிக்கொள்ள நேர்ந்தது.

சமூகப் பொருளாதார அதிகாரப்படுத்தல் என்பது ஜனநாயகத்தின் இருத்தலும், அதன் காரணமாகக் கிடைக்கிற மனித உரிமைகளிலும் தான் நிலைத்து நிற்கிறது. அப்படி இருக்கும்போதுதான் போராட்டங்கள் உருவாகும்; இயக்கங்கள் நடத்தப்படும்; கிளர்ச்சிகள் நிகழும்.

காலனி ஆட்சிக்காலத்தில் வியாபித்த மேற்கத்திய தாராளமய ஜனநாயகத்தன்மை காரணமாகத்தான் தலித் இயக்கங்கள் உருவாயின என்று சொன்னால் அது மிகையாகாது. இப்போதைய ஜனநாயகமுறை மக்களின் கருத்துருவுக்கு உறுதிப்படுத்துவதாக இல்லாமல் இருக்கலாம்; ஆனாலும் பொருளாதாரம் மற்றும் அரசியல் இடை வெளியை நிரப்புவதாக உள்ளது. முதலாளித்துவத்தின் மதிப்பீடு களான சொத்துரிமை, தனித்துவம், பொழுதுபோக்கு ஆகியவற்றோடு முரண்படாவிட்டாலும், ஒருபுறம் தார்மீக அரசியல் கொள்கை களுக்கும், மறுபுறம் பொருளாதார கட்டமைப்புக்கும் இடையே உள்ள மேன்மையை நிறுவியது. இதன் காரணமாகத்தான் நவீன தாராளமயம் அரசியல் மற்றும் சமூக வாழ்க்கையின் ஒவ்வொரு அம்சத்திலும் பொருளாதாரக் கணக்கு பார்த்தது.

இதை நியாயப்படுத்தும்வகையில் நவீன தாராளமய ஆதரவாளர்கள் பொருளாதார சுதந்திரம், அரசியல் சுதந்திரத்திற்குத் தேவையான ஒன்றென்று கூறினர். அதனைத் தொடர்ந்து ஜனநாயக அமைப்புகளின் செயல்பாடுகள், பொருளாதார சுதந்தரத்தைச் சார்ந்தது என்று முரசறைந்தனர். அந்தவகையில் நவீன தாராளமயவாதிகள் ஜனநாயகத்தை ஒரு முடிவென்று பார்த்தனர். பாதையென்று பார்க்கவில்லை.

இவர்கள்தான் மக்களுக்கு அதிகாரம் வழங்கி தமது எதிர்செயல் பாட்டின் இலக்கை அனுபவிக்கச் செய்கிறது என்று ஜனநாயகத்திற்கு தாராளமய விளக்கம் அளித்தனர். இது ஜனநாயகத்திற்கே விரோத மானது. அதுவும் 'பொருளாதார ஜனநாயகம்' என்பது வல்லமை பொருந்திய பணக்காரர்களின் அதிகாரம் என்றும், 'அரசு' என்பது சகல சக்திகளுடன் அந்த அதிகாரத்தை நடைமுறைப்படுத்துவது என்றும் விளக்கமளித்தனர்.

இத்தகைய 'பயங்கரவாதம்' தாராளமயக் காலத்தில் உலக அளவில் மனித உரிமைகளை முடக்க உதவியாய் இருந்தது. இந்தியாவைப் பொறுத்தவரை, தலித், ஆதிவாசிகள் மற்றும் சிறுபான்மை இன மக்களின்மீதான அரசுத் தாக்குதல் மற்றும் அநீதிகளுக்கு ஆதரவாய் இருந்ததோடு அவற்றின்மீதான பழிகளை மாவோயிஸ்ட்டுகள் அல்லது பயங்கரவாதிகள்மீது போட்டது.

உலகமயமானது சமூக டார்வினிஸ்டுகளின் பார்வையில் சுதந்திரமான ஜனநாயகத்தை ஏற்றுக்கொண்டது. சமூக ஒழுங்கைக் காக்கும் கேடயமாகவும் பயன்படுத்திக்கொண்டது. உலகமயத்தின் போக்குகள் அனைத்தும் வியாபார நிமித்தமானது; வியாபார தந்திரமிக்கது; வியாபார விளைவுகளை உள்ளடக்கியது. உலகமய மசோதாவை இந்தியா நாடாளுமன்றத்தில் போகிற போக்கில் தாக்கல் செய்தது. பொருளாதார சீர்திருத்தத்தை மேற்கொள்ளும் அவசரத்தில் ஒரு விவாதமும் இல்லாமல் நிறைவேற்றியது. ஆக, உலகமயமாதலின் ஜனநாயக விரோதப் போக்கு அதன் பிறப்பிலிருந்து தொடர்வது. அதே உலகமயமாதலைத் தொடர்ந்து அறிமுகமான 'சுதந்திரச் சந்தை' பணமுள்ள மனிதர்களுக்கு அதிக மதிப்பளித்தது. ஒரு மனிதருக்கான ஜனநாயகத்துக்கும் ஒரு மதிப்பீட்டிற்கான ஜனநாயகத்திற்கும் எதிரானதாக இருந்தது.

ஜனநாயகம் என்பது சமூகத்தை ஏற்கக்கூடியது. பன்முக மனிதர்களின் இருத்தலை அங்கீகரிக்கக்கூடியது. ஆனால், நவீன தாராளமயம் அவற்றை நிராகரிக்கிறது; ஒட்டுமொத்த மனிதக்குழுவை தனித்தனி ஆட்களாக மாற்றுகிறது. இந்த கருத்தோட்டம் ஜனநாயகத்தை மேன்மைப்படுத்தும், உலகமயத்தை வலியுறுத்தும் பொருளாதார நிறுவனங்களை, உலக வர்த்தக மையம், சர்வதேச நிதியம், உலக வங்கி போன்றவை உலகத்தை ஆளும் நிறுவனங்கள் என்று விளக்கப்படுகின்றன. இவை எந்த வாக்காளருக்கும் பதில் சொல்ல வேண்டியதில்லை. இவை பொருளாதாரம் சார்ந்து எடுக்கப்படக் கூடிய முடிவுகளை, சம்பந்தப்பட்ட அரசாங்கங்கள் அன்றி, அதிகாரிகள் கைக்கு மாற்றிவிடுகிறது. சுதந்திரச் சந்தை வலியுறுத்தும்

உலகமயம், இந்திய அரசியல் சட்டத்தின் ஜனநாயக உணர்வையோ, தலித்துகள் மீது இழைக்கப்படும் கொடுமைகளையோ கண்டுகொள்ள வில்லை. உலகமயத்தின் காரணமாக நீர்த்துப்போன ஜனநாயகம், தலித்துகளின் விடுதலையை மறுதலிக்கிறது.

நான்காவது வகை சமூக - கலாச்சார அதிகாரப்படுத்துதல் சமூகத்தை, நவீனமயமாக்குகிறது. எதற்காகவென்றால், சாதி, இனம், மதம் தொடர்பான அராஜகங்களை தடுப்பதற்காக! இது 19ம் நூற்றாண்டின் போது இந்தியாவில் ரயில்வே அறிமுகப்படுத்தப்பட்ட போது மார்க்ஸ் என்ன எதிர்பார்த்தாரோ அதற்குப் பொருத்தமாக இருக்கிறது. உலகமயம், நவீனப்படுத்தும் வேளையில், உருவாகும் கலாச்சாரம் என்பது பழைய கலாச்சாரத்துக்கு எதிர்மறையாக இருக்கும் என்றில்லை. சாதிகள் தம்முடைய சகிப்புத்தன்மையால் அதைச் சகித்துக்கொள்கின்றன. முதலாளித்துவத்தின் நகல் வடிவமான நவீன தாராளமயம், கலாச்சாரம் மற்றும் பண்பாட்டினை முழு வீரியத்துடன் ஏற்றுக்கொள்கிறது. அடுத்து, மத அடிப்படைவாதத்தின் எழுச்சி காரணமாக நவீன பாசிசமும், நாசிசமும் உலகம் முழுவதும் ஒரு வளர்ச்சியைக் காண்கின்றன.

நவீன தாராளமய செயல்பாடுகளின் உள்ளே பொதிந்திருக்கும் விஷயங்களைப் பிரித்துப் பார்த்தால் மக்களின் கருத்துகளையும் அரசின் கருத்துகளையும் அறியமுடியும். நவீன தாராளமயம் முரண்பாடு தோன்றும்வகையில் சமூகத்தைத் தனிநபர்களாகப் பிரிக்கிறது. காலத்தை இப்போது, அப்போதென்று பிரிக்கிறது. இடத்தை வீடு, காடு என்று பிரிக்கிறது. இப்படிப் பிரித்துப் பார்க்கும் காரணத்தால் தனிநபர்களுக்கு, சமூகத்தின்மீதான் பிடிப்பு குறைகிறது; பாதுகாப்பற்ற நிலை ஏற்படுகிறது. சந்தையில் நிலவும் உத்தரவாத மற்ற தன்மையின் காரணமாக, மதம் மற்றும் நிலவும் கலாசாரத்தை நோக்கி மக்கள் செல்கிறார்கள். வாழ்க்கை நிதானமாகச் செல்கிற போதும் ஒழுங்காக, பயன்படுத்தாததாக உள்ளபோதும் அந்த இறந்த காலத்தின் மீதான நினைவுத்தேடல் நம்மை நெகிழ்விக்கிறது. அதுவொரு பொற்காலமாகப்படுகிறது. அதுதான் பொற்காலமாகிறது!

அந்த உளவியல்ரீதியிலான மண்ணில் யாரும் அரண்மனைகள் கட்டலாம். அதைத்தான் இந்துத்வா சக்திகள் செய்கின்றன; நம்மிடம் விற்கின்றன. மதத்தை அவர்கள் பொதுவெளியில் பரப்புவது இந்த அம்சங்களின் வெளிப்பாடுதான். ஒருவகையில் பார்த்தால், உலகமயத்தில் தம் அடையாளத்தைத் தொலைத்த மக்களுக்கு இதுவொரு ஆறுதலாகவும் இருக்கிறது.

இந்தப் போக்குகள் வலியுறுத்துவது என்னவென்றால், உலக மூலதனம் வெகு பிரயத்தனத்தோடு முன்வந்து, நிறுவனத்தை முன்னெடுப்பதும், அதற்கு ஆதரவளிப்பதும், பாதிக்கப்பட்ட மக்களின் சூழ்நிலைகளைச் சுரண்டுவதாகத்தான் உள்ளது. இந்தியாவைப் பொறுத்தவரை சில அனுபவங்கள் இந்தப் போக்கை நிதர்சனமாகக் காட்டுகின்றன. இந்தியா ஒரு தகவல் தொழில்நுட்பப் பூங்காவாக மலர்ந்து வருவது... கல்வியாளர்களாக இந்தியர்கள் உருவாகி வருவது... இந்தியாவிலும், அமெரிக்காவிலும் உள்ள கார்ப்பரேட் நிறுவனங்கள் வேகமான பொருளாதாரமாக வளர்ந்து வருவது... இந்தியாவிலுள்ள இந்துப் பெரும்பான்மையினருக்கு நம்பிக்கையளிப்பதாக உள்ளது. 'இந்து' என்பதில் உள்ள சாதிகள், பழக்கங்கள், மரபுகள் போன்றவை இப்போதும் சரியானதாகவே தெரிகின்றன. சாதியத்தின் வெளிப்பாடாக அட்டவணை 8.1ல் நாம் காட்டியபடி, தலித்துகள் மீது அதிகரித்து வரும் வன்கொடுமைகள், உலகமயமாதலோடு பொருத்திப் பார்க்கக்கூடாத நிகழ்வல்ல.

## ஒன்பது

# தலித்துகள் மத்தியிலான புதிய போக்குகள்!

### தலித் முதலாளித்துவம்

தலித்துகள் இந்து சமூக அமைப்பின் அடிமட்டத்தில் இருந்தாலும் அனைத்து தலித்துகளும் சம அளவு ஏழை அல்ல. பெரும்பான்மையானவர்கள் நிலமற்றவர்களாக உள்ளனர். சிலருக்கு நிலம் உள்ளது. சிலர் சாதி சார்ந்த தொழிலை மேற்கொண்டு வசதியாகவே உள்ளனர். நாட்டின் எந்தப் பகுதியிலும் எங்கோ ஒரு நிலச்சுவான்தாரையோ வெற்றிகரமான ஒரு வணிகக் குடும்பத்தையோதான் பார்க்கமுடியும்.

ஏற்கெனவே விளக்கியுள்ளபடி தொழில்முனைவோர் எனும் வாய்ப்பு வாழ்க்கையின் இக்கட்டான ஒரு சூழ்நிலையில்தான் வந்திருக்க வேண்டும். கிராமப்புறத்தில் உள்ள மக்கள்தொகையினர் தொழில் முனைவோரை ஆதரிப்பது அரிது என்பதால் அவர் இங்கும் அங்குமாக அலைந்துதான் திரியவேண்டும். எனினும் பெருமளவிலான வாய்ப்பு காலனி ஆட்சிக் காலத்தில் கிடைத்தது.

1990களின் தொடக்கத்தில் குறிப்பிடத்தக்க அளவுக்குப் படித்த தலித் மத்தியதர வர்க்கத்தினர் உருவாகினர். காரணம் இடஒதுக்கீட்டினால் அவர்களுக்குக் கல்வித்துறையில் கிடைத்துள்ள வாய்ப்புகளும், பொதுத்துறை நிறுவனங்களில் கிடைத்த வேலைவாய்ப்புகளும்தான்! பிரச்னைகளை எதிர்கொள்ளும் அபரிமிதமான ஆற்றலுடன் இரண்டாம் தலைமுறை தலித்துகளே பெற்றோர்களின் உதவியினால்,

அடிப்படைச் சொத்து இருப்பதினால், தைரியமும் உள்ளதினால், பலர் உயர் தொழிற்கல்வி கற்றுவரத் தொடங்கியுள்ளனர். அவர்கள் அதிக அளவு சம்பாதிப்பதற்காக, வெளிநாட்டு வேலைகளுக்கோ, சுயமாக வணிகம் செய்து வசதி காணவோ விழைகின்றனர். தனிநபர்களின் இந்த விருப்பத்தை ஈடுகட்டிட, அவர்கள் வாழ்வில் விளக்கேற்றும் வகையில் நிறுவனமயமான கல்வி மையங்கள் முன்வர வேண்டும். இந்த தலித் முதலாளித்துவம் 2002ல் போபால் மாநாட்டைத் தொடர்ந்து உருவானது.

## தலித் முதலாளித்துவத்தின் கிரியா ஊக்கி

தலித் இயக்கம் சமூக சீர்திருத்தத்துக்கு அதிக முக்கியத்துவம் கொடுத்ததால் பொருளாதாரம் குறித்த பிரக்ஞை அவர்களுக்கு இல்லாமலேபோய், வெறுப்புதான் மேலோங்கி இருந்தது. ஆனாலும் இப்படித்தான் இருக்கவேண்டுமென்று கவனமாக அவர்களுக்கு எச்சரிக்கப்பட்டது. காரணம் கம்யூனிஸ்ட்டுகளிடம் அவர்களுக்கிருந்த தொடர்பு. கம்யூனிஸ்ட்டுகள் பொருளாதாரத்தை அடிப்படையாகவும் மற்றவற்றை மேல் கட்டுமானமாகவும் விமர்சித்து வந்தனர். அதன் காரணமாக தலித்துகளும் சமூக சீர்திருத்தத்துக்கு முக்கியத்துவம் தந்து, பொருளாதாரத்திற்கு தராதிருந்தனர். ஐ.எல்.பி. காலத்தில் அம்பேத்கர், தொழிலாளர்களும் விவசாயிகளும் சம்பந்தப்பட்ட பொருளாதாரப் பிரச்னைகளைக் கையிலெடுத்தபோது, தலித் இயக்கம் சரியான பாதையில் சென்றது. தலித்துகளின் பொருளாதார முன்னேற்றத்துக்குக் காரணமான இடஒதுக்கீடு பெரிதும் சமூக-அரசியல் மேம்பாட்டுக்கும் காரணமென்று வாதிடப்பட்டது.

அம்பேத்கரும் தமது இறுதிக்காலத்தில்தான் தமது செயல்பாடுகளால் நகர்புற தலித்துகளே பலனடைந்தனர்; கிராமப்புற தலித்துகள் பயனடையவில்லை என்பதை உணர்ந்தார். அப்போதுதான் நிலப்போராட்டங்களை ஆரம்பிக்க ஆலோசனை வழங்கினார். அதுதான் 1953ம் ஆண்டு மராத்வாடாவில் நடைபெற்ற நிலப் போராட்டம் மற்றும் அதனைத் தொடர்ந்து நிகழ்ந்த இரண்டு சத்யாகிரகங்கள். ஒன்று 1959ம் ஆண்டு மராத்வாடா - கந்தேஷ் பகுதியில் நடந்தது; மற்றொன்று 1964-65 காலகட்டத்தில் தேசிய அளவில் நடைபெற்றது. அதுவரை அரசியல் பொருளாதாரம்பற்றி தலித் இயக்கம் கண்டு கொள்ளாமல் - அதுவும் தம்மை பாதிக்கக் கூடியது எனத் தெரிந்தபோதும் அப்படியே இருந்துவிட்டது. 1980களுக்கு இடையில் அரசியல் சட்டம் அறிவித்துள்ள 'மக்கள் நல்வாழ்வு அரசு' என்பதற்கு எதிராக நவீன தாராளமய சீர்த் திருத்தங்களை அமல்படுத்தியபோது, தலித்துகள் செயலற்றவர்களாக

இருந்தனர். இன்னும் சொல்லப்போனால் நவீனதாராளமய சீர்திருத்தம்பற்றி தங்கள் மத்தியில் ஆதரவு திரட்ட முயன்ற சந்தர்ப்பவாதிகளுக்கும் வாய்ப்பளித்தனர். 1990களுக்கு மத்தியில் இந்தச் சீர்த்திருத்தங்களின் சுயரூபம் வெளிப்பட்டது. பொதுத்துறை நிறுவனங்கள் தனியார்மயமாக்கப்பட்டன. அதன் காரணமாக இடஒதுக்கீடு மறுக்கப்பட்டது. இதன்காரணமாக தலித்துகள் மத்தியில் ஏற்பட்ட இக்கட்டான நிலைமையை மத்திய காங்கிரஸ் அரசு கவனத்தில் கொண்டு, வேறுவழியில் அவர்களைத் திருப்பியது.

1994ல் மத்தியப் பிரதேச முதலமைச்சராக திக்விஜய்சிங் பொறுப் பேற்றபோது, அரசு இடஒதுக்கீட்டை விரிவுபடுத்தி, பெட்ரோல் நிலையங்களில் பெட்ரோல் விற்கும் உரிமையை தலித்துகள் மற்றும் ஆதிவாசிகளுக்கு வழங்கினார். மற்ற மாநிலங்களுக்கு இது விரிவு படுத்தப்படவில்லை. மீண்டும் 1998ல் திக்விஜய்சிங் முதலமைச்சராக வந்தபோது, 2002 ஜனவரி 12-13ல் போபாலில் தலித் மக்களின் மாநாட்டைக்கூட்டி விவாதித்தார். 'தலித் கோரிக்கை' என 21 அம்சங்களை உள்ளடக்கிய அறிக்கை தயாரானது. அது முக்கியமாக தலித்துகளை தொழில்முனைவோராக 'வழங்குதலைப் பகிர்வது' போன்ற பல திட்டங்களை முன்வைத்தது.

தலித்துகளை நவீனதாராளமய சீர்திருத்தங்களுக்கு ஆதரவாகத் திருப்பிவிடும் இந்தத் திட்டம், பெரிய ராஜதந்திரமாக இருந்தது. 'சந்தைப்' பொருளாதாரம் மற்றும் தாராளமயத்தின் பக்கம் தலித்துகளையும், ஆதிவாசிகளையும் திருப்பும்வகையில் அவர்களது பிரச்னைகளை எதிர்கொள்ளும் புதிய முயற்சி' என்று அது அழைக்கப்பட்டது. அரசைச் சார்ந்திராமல் புதிதாகச் சிந்திக்கும்வகை என்றும் புகழப்பட்டது. டாக்டர் அம்பேத்கரின் வேலைகளுக்கான இடஒதுக்கீடு எனும் கொள்கை இனியும் சாத்தியமில்லை என அவர்கள் வலியுறுத்தினார்கள். அந்தவகையில், இந்த 'போபால் பிரகடனம்' தலித் முதலாளித்துவம் என்னும் பாலைவனப் பசுஞ் சோலையை அவர்களின் கண்ணுக்குக் காட்டியது.

இந்தப் பிரகடனத்துக்கான பெருமைகள் திக்விஜய்சிங்கைச் சேருமென பாராட்டினார்கள். அதற்கு உயரதிகாரியின் ஆதரவும் இருந்தது. திக்விஜய்சிங்கும் தனது பதவிக்காலத்தில் அதை நிறைவேற்ற முயற்சிகள் மேற்கொண்டார். மாநாட்டின் நிறைவுநாளில் உரையாற்றிய திக்விஜய்சிங், இரண்டு அறிவிப்புகளை வெளியிட்டார்.

1. அரசின் 'வழங்குதலைப் பகிர்வது' என்னும் பிரிவின் கீழ் அரசின் 30 சதவிகித வழங்கல்களைக் கையாளும் உரிமை இனி தலித்துகள் மற்றும் ஆதிவாசிகளுக்கு வழங்கப்படும்.

2. மேலும் இந்த 21 அம்ச திட்டத்தை நிர்வகிக்கும் குழு முதலமைச்சர் தலைமையில் அமைக்கப்படும்.

இந்தத் திட்டத்தை அப்போதைய குடியரசுத் தலைவர் ஆர்.கே. நாராயணன், 2002 ஜனவரி 25ம் நாளன்று மக்களுக்கு ஆற்றிய உரையில் வெகுவாகப் பாராட்டினார். 'வழங்குதலைப் பகிர்தல்' என்ற திட்டத்தின் கீழ் தொடர்புடைய இரண்டு நடைமுறைகள் முன்வைக்கப்பட்டன.

1. தலித் மற்றும் ஆதிவாசி தொழில்முனைவோருக்கு 'அளவு' நிர்ணயித்தல்.
2. தலித் மற்றும் ஆதிவாசி தொழில்முனைவோருக்கு ராணி துர்காவதி திட்டத்தின் கீழ் கடனுதவி வழங்குவது.

2002 மே மாதம் மாநில வர்த்தகம் மற்றும் தொழில்துறை அச்சகம் இத்திட்டத்தில் சில முக்கிய திருத்தங்களை மேற்கொண்டது. அதன்படி ஜூலை முதல் தலித்துகள் மற்றும் ஆதிவாசிகள் துறை பிறப்பித்த உத்தரவில், 30 சதவிகித அரசு விநியோகம் தலித் மற்றும் ஆதிவாசிகளின் விற்பனை மையங்களிலிருந்துதான் அல்லது 50 சதவிகிதத்துக்கு மேற்பட்ட பங்குகளைக் கொண்டிருக்கும் கூட்டு நிறுவனங்களிலிருந்துதான் பெறவேண்டும் என்று உத்தரவு பிறப்பிக்கப்பட்டது. கூடுதலாக, மாவட்டங்கள்தோறும் உள்ள உள்ளாட்சி அமைப்புகள் இவர்களுக்குக் குறிப்பிட்ட அளவு மையங்கள் தொடங்கிட ஒத்துழைப்பு வழங்க வேண்டுமெனவும் உத்தரவு பிறப்பிக்கப்பட்டது.

ஆண்டுதோறும் 5000 தொழில்முனைவோர் என 5 ஆண்டுகளில் 25,000 தொழில்முனைவோரை உருவாக்கவேண்டுமென அரசு தொலை நோக்குத் திட்டம் தீட்டியிருந்தாலும், களத்தில் அத்தகு முன்னேற்றம் நிகழவில்லை. பெருநகரங்களிலும், முக்கிய மையங்களிலும் உள்ள தலித்துகள், ஆதிவாசிகள், அதுவும் படித்தவர்கள்தான் முன் வந்தனர். தவிர, மொத்தமுள்ள 51 மாவட்டங்களில் 34 மாவட்டங்களில் இருந்துதான் பங்கேற்றனர். 'வழங்குதல் பகிர்வு' என்னும் இந்தத் திட்டம் அமெரிக்க நாட்டிலிருந்து இறக்குமதி செய்யப்பட்டது. அமெரிக்காவில் வாழும் ஆப்பிரிக்க அமெரிக்கர் மற்றும் பிற சிறுபான்மையின மக்களுக்கு இது பயன் தருவதாய் இருந்தது.

மத்தியப் பிரதேசத்தில் 2003 சட்டமன்றத் தேர்தலின்போது, காங்கிரஸ் தோற்கடிக்கப்பட்டது. பா.ஜ.கவைச் சேர்ந்த உமாபாரதி முதலமைச்சரானார். பதவியேற்ற சில மாதங்களிலேயே அவர் திக்விஜய்சிங்கிற்கு வேண்டிய அமர்சிங் முதலான 100க்கும் மேற்பட்ட ஐ.ஏ.எஸ் அதிகாரிகளை பெயரில்லாத பதவிகளில் அமர்த்தினார்.

எனினும் 'வழங்குதலில் பகிர்வு' திட்டத்தைத் தூக்கியெறிய முடியாததால் செயல்பாட்டளவில் அது நீர்த்துப் போனது. அதன்பின் மத்திய ஆட்சியைக் கைப்பற்றிய ஐக்கிய முற்போக்குக் கூட்டணியும் அதே கொள்கையைக் கொண்டதாகையால், இடஒதுக்கீட்டுப் பிரச்னை குறித்து மேடைகளில் நிறையப் பேசினார்கள். ஆனால் பெரியளவு ஏதும் நடக்கவில்லை.

ஆக, 'வழங்குதலில் பகிர்வு' என்பதை தனியார் நிறுவனங்களில் இடஒதுக்கீடு என்னும் கிரகணம்போல் தோன்றி மறைந்தது. இதில் தலித்துகளின் முன்னுரிமை எது என்பது முன் நின்றது. ஒரு தவறான புரிதல் என்றாலும் தனியார் நிறுவனங்களில் இடஒதுக்கீடு, பெரும்பாலான தலித் மக்களுக்கு நன்மை பயக்கும் என்று நம்பப் பட்டது. ஆனால் அதற்கு முற்றிலும் மாறாக, தலித்துகளை தொழில் முனைவோராக மாற்றியதால் 'வழங்குதலில் பகிர்வு' மிகவும் வேண்டப்படுவதாக மாறியது.

### தலித் இந்திய வர்த்தகம் மற்றும் தொழிற் சம்மேளனத்தின் பிறப்பு

இந்த நிலைமைகள் தந்த உற்சாகத்தால் மிலிந் காம்ப்ளே எனும் தொழில் முனைவோர் 2005ம் ஆண்டு புனேயில் தலித் இந்திய வர்த்தகம் மற்றும் தொழில் சம்மேளனத்தை நிறுவினார். அதற்கு அரசாங்கத்தின் மத்தியிலும் சரி, தங்களது நிறுவனங்களில் இட ஒதுக்கீட்டை அமல்படுத்த வேண்டும் என்றெழும் கோரிக்கைகளால் வாடியிருந்த வர்த்தக நிறுவனங்களின் மத்தியிலும் சரி, பெரும் வரவேற்பு எழுந்தது. அதன்மூலம் குறைந்த கூலிக்கு கிடைக்கும் தொழிலாளர்களையும் அந்தத் தொழிற்சாலைகளையும் தங்களது வலைக்குள் கொண்டு வந்து கொள்ளலாம் என்பது அவர்களது எண்ணம்.

மத்தியப் பிரதேச மாநில அரசு ஏற்கெனவே 30% இடஒதுக்கீட்டு முறையை நடைமுறைப்படுத்திவந்தது. மத்திய அரசும்கூட தனது அமைச்சரவைத் துறைகளிலும், பொதுத்துறை மற்றும், தொழிற் சாலைகளிலும் 4% இடஒதுக்கீட்டை அமல்படுத்துவதைக் கட்டாய மாக்கி இருந்தது. இவற்றின்மூலம் தலித் தொழில்முனைவோருக்கு ரூ 24,000 கோடி சந்தை வாய்ப்புகள் உத்தரவாதப்பட்டன. மேலும், அகில இந்திய வர்த்தக சம்மேளனத்தின் மூலம் ரூபாய் 200 கோடி நிதிப் புழக்கத்தில் விடப்பட்டிருந்தது. 2015-16ம் ஆண்டில் தலித் மற்றும் ஆதி வாசிகளுக்கு முன்னுரிமை அடிப்படையில் கடன் வழங்க 'முத்ரா' வங்கி நிறுவப்பட்டது.

ரத்தன் டாடா, ஆதி கோத்ரேஜ் போன்ற பல கார்ப்பரேட் தொழிலதிபர்கள், தலித் இந்திய வர்த்தக மற்றும் தொழிற்

கூட்டங்களில் பங்கேற்று ஆதரவளித்தனர். அமெரிக்காவில் கறுப்பு தொழில்முனைவோர்கள் தோன்றியதுபோலவே இது உருவாகி உள்ளது என இந்தத் திட்டம் ஊடகங்கள் மற்றும் கல்வித்துறையில் பாராட்டப் பெற்றன. அந்த வகையில், தலித் இந்திய வர்த்தக மற்றும் தொழில்சம்மேளனம், குறிப்பாக நடுத்தர தலித்துகள் மத்தியில் மிகவும் சக்தி வாய்ந்த உருவகமானது. இரண்டாம் மற்றும் மூன்றாம் தலைமுறையினருக்கு சாதி ஒரு பிரச்னையில்லை என்றாலும், அந்த அடையாளத்தை அவர்களால் விடமுடியவில்லை.

## தொழில் முனைவும் தலித்துகளும்

தொழில்முனைவு என்பது அதிக பணம் சம்பாதிக்கும் அபாயம் நிரம்பிய தேர்வாகத்தான் கொள்ளவேண்டும். வளம் மட்டும் ஒருவரை தொழில்முனைவோர் ஆக்கிவிடாது. வேண்டுமானால் அபாயத் தேர்வுக்குரிய திறனை மேம்படுத்தலாம். மற்ற ஓர் அம்சம் 'தூண்டுதல்!' அது மனிதர்களுக்குள்ள உள்ளார்ந்த அம்சம்தான்! எனினும் அது மாஸ்லோவ் வரிசைப்படி வேலை செய்யும். பொதுவாக அது பலநிலைகளில் வேலை செய்யும் தனிநபர் சார்ந்தது!

வாழ்நிலையே மிரட்டுதலுக்குள்ளாகும் ஒருவருக்கு மிக வலுவான அளவில் அபாயத் தேர்வு குறித்த உள்ளுணர்வு தோன்றும். அடிப்படையான வாழ்நிலைத் தேவை பூர்த்தியாகப் பெரும்பேறு அவரது அபாயத்தேர்வு குறித்த ஆர்வம் குறையும். ஏனெனில், இருப்பதையும் இழந்துவிடக்கூடாதே! அதேசமயம் அடிப்படையான வாழ்நிலைத் தேவை பூர்த்தியாகப் பெற்றவர்களுக்கு, பிற சமூகத் துறைகளில், அரசியல் துறைகளில், அறிவுத்துறைகளில் அபாயத் தேர்வெடுக்கும் ஆர்வம் ஏற்படலாம். ஆக, தொழில்முனைவு என்பது பணம் சம்பாதித்தலுக்கானது அல்ல என்றாலும், இந்த முதலாளித்துவ உலகில் வர்த்தகம் சார்ந்த தொழில்முனைவு என்ற அர்த்தமே பெறப்படுகிறது.

சரித்திரரீதியாகவே, தலித்துகள் தொழில்முனைவு எனும் விஷயத்தில் ஆர்வம் கொண்டவர்கள்தான். சாதி சார்ந்த தொழில்களில், அவர்களது ஒட்டுமொத்த ஜனங்களும் ஈடுபட வாய்ப்பில்லை. எனவே, ஏதோ ஒருவகை தொழில்முனைவோர் வேண்டுமென வாழ்நிலை துரத்துகிறது. உதாரணமாக, மகாராஷ்டிராவில் உள்ள மகர்கள் கைத்தறி, ஆயத்த ஆடை உற்பத்தி, மிட்டாய் கடை, பழம்-காய்கறி கடை போன்ற பலதொழில் செய்பவர்கள். மலா, பறையா, சாமர் போன்ற பிறரும் மகர் போலத்தான்! இப்போதும் நகர்புற தலித்துகள் கைவண்டி இழுப்பவர்களாகவும் சிறு வியாபாரிகளாகவும் உள்ளனர். எண்ணிக்கையின்படி பார்த்தால், தலித்துகள் பிற சாதியினரைவிடவும்

அதிகமாக தொழில்முனைவோராக உள்ளபர் என்று பிறர் யூகிக்கலாம். தலித் முதலாளித்துவர்கள் வெறும் வேலை தேடுவோராக இல்லாமல், தொழில்முனைவோராகத் துடிக்கும் பாங்கு அப்படி நினைக்க வைக்கிறது. தலித்துகளின் தொழில்முனைவு என்பது, நவீன தாராளமய கொள்கைக்கு ஆதரவாக எழுந்த 1991க்கு பிந்தைய நிலவரம்.

லட்சக்கணக்கான தலித் முனைவோர்களிடம் நீங்கள் விருப்பத் தேர்வாக அதனைத் தேர்ந்தெடுத்தீர்களா எனக் கேட்டுப் பாருங்கள். 'இல்லை' என்றுதான் பதில் கிடைக்கும். உண்மை என்னவெனில், வேலை ஏதும் கிடைக்காததால்தான் தலித்துகள் வாழ்வாதாரம் வேண்டி தொழில்முனைவோர் ஆகிறார்கள். சம்பளம் குறைவாக இருந்தால் கூட ஒரு உத்தரவாதமான வேலை வழங்கப்பட்டால், அதற்கு தாவி விடுவார்கள். பெரும்பான்மையான தலித்துகள் சுயவேலை வாய்ப்பின் மீதான பயத்தால் உத்தரவாதமான வேலையைத் துரத்துகிறார்கள்.

வெளிப்படையாகவே சொல்வதானால், இதுமாதிரியான தொழில் முனைவோராக தலித்துகள் ஆர்வம் காட்டவில்லை. அவர்கள் வேலைதேடுபவர்களாக அல்ல, தலித் இயக்க ஆரம்பத்தில் இருந்த மாதிரி வேலை வழங்குபவராக இருக்கவே விரும்புகிறார்கள். பெரும் பாலான தலித்துகள் துப்புரவுத் தொழிலாளர்களுக்கான ஒப்பந்ததாரர் களாகவும், தொழிலாளர்களை வழங்குபவர்களாகவும், போக்கு வரத்து ஒப்பந்ததாரர்களாகவும், செங்கல் சூளை அதிபர்களாகவும் காலனி ஆட்சிக் காலத்தில் உதயமாகினர். வாழ்வாதாரத்திற்குள்ளே பலர், தமது முன்னோர்கள் ஆரம்பித்த தொழில்களை மேற்கொள்ள அவை வளர்ச்சி பெற்றன. மற்றவர்களைப் போலவே தலித்துகளும் வளர்ந்தார்கள். பெரும்பாலான தலித்துகள் மத்தியதர வர்க்கத்தினர் ஆகினர். எனவே தொழில்முனைவு வளரும் என்றுதான் எதிர்பார்க்கப் பட்டது. ஆனால், தலித் முதலாளித்துவவாதிகளுக்கு கடலின் ஒருதுளி நீராகத்தான் தலித் இந்திய வர்த்தகத் தொழில் சம்மேளனம் திகழ்ந்தது.

## விடுதலைக்கானதா மூலதனம்?

தலித்துகளில் பெரும் பணக்காரர்கள் மூலதனம் என்பது தலித்துகளின் விடுதலைக்கானது என்று வலியுறுத்துகிறார்கள். விவசாயத்துறையில் ஏற்பட்ட பேரிழப்பின் காரணமாக ஆயிரக்கணக்கான விவசாயிகள் ஆண்டுதோறும் தற்கொலை செய்துகொண்டபோதும்கூட, இந்தியா பல கோடீஸ்வரர்களை உற்பத்தி செய்துகொண்டிருந்தது. பெரும் பாலான தலித் சாதியினர் பொருளாதார ரீதியிலும், சமூக ரீதியிலும், பெரும் துயரத்திற்கு ஆளாகிக்கொண்டிருந்தபோது தலித் சாதியில் சிலர் லட்சாதிபதிகளாகவும் கோடீஸ்வரர்களாகவும் உருவாகி இருந்தனர்.

தலித்துகள் அடிப்படையில் கூலித் தொழிலாளர்களாக இருந்த நிலையில், தலித் முதலாளித்துவம் என்பது கருத்துரீதியிலேயே முரண் பட்டதாகத் தோன்றியது. இதுபற்றிய உணர்வு இருந்தோ இல்லாமலோ முதலாளி யாராக இருந்தாலும் மூலதனத்தோடு எப்பவும் மோதிக்கொண்டே இருப்பது பழக்கமாகிப் போனது. முதலாளித்துவவாதிகள் இதை மறுக்க முயற்சித்தார்கள். அந்த முயற்சி எதார்த்தத்தின் முன் தோற்றுப் போனது.

ஆக, மூலதனம் விடுதலைக்கான ஒரு காரணம் என்பது நகைப்பிற் குரியது. மேலும் மூலதனம், அமெரிக்க மூலதனம், பிரிட்டிஷ் மூலதனம் என அதன் தேசியத்தன்மையோடு அறியப்பட்டாலும், மார்வாடி மூலதனம், குஜராத்தி மூலதனம் என சமூக மூலதனமாக அறியப்பட்டாலும், அந்த அடையாளங்களைத் துறந்து உலகமய மாக்கும் உள்ளார்ந்த முயற்சிகளை அடக்கமுடியவில்லை. ஆக, மூலதனத்தை தலித்துகளோடு மட்டுமல்ல, எந்த சமூகத்தோடு பொருத்திப் பார்ப்பதுவும் கருத்தியலாகத் தவறு.

எது ஒன்றின் தன்மையையும் கண்டறிய முற்பட்டால், அதில் யார் அதிக ஆர்வம் காட்டுகிறார்கள் என்று பார்த்தால் போதும். தலித் முதலாளித்துவம் ஒருபுறம் நடுத்தரவர்க்க ஆர்வத்தையும், மறுபுறம் அரசு அதற்கு உதவும் பணமுதலாளிகள் மீதான ஆர்வத்தையும் கொண்டிருக்கிறது. அரசுக்கு தலித்துகளின் கோரிக்கைமீது எப்போதும் அக்கறை இருந்ததில்லை. மாறாக, லத்தியையும் துப்பாக்கி குண்டுகளையும்தான் காட்டியது. அநேகமாக பிரதமர் உட்பட அனைத்து முக்கிய அரசியல்வாதிகளும், அரசு நிர்வாகிகளும் தலித் முதலாளித்துவம் பற்றி நிறைய பேசினார்கள், வரவேற்றார்கள். அதேபோல முதலாளித்துவ இந்தியாவின் முக்கிய பிரமுகர்களும் ஆதரித்தார்கள். புகழ்பெற்ற ஊடகவியலாளர்களும் அறிவுஜீவிகளும் கூட இந்தக் கருத்தை பாராட்டினார்கள். மாறாக சாதாரண தலித்துகள் ஆர்வம் காட்டவில்லை. இந்த, தலித் மூலதனம் என்பது அரசு மற்றும் பெரும் பணக்காரர்களின் நலன்களுக்கு உதவக்கூடியதாக உள்ளது. அதற்கான காரணம் தேடி ரொம்ப அலையவேண்டியதில்லை. அரசைப் பொறுத்தவரை, இது நடுத்தர தலித் மக்களை கவர்ந்திழுக்கும் சக்தி வாய்ந்த மாயாலோகம் என்று நம்பியது. ஆனால், தலித் இளைஞர்கள் இந்தக் கருத்திலிருந்து விலகி நின்றார்கள்.

பெரும் பணக்காரர்கள் இதனை குறைந்த விலைக்கு பொருள்வழங்கும் திறன் என்றார்கள். ஆக, தலித் முதலாளித்துவவாதிகள் தமது இருத்தலின் பொருட்டு தலித் உழைப்பாளர்களை அதிகபட்சம் கவர முயற்சித்தார்கள். சாதியின் பெயரால் அது சாத்தியமும் ஆனது. ஆனால், பிற முதலாளிகளின் சுரண்டலைவிட, தலித் முதலாளிகளின்

சுரண்டல் அதிகமாகவே இருந்தது. ஆக தலித் முதலாளித்துவம் தலித்துகளின் விடுதலைக்காக உழைக்காமல், தலித் உழைப் பாளர்களை சுரண்டுவதாக இருந்தது.

தாராளமய சந்தைப் பொருளாதாரம் குறைத்து தலித் முதலாளித்துவம் பெருமையாகப் பேசிக்கொண்டாலும், பெருமளவு அரசின் நன்கொடையை எதிர்பார்க்கிறது. தலித் இந்திய வர்த்தக மற்றும் தொழில் சம்மேளனம், பத்தாண்டுகள் மட்டுமே உயிர்த்திருந்தாலும், சுதந்தரத்துக்குப் பின் பெரும்பான்மை தலித்துகள் அடையாததை அது அடைந்தது. இந்த நோக்கத்துக்கு தலித் முதலாளித்துவம் சாதி பெயரை பயன்படுத்திக்கொள்கிறது. இன்னும் சொல்லப்போனால், மிகக் குறைவானவர்களின் நலனுக்காக, அரசின் பெருமளவு நன்கொடையைப் பெற்றுக்கொள்கிறது. ஆனால் பெரும்பான்மை மக்கள் வறுமையில் வாடுகிறார்கள். இது ஒருவகையில் பிற தலித்துகளின் பங்கை திருடுவதுதான்! ஆக, தலித் விடுதலை என்பது சாதிகளை அழிப்பதில்தான் இருக்கிறது. ஓரளவுகூட சாதியோடு சம்பந்தப்பட்டிருப்பதில் அல்ல!

## புலம் பெயர்ந்தோரின் செயல்பாடு

காலனியாட்சிக் காலத்தில் பெருமளவு தலித்துகள் இந்தியாவை விட்டு இடம் பெயர்ந்தனர். பிஜி தீவு, ட்ரினிடாட், மலேசியா போன்ற நாடுகளுக்கு இடம் பெயர்ந்ததன் மூலம் முதல் அலை எழுந்தது. அடுத்த அலை இரண்டாம் உலகப்போர் முடிந்ததும் பிரிட்டன் மற்றும் பல மேற்கு ஐரோப்பிய நாடுகளுக்குச் சென்றதன் மூலம் எழுந்தது. ஐரோப்பாவை மறுசீரமைக்க 'மார்ஷல் திட்டம்' வகுக்கப்பட்டபோது வேலைக்காக அங்கு அழைத்துச் செல்லப்பட்டனர். மூன்றாவது அலை 1970களிலிருந்து அடிக்கத்தொடங்கியது. இது உயர்கல்விக்காக மாணவர்கள், ஐரோப்பா, அமெரிக்கா, கனடா போன்ற நாடுகளுக்குச் சென்று அங்கேயே தங்கிவிட்டதால் அடித்தது. நான்காவது அலை 1990களுக்குப் பிந்தைய ஐ.டி.அலை!

ஐ.டி. மற்றும் பிற தொழில்நுட்பக் கலை கற்றவர்கள் பணியாற்றும் இந்திய நிறுவனத்தார் மூலமோ அல்லது நேரடியாக வெளிநாட்டு நிறுவனங்களில் வேலை பெற்றதன் மூலமோ அது நடந்தது! இவர்கள் கூடி ஒரு புலம் பெயர்ந்தோர் குழு அமைத்துக்கொண்டனர். அவர்களது செயல்பாடுகள் தலித் பிரச்னைகளை உலக அளவில் அரங்கேற்றியது. அது இந்தியாவிலுள்ள தலித் செயல்பாட்டாளர் களுக்கு நம்பிக்கையூட்டியது.

ஐரோப்பா மற்றும் அமெரிக்காவில் தங்கியிருந்த நாட்கள்பற்றிக் குறிப்பிடும் அம்பேத்கர், 'இங்கிருந்த காலத்தில் தீண்டத்தகாதவன்

என்கிற உணர்வே மூளையிலிருந்து துடைத்தெறியப்பட்டது' என்கிறார். அதேபோல் தற்போதைய மாணவர்களும் அங்கு வெளி நாட்டு நிறுவனங்களில் வேலைகளைப் பெற்றுக்கொண்டு, சாதிகளற்ற அந்த உலகில் தமது சாதியை மறந்து சந்தோஷமாக வாய்ப்புகளைப் பயன்படுத்திக்கொள்கிறார்கள். அது தனி மனித அளவிலான ஓர் உணர்வு. குழு சார்ந்ததாக அந்தத் தொலைதூர தேசத்திலும்போய் பணிபுரியும்போது அங்கேயும் தலித் என்று அழைக்கப்படும்போது இந்த உணர்வூட்டம் வேறுபடுகிறது.

புலம்பெயர் தலித்துகளின் முதல்நிலைச் செயல்பாடு இதுவாகத்தான் இருக்கிறது. இந்திய சாதிய ஒடுக்குமுறைகள், அவற்றினின்று மேன்மையுற அமையும் நோக்கோடு, அந்நகரங்களில் தலித் குழுக்கள் நிறுவிக்கொண்டனர். அங்கிருந்து சாதி ஒடுக்குமுறைக்கு எதிரான போக்கை வலியுறுத்தினர். இந்திய நிலைக்குத் தப்பி காலனி ஆட்சிக் காலத்திலேயே ஐரோப்பா, பிரிட்டனுக்கு குடிபெயர்ந்த தலித்துகள், அங்கே குறிப்பாக பிரிட்டனில் தங்களது அடையாளத்தோடு புலம்பெயர்ந்தோர் குழுக்கள் தொடங்கினர். இதன் முதல் குழு பஞ்சாப் தலித்துகளால் வுல்வர்ஹாம்டன் நகரில், 1969ம் ஆண்டு, டாக்டர் அம்பேத்கர் நினைவுக்குழு, கிரேட் பிரிட்டன் என்ற பெயரின் கீழ் அமைக்கப்பட்டது. இந்தியாவுக்கு வெளியே நிறுவப்படும் முதல் சிலையாக அம்பேத்கரின் சிலையை நிறுவி, அருங்காட்சியகம் அமைத்தனர். அதில் அம்பேத்கரின் கட்டுரைகள் மற்றும் நூல்களைக் காட்சிப்படுத்தினார். அதனைத் தொடர்ந்து பெட்ஃபோர்டு, பர்மிங்ஹாம், சவுத்ஹால் மற்றும் கிழக்கு லண்டன் பகுதிகளில் அம்பேத்கர் மிஷின்கள் ஆரம்பிக்கப்பட்டன.

ஒருகட்டத்தில் இந்த அமைப்புகளெல்லாம் ஒன்று சேர்ந்து ஒருங்கிணைப்புக் குழு என்ற ஒன்றை 1985ல் நிறுவினர். இந்த அமைப்பு 1989 முதல் 1993வரை தொடர்ந்து அம்பேத்கரின் 100வது பிறந்த தினத்தைக் கொண்டாடினர். அவர்களது செயல்பாடுகள் எல்லாம் அம்பேத்கர் அருங்காட்சியகம் எனும் அமைப்பைச் சுற்றியே இருந்தன. அதேசமயம், சாதி அடக்குமுறைக்கு எதிராக முழக்க மிட்டனர். அமெரிக்காவில் 'விஷன்' என்ற அமைப்பை நடத்திடும் தலித் தலைவர் டாக்டர் ஷோபா சிங் தலைமையில் 1970ம் ஆண்டு புதியதோர் குழு அமைக்கப்பட்டது.

1978ம் ஆண்டு ஜூன் மாதம் ஐ.நா சபையில் அப்போதைய பிரதமர் மொரார்ஜி தேசாய் உரையாற்ற வந்தபோது, இந்த தலித் அமைப்பினர் அமெரிக்காவிலிருந்து கனடாவரை பேரணியாகச் சென்று பிரபலமாகினர். பேரணியின் முடிவில் ஆக்ராவில் தலித் பிரிவினரான ஜட்வாக்கள்மீது நடைபெற்ற சாதிய வன்முறைச் செயலை இந்திய

அரசு கையாண்ட விதத்திற்கு எதிர்ப்புத் தெரிவித்தனர். தொடர்ந்து கனடா, டொராண்டாவிலும் தலித்துகள் 1978ம் ஆண்டு அம்பேத்கருக்கு நினைவு மண்டபம் எழுப்பினர். பின்னர் அது 'அம்பேத்கர் மிஷின்' என பெயர் மாற்றம் செய்யப்பட்டு டொராண்டாவிலிருந்து வான்கூவருக்கு இடம் மாற்றப்பட்டது. அம்பேத்கர் மிஷின் அமைப்பும் விவின் அமைப்பும் இணைந்து அம்பேத்கர் கருத்தரங்கு ஒன்றை நடத்தினர்.

1983ல் நடைபெற்ற 'இனவாதம் மற்றும் தீண்டாமை ஓர் ஒப்பீட்டுப் பார்வை' என்னும் தலைப்பிலான கருத்தரங்கை நியூயார்க் சிட்டி யுனிவர்சிடியும், கொலம்பியா யூனிவர்சிடியின் தெற்கு ஆசியன் இன்ஸ்டிட்யூட்டும் இணைந்து நடத்தின. அக்கருத்தரங்கை இந்தியாவிலும் அவர்கள் நடத்த முயன்றபோது, இந்திய அரசு நிர்வாகிகளுக்கு விசா வழங்க மறுத்துவிட்டது. அதேபோல விஷன் அமைப்பும், அம்பேத்கர் மிஷன் அமைப்பும் இணைந்து சாதி ஒடுக்குமுறைக்கு எதிரான கூட்டங்களை 1982ல் ஒசாகாவிலும் 1984ல் நைரோபியிலும் நடத்தின. டாக்டர் ஷோபா சிங்குக்குப் பின், 'விஷன்' அமைப்பின் தலைவரானார் வாஷிங்டன் டி.சி.யில் வாழும் டாக்டர் லக்ஷ்மி பெர்வா. இவர் முதன் முதலாக தலித் மக்களின் பிரச்னையை ஐ.நா. சபையின் சர்வதேச மனித உரிமை ஆணையத்தின் பார்வைக்குக் கொண்டு சென்றார். இந்திரா காந்தி மற்றும் ராஜீவ்காந்தி ஆகியோர் ஐ.நா சபைக்கூட்டத்தில் பங்கேற்க வந்தபோது, ஆர்ப்பாட்டம் நடத்தினர். அவற்றில் தலித்துகளுக்கு எதிராக இந்தியாவில் நடத்தப் படும் வன்முறைகளுக்கு எதிராகக் கோஷமிட்டார். ஹிட்லரால் யூத சிறுபான்மையினர் கொல்லப்பட்டதையும் 'ஜிம் க்ரோ' சட்டத்தின் கீழ் ஆப்பிரிக்க அமெரிக்கர்கள் வதைபட்டதையும் இந்திய தலித்துகளின் நிலையோடு ஒப்பிட்டார்.

மேலும் மேற்கு நாடுகளின் மனித உரிமை குறித்த சொல்லாற்றலில் ஆளுமை மிக்கவராக விளங்கினார். இந்தியாவின் மெஜாரிட்டி மக்களால் சிறுபான்மை தலித்துகள் ஒடுக்கப்படுவது குறித்து வலுவாக வாதிட்டார். உலக நாடுகளின் ஒடுக்கப்பட்ட இனங்களின் ஒற்றுமையை வலியுறுத்தினார். ஐ.நா மனித உரிமை ஆணையத்தில் அவர் பேசும் போது, இந்திய அரசின் செயல்களை நேர்படுத்துவது குறித்து சர்வதேச நாடுகள் மேற்பார்வையிடவும், அழுத்தம் தரவும் வேண்டுமென வலியுறுத்தினார். பெர்வாவின் இத்தகைய செயல்பாடுகள், தலித்துகள் பிரச்னை என்பது இந்தியாவின் உள்நாட்டுப் பிரச்னை என்ற இந்திய அரசின் வாதத்துக்கு சவாலாக இருந்தது. இவரது வாதங்கள் இந்திய அரசால் தீவிரமாக குறித்துக்கொள்ளப்பட்டன.

இங்கிலாந்தில் அம்பேத்கர் மற்றும் புத்தமதத்தினர் கூட்டமைப்பு எனப்படும் ஃபெபோ அமைப்பின் பொதுச்செயலாளரான சி.கௌதம்

தமது தோழர்களோடு இணைந்து, தலித் பிரச்னைகள் பற்றிய அம்பேத்கரின் பார்வை குறித்த விழிப்புணர்வை ஏற்படுத்த பெரும் பாடுபட்டார். அம்பேத்கரின் நூறாவது பிறந்த நாளையொட்டி, 3 ஆண்டு மலர்கள் கொண்டுவந்தார். சில ஆண்டுகள் பத்திரிகை ஒன்றும் நடத்தினார்.

இந்த ஃபெபோ அமைப்பு 'பாபா சாகேப் அம்பேத்கர்: பேச்சுகளும் எழுத்துகளும்' எனும் நூலின் 60 பிரதிகள் அச்சிட்டு முக்கிய பல்கலைக் கழகங்களின் பொது நூலகங்கள் மற்றும் நாடாளுமன்ற அவைக்கும் வழங்கியது. இந்தியத் தூதரகத்துக்கும் லண்டன் ஸ்கூல் ஆஃப் எகனாமிக்ஸ், கொலம்பியா பல்கலைக்கழகத்துக்கும் அம்பேத்கர் சிலைகளை வழங்கியது. மேலும் 19 புத்தர் சிலைகளும் லண்டன் பொதுவிடங்களில் வைக்கப்பட்டன. 1920-23ல் அம்பேத்கர் வாழ்ந்த 10, கிங் ஹென்ரிஸ் ரோடு, லண்டன்-NW3 வீட்டில் நீல நினைவுப் பலகை வைக்க ஏற்பாடு செய்தது. தெற்கு ஹாலில் உள்ள விஹாரா காம்ப்ளக்ஸில் அமைவிடங்கள் திறந்து இந்தியாவிலிருந்து வந்த டஜனுக்கும் மேற்பட்ட கல்வியாளர்கள் தங்கிப் படிக்க ஏற்பாடு செய்தது.

கல்வி மற்றும் மனித உரிமை விஷயங்களில் இவ்வாறாக புலம் பெயர்ந்தோர் செயல்பாடுகளுக்கு உரிய மரியாதை வழங்கப்பட வேண்டும். அவர்களின் செயல்பாடுகளால்தான் உலக அளவிலான தலித் இயக்கங்கள் வடிவெடுத்தன. சாதிய ஒடுக்குமுறைகளின் மீது உலகின் பார்வை திரும்பியதற்கும் சர்வதேச மனித உரிமை ஆணையத்தின் கவனம் திரும்பியதற்கும் புலம்பெயர்ந்தோரின் பங்களிப்பு காரணமாகின்றது.

## தலித் இயக்கம் அரசுசாரா தன்னார்வ அமைப்பாதல்

தலித்துகளின் பிரச்னைகளைத் தீர்ப்பதில் தலித் அரசியல் தோல்வியுற்றதையடுத்து, அரசு சாரா தன்னார்வ அமைப்புகளுக்கு (என்.ஜி.ஓக்களுக்கு) உள்ளே நுழைய இடம் கிடைத்தது. நவீன தாராளமய சீர்திருத்தங்களின் பின்னணியில் தலித்துகளின் இடையே என்.ஜி.ஓக்கள் செயல்பட ஆரம்பித்தன. தலித் அரசியல்வாதிகளின் தோல்வி மற்றும் துரோகத்தின் காரணமாக என்.ஜி.ஓவுக்குள் நுழைந்த இளைஞர்கள் தலித்துகளின் நம்பிக்கையைப் பெற்று, தம்மை நிரூபிக்கத் தொடங்கினார்கள். அவர்கள் மக்களிடையே வேலை செய்தார்கள்; மக்கள் பேச்சைக் காதுகொடுத்துக் கேட்டார்கள்; மக்களின் பிரச்னை களை ஆவணப்படுத்தினார்கள். செலவு குறைவாக, ஆனால், ஆற்றல் மிகையாக, தலித்துகளின் பிரச்னைகளை அதிகாரி களிடம் எடுத்துச் சென்றார்கள். குறிப்பிட்ட திட்டங்களில் வேலை

செய்தபோதும், வேலை, அதற்காக எடுத்துக்கொள்ளும் காலம் போன்றவற்றில் ஒழுங்கு தெரிந்தது.

இப்படியாக தலித்துகள் மத்தியில், சமூகச் செயல்பாடுகள் ஆற்றிய பலரது சரித்திரங்கள் உள்ளன. அவர்கள் நாடாளுமன்றமல்லாத தளங்களிலும் பணியாற்றியுள்ளனர். ஆனாலும் அவர்கள் போதிய ஆதாரங்களும் வளங்களும் இன்றி செயலாற்றியதால், நிறுவன நிதி, உள்நாட்டு, வெளிநாட்டு நிதியோடு செயல்பட்ட என்.ஜி.ஓக்களின் முன் நிற்க இயலாது போயின. ஆகவே, நாளடைவில் அரசியல் செயல்பாட்டிற்கான வெற்றிடத்தை என்.ஜி.ஓக்கள் நிரப்பின.

## உலகமய வாகனம்

தன்னார்வ நிறுவனங்களான என்.ஜி.ஓக்கள் அரசின் தோற்றத்துடன் தோன்றியது. ஆளும் அதிகாரக் கூட்டமைப்பின் செயல்பாடுகளுக்கு ஆக்கப்பூர்வ பங்களிப்பாளராக 19ம் நூற்றாண்டிலிருந்தே பயன்பட்டு வருகிறது. என்.ஜி.ஓக்களின் முதல் அலை, மத வடிவில்தான் வந்தது. முக்கியமாக காலனி ஆட்சிக்காலத்தில் கிறிஸ்துவ நிறுவனங் களாகத்தான் வந்தன.

இரண்டாவது அலை, தமது நிறுவனமயமான மேம்பாட்டுச் செயல்பாடுகளின் மூலம் அமெரிக்கா - சோவியத் யூனியனின் அகவயமான முரண்பாட்டுக் காலத்தில் எழுந்தது. மூன்றாவது அலை இறுதியாக நவீன தாராளமய செயல்பாட்டாளராக உலக மூலதனத்தின் உதவிபெற்று எழுகிறது. ஒவ்வொரு காலத்தில் தோன்றிய இந்த அலைகள், அவ்வப்போது தமக்கு உதவியும் ஒத்துழைப்பும் நல்கிய அமைப்புகளின் தேவைகளைப் பொறுத்து செயல்பட்டன. உதாரணமாக காலனி ஆட்சிக்கு கிறிஸ்துவ மிஷினரி மற்றும் இது மாதிரியான அமைப்புகள் தேவைப்பட்டன. மக்களுடன் வேலை செய்து அவர்கள் தரும் கருத்துக்களை வைத்து, அரசின் செயல்பாடுகளை சரி செய்துகொள்வது நடைமுறையாக இருந்தது. இருபதாம் நூற்றாண்டில் முதல் 10 ஆண்டுகளில் சோஷலிச பயம் காரணமாகவும், அரசின்மீது மக்களுக்கு ஏற்பட்ட நம்பிக்கையின்மை காரணமாகவும் கார்னே, சேஜ், ராக்பெல்லர் போன்ற பல பெருமுதலாளிகளைத் தூண்டி தன்னார்வ நிறுவனங்கள் தொடங்கச் செய்தது.

தற்போதைய அலை என்பது மக்களின் பாரம்பரியமான தேவை களிலிருந்து அரசு விடுதலை பெற்றிட விரும்புவதால், ஏழை மக்களின் தேவைகள், கோரிக்கைகளை எதிர்கொள்ள அரசு சமூக நிறுவனங்கள் சிலவற்றைக் கையாள்கிறது. அவர்கள் அரசின் கொள்கைத் திட்டங்களின்படி, அடிப்படையான சில மேம்பாட்டுப் பணிகளை மேற்கொள்வது எப்படி? ஜனநாயகத்தின் முகவர்களாக!

முன்னேறிய முதலாளித்துவ நாடுகள் அவர்களை நேரடியாகவே ஆதரிக்கின்றன. 1990களின் மத்தியில் அமெரிக்கத் துணை குடியரசுத் தலைவர் கோரே வெளிநாட்டு மேம்பாட்டுப் பணிகளுக்காக, சம்பந்தப்பட்ட என்.ஜி.ஓக்களுக்கு 40% உதவித்தொகை வழங்கப் படுமென அறிவித்தார். 'இதன்மூலம் அந்த ஏஜெண்டுகள் உலகப் பெருமுதலாளிகளின் நலன் சார்ந்த மேம்பாட்டுப் பணிகளையும் ஜனநாயகத்தையும் ஒன்றோடொன்று தொடர்புபடுத்திக் காட்ட வேண்டும்!'

முற்போக்கான அரசியல் வரலாறு கொண்டிருக்கக்கூடிய ஐ.நா.சபை,, என்.ஜி.ஓ என்பதை மக்கள் சமூக நிறுவனங்களுக்கும், அரசாங்கத்திற்கும் இடையிலான சிறப்பான உறவை ஏற்படுத்துகிற அமைப்பு என்று 1994ல் அறிவித்தது. 1980களிலும் 1990களிலும் ஐ.நா. சபை, சர்வதேச மக்கள் தொகைக் கொள்கை உருவாக்கும் அமைப்பு, மனித உரிமை அமைப்பு, பெண்கள் நிலை மற்றும் சுற்றுச் சூழல் குறித்த அமர்வுகளில் என்.ஜி.ஓக்களுக்கு இடம் ஒதுக்கியுள்ளது.

என்.ஜி.ஓக்களுக்கு அண்மையில் கிடைத்துள்ள உந்துதல், சிவில் சமூகத்துக்கும் அரசுக்குமான ஒரு கொள்கையுடனானது. 1980வரை மூன்றாம் உலக நாடுகளின் மக்கள் சமூகமானது பெருமளவுக்கு வளர்ச்சி பெறாதது. வழக்கமான பொருளாதாரப் போக்குகள் கொண்ட அரசு, மக்களை மேம்படுத்த வேண்டிய பொறுப்பு கொண்டது. நம் மக்கள் சமூகமோ மதம் சார்ந்த, வணிகம் சார்ந்த, தொழிற்சங்கம் சார்ந்த தனியாரின் தன்வயப்பட்ட நலன்களோடு சமரசம் செய்து கொண்டுள்ளது. இந்த மூல உரையை தற்போது திருப்பிப் போட வேண்டியுள்ளது. அரசு இன்று, தனியார் நலன்களைப் பிரதிபலிக்கிறது. இதனை ஊழல் வயப்பட்டது என்றும் சொல்லலாம். இதன் காரணமாக, அரசு மக்களின் விருப்பத்தைப் பிரதிபலிக்க இயலாததாகிறது. இந்நிலையில் மக்கள் சமூகம் தமது நலன்களைப் பிரதிபலிக்க ஒரு நேர்மையான தரகரைத் தேடுகிறது. இதன் நீட்சியாகவே என்.ஜி.ஓக்கள் கிடைக்கிறார்கள். இவர்கள் மக்கள் சமூகத்தின் புதிய சக்தியாகத் தோன்றி, அரசின் மிதமிஞ்சிய குறைபாடுகளை நீக்கும்வகையில் பேரம் பேசுகிற அமைப்பாகவும் தெரிகிறார்கள். 1999ல் நிகழ்ந்த சியாட்டில் எதிர்ப்புக்குப் பின் உலக சமூக அமைப்புடன் கூடி, மக்களின் மத்தியிலான கோபத்தைக் குறைப்பது என்கிற பாத்திரத்தை இந்த என்.ஜி.ஓ. வகிக்கிறது.

### என்.ஜி.ஓக்களுடனான உறவு

தலித்துகளைப் பொறுத்தவரை சரித்திர ரீதியாகவே தன்னார்வத் தொண்டர்களை வரவேற்றுப் பழகிவிட்டார்கள். கிறிஸ்தவ

மதபோதகர்களைப் பிறர் சந்தேகக்கண் கொண்டு பார்த்தாலும், தலித்துகள் அவர்களை, கல்வியைத் தந்தவர்கள் என்ற காருண்யப் பார்வைதான் கொண்டிருக்கிறார்கள். தலித் இயக்கங்களின் பல்வேறு நாயகர்களும் கிறிஸ்துவ மத போதகர்களுக்கு இதே பாராட்டை வழங்கியுள்ளனர். அம்பேத்கரின் சீர்திருத்த அமைப்பும்கூட இந்துக்கள், தலித்துகளின் தன்னார்வ உழைப்பைப் பாராட்டியுள்ளது. அதுவும்போக, தலித்துகள் எந்தவகையான தன்னார்வச் செயல் பாடுகள்மீதும் வெறுப்புக் காட்டியதில்லை. அரசியல் சட்ட மாகட்டும், பொதுவான அமைதி தவழும் புத்தமதமாகட்டும், அவர்களின் பிரச்னைகளுக்கு கொஞ்சம் கொஞ்சமாகக் கிடைக்கிற தீர்வுகளையும் ஏற்குமாறுதான் பழக்கியிருக்கிறது. மாறாக அவை தீவிர சமூக மாற்றங்களை வலியுறுத்துவதில்லை. அதற்கேற்ப என்.ஜி.ஓக்களின் பிரச்னை சார்ந்த அணுகுமுறையும் அதற்கு அவர்கள் தரும் படிப்படியான தீர்வுகளும் தலித்துகளுக்கு பொருந்திப் போகிறது. அம்மக்களுக்கிடையே சுமுகமாக ஏற்பட்டுவரும் சமூகமாற்றம் என்.ஜி.ஓக்கள் மற்றும் அம்பேத்கரிய தலித்துகளுக்கு இடையிலான பொருத்தத்துக்கு மேலும் உதவுகிறது. காலம் போகப் போக தலித்துகளைப் பொறுத்தவரை கல்வித்துறையில் குறிப்பிடத்தக்க மாற்றம் நிகழ்ந்திருக்கிறது; அரசு மற்றும் பொதுத் துறை நிறுவனங்களில் வேலைவாய்ப்பு கிடைத்திருக்கிறது.

தலித் மக்களின் போராட்டங்களுக்குத் தலைமை ஏற்கும் தேவை இருந்தாலும், இவர்கள் தமது 'வர்க்க மாற்றம்' மற்றும் அரசு வேலை பார்த்தல் ஆகியவற்றால் தலித்துகளின் போராட்டங்களில் கலந்து கொள்ளத் தடையாகிறது. அவர்களில் பலர், தமது சமூகப் பணிகளுக்காக தன்னார்வ அமைப்புகளை ஏற்படுத்துகின்றனர். புத்த விஹார் அமைத்தல், பொது நூலகங்கள் ஏற்படுத்துதல், தனிப் பயிற்சி மையங்கள் நிறுவுதல், சிறு கடன் வழங்கும் அமைப்புகளை, வங்கிகளை நடத்துதல், மேலும் பல்வேறு கலை, கலாச்சார நிகழ்ச்சிகளை நடத்துதல், அம்பேத்கர், புத்தர் ஜெயந்தி தினங்களைக் கொண்டாடுதல், அவர்தம் சைத்ய பூமி, தீக்ஷ பூமிகளில் இரக்கம் சார்ந்த பணிகள் செய்தல் எனப் பல பணிகள்! ஒவ்வொரு அரசு மற்றும் பொதுத்துறை நிறுவனங்களில் எஸ்.சி/எஸ்.டி நலவாழ்வு சங்கம் இதற்கு மிகச் சிறந்த உதாரணங்கள்.

இத்தகைய அனைத்து தலித்துகளின் செயல்பாடுகளும் தன்னார்வத் தொண்டு சார்ந்தவை. இந்த அளவுக்கு மனிதநேயம் மற்றும் இரக்க உணர்வுகொண்ட என்.ஜி.ஓக்கள் மிக அருகாமையிலும் இருந்தனர். அப்போதெல்லாம், ஆச்சரியப்படத் தேவையில்லாத அளவுக்கு ஆண்களும் பெண்களும் தன்னார்வத் தொண்டர்களாக களத்தில்

பணியாற்றினர். தமது சமூகத்திற்காக பணியாற்றுகிற பொறுப்புணர்வு தெரிந்தது. படித்த தலித்துகள் இப்படித்தான் பணியாற்ற வேண்டுமென அம்பேத்கர் எதிர்பார்த்தார். இப்படிப்பட்டவர்களை தலித்துகள் மிகவும் சாதகமானவர்களாக அரவணைத்துக் கொண்டார்கள். வெறுமனே பேசித் திரியும் தலித் அரசியல் வாதிகளைவிட மேலானவர்களாகத் தழுவிக்கொண்டார்கள். என்.ஜி.ஓ பிரிவில் நிறைய தலித்துகளுக்கு வேலை கிடைத்தது. குறிப்பாக மனிதநேயப் பட்டப்படிப்பு. 70 சதவிகிதத்துக்கும் மேற்பட்ட தலித்துகள் இந்தப் படிப்பைத்தான் தேர்ந்தெடுத்தார்கள். இந்தப் படிப்பில் சமூகப் பணிக்கான உயர் பட்டப்படிப்பும் உண்டு. மேலும் நவீன தாராளமயக் கொள்கையின் காரணமாக பொதுத்துறை நிறுவனங்களில் வேலை வாய்ப்புக் கிடைப்பது அரிதாகிப் போனதால் வேலைக்கென்று என்.ஜி.ஓக்கள் கொடுக்கும் உறுதியும் உத்தர வாதமும் முக்கியத்துவம் பெற்றது. அரசு வேலைகளைப் போலில்லாமல், என்.ஜி.ஓக்கள் வழங்கும் வேலைகள் சமூக சேவையோடு தொடர்புடையதாகவும் இருந்தது. அரசு வேலையை விட்டு எடுத்துவிடும் ஆபத்தும் இல்லை.

வேலைக்காகக் கேட்கும் தகுதிக் குறிப்புகள் சாதாரணமாக படித்த தலித் இளைஞர்களுக்குப் போதுமானதாக இருந்தது. படிக்காத வெகுஜனங்களுக்கிடையே படித்தவன் என்று சொல்லிக்கொள்ளும் அளவுக்கும் இருந்தது. அரசு வேலைகளில் உள்ள கண்டிப்புகள் இதில் இல்லை. விமர்சிப்பதால் வரும் அரசின் கோபத்தைச் சம்பாதிக்க வாய்ப்பும் இல்லை. இந்தவகையில், என்.ஜி.ஓ, பணி என்பது படித்த தலித் இளைஞர்களுக்கு தலைமைப் பண்புகளாகவும் ஆபத்தில்லாத இடதுசாரிச் சிந்தனைகளையும் வழங்குகிறது.

தலித் புலம்பெயர்ந்தோரோடு, என்.ஜி.ஓக்களும் தலித் பிரச்னைகளை உலகமயமாக்கியதில் பங்காற்றியுள்ளனர். இது, அவர்கள்பால் தலித் வெகுஜனங்களுக்கும் ஒரு நேர்மறையான பார்வையை உண்டாக்கியது. உலக சமூக அரங்குகளில், தலித்துகள் மீதான அடக்குமுறைகளை என்.ஜி.ஓக்கள் முன்னுக்குக் கொண்டுவந்தனர். இதனால் சர்வதேச அளவிலான மக்கள் இந்திய அரசுக்கு அழுத்தம் கொடுத்தனர். சாதியை அகற்றும் நோக்கத்தோடு எழுதப்பட்ட அரசியல் சட்டத்தை இறுக்கமாக அமல்படுத்தவேண்டுமென்றும், இந்திய சமூகத்தில் பெரும்பாலானவர்களிடம், அவற்றின் சாதீயப் பழக்கங்களை கைவிடுமாறு வற்புறுத்தியும் அவர்களது செயல் பாடுகள் அமைந்தன. ஆனால், சாதி என்பது இந்திய சமூகத்தோடு இறுக்கிக் கட்டமைக்கப்பட்டது. எனவே அதைச் சீர்படுத்த தீவிர கட்டமைப்பு மாற்றம் தேவை என்பதை அவர்கள் எந்த அரங்கிலும் முன்மொழியவில்லை.

ஆயினும், செப்டெம்பர் 2001ல் அவர்கள் மிக முக்கியமானதோர் தடம் பதித்தனர். அப்போது டர்பனில் நடைபெற்ற இனவெறிக்கு எதிரான மாநாட்டில் பங்கேற்று, என்.ஜி.ஓக்கள் சுமார் 200 இந்தியர்களைத் திரட்டி, இந்தியாவில் நிகழும் சாதிய ஒடுக்குமுறையும் மனித உரிமைப் பிரச்னைகள் தொடர்பானதுதான் என்பதை எடுத்துரைத்தனர். மாநாட்டு நிகழ்ச்சி நிரலில் அதனையும் இணைக்கவைத்தனர். இந்த முயற்சிக்கு என்.ஜி.ஓக்களிடமிருந்து மட்டுமல்ல, பல்வேறு அரசுகள் பிரதிநிதிப்படுத்தும் பல்வேறு அமைப்புகளிடமிருந்தும் ஆதரவு கிடைத்தது. இறுதியாக இந்திய அரசு அழுத்தம் கொடுத்ததால், தலித்துகளின் கோரிக்கையான சாதி ஒடுக்குமுறையை உள்ளடக்கிய திட்டமும் இறுதிப்படுத்துப்பட்டது.

## தலித்துகளின் அரசியல்மயமற்ற நிலை

உலக மூலதனத்தின் இரண்டுவித நடைமுறை உத்திகளை என்.ஜி.ஓக்கள் செயல்படுத்துகிறார்கள். ஒன்று, தனியார் எல்லைக்கு உட்பட்ட பிரச்னைகளில் அரசியல் பார்வையை அகற்றுதல். இரண்டு, பொதுமக்கள் பிரச்னைகளில் அவர்களின் பங்கேற்பை அதிகப் படுத்துதல். முதல் உத்தி உள்ளூர் சாதிகள் அளவில் நடைபெறுவது. இரண்டாவது உத்தி அரசுகளுக்கிடையிலானது. அதற்கேற்ப இரண்டு விதமான என்.ஜி.ஓக்கள் தோன்றியுள்ளன.சமூக அளவிலான அமைப்புகள் மற்றும் பரிந்துரைக்கும் என்.ஜி.ஓக்கள்.

நவீன தாராளமய போக்குகளின்மூலம் தனியார்மயமாக்குதலில் அரசின் செயல்பாட்டைச் சுருக்குதலில் ஈடுபடும் தேசிய சர்வதேசியக் குழுமங்கள் முதல்வகை என்.ஜி.ஓக்களைச் சார்ந்துள்ளன. காரணம், அவர்களின் தொழில்நுட்ப ஆளுமை மற்றும் உள்ளூர் சமூக நிலவரங்கள் குறித்த அறிவு. இதன் காரணமாகவே அரசு மற்றும் சர்வதேச குழுமங்கள் இயற்கையாகவே இந்த என்.ஜி.ஓக்களை ஆதரிக்கின்றன. இவர்கள் பொதுமக்கள் சந்திக்கும் பிரச்னைகளை கவனத்தில்கொண்டு, மக்களோடு மக்களாக உழைத்து அதற்குத் தீர்வு காண்பார்கள். அதன்மூலம் பிரச்னைகளை உள்ளூர் அளவிலேயே தீர்க்கமுடியும்; அரசுடன் மோதல்போக்கை கடைப்பிடிக்கவேண்டிய தில்லை என்னும் எண்ணத்தை உருவாக்குகிறார்கள்.

இரண்டாவது வகையிலான பரிந்துரைக்கும் என்.ஜி.ஓக்கள் அரசின் கொள்கை தொடர்பான விஷயங்களுக்கு அதனோடு சம்பந்தப்பட்ட அனைத்துவகை சமரசப் பேச்சு நடத்தி மக்களுடன் தாராளமய ஜனநாயகப் பார்வையை வளர்ப்பதும், பன்முகத்தன்மையோடு அரசின் தன்னாட்சியை புரியவைப்பதும் ஆகும். தற்போதைய உலகமய நோக்கில், உலகமய ஆட்சி என்பது பல்வேறு நாட்டு

அரசுகள் ஒன்றோடொன்று பேசி நட்புறவை வளர்ப்பது என்பதாகும். இனி அரசு சாரா தன்னார்வத் தொண்டு நிறுவனங்களும், மக்கள் இயக்கங்களும், சர்வதேச கார்ப்பரேட் நிறுவனங்களும் சர்வதேச மூலதன சந்தையும் இணைத்து செயல்படுவது என்பது புரிந்துகொள்ள வைப்பதென்பதாகும்.

என்.ஜி.ஓக்களின் முக்கிய நோக்கம் மக்களை அரசியலிலிருந்து பிரித்தெடுப்பதாக இருக்கிறது. அதனைப் பலப்பல பாதைகளில் அவர்கள் செய்கிறார்கள். அதனையும் நவீன தாராளமயம் விரும்பும் வகையில் மற்றவர்களிடமிருந்து தம்மை தனியாக்கிக்கொள்ளும் பண்பை மக்களிடம் வளர்க்கிறார்கள். பண உதவி பெறும் திட்டங்களின்கீழ் நிற்பதால் அவர்களுக்கு இயல்பாகவே அரசியல் பொருளாதாரப் பார்வை குறைவாக இருக்கிறது. பிற இளைஞர் களுக்கு அவர்கள் உத்தரவாதமான வேலையும் நல்ல சம்பளமும் வழங்குவதால், அந்த இளைஞர்கள், மக்கள் இயக்கங்களுக்கும் தீவிரவாத அரசியலுக்கும் சென்றுவிடாது தடுக்கப்படுகிறார்கள். அரசியலற்ற இதைத்தான் தற்காலத்திய அனைத்து தலித் இயக்கங் களும் பிரதிபலிக்கின்றன. பன்முகத்தன்மை என்றவகையில் நடப்பிலுள்ள அரசின் செயல்முறைக்குப் பங்கமில்லாமல், சம்பந்தப் பட்டவர்களுடன் பேச்சுவார்த்தை நடத்தி பிரச்னைகளுக்கு இடை விட்டு இடைவிட்டுத் தீர்வுகளை வழங்குகிறது. இதன்மூலம் மக்கள், அரசின் செயல்முறையில் மாற்றம் கோருவது தடுக்கப்படுகிறது.

அவர்கள் உலகச் சமூக அரங்குகளில் மாற்று உலகம் சாத்தியமே என்று புரட்சிகரமாகப் பேசலாம்; ஆனால் நடப்பில் அந்தக் கோரிக்கை நீர்த்துப் போகச் செய்யப்படுகிறது. என்.ஜி.ஓக்கள் தங்களது இரக்க குணத்தாலும், சேவை மனப்பான்மையாலும் அரசின் செயல்முறை மாற்றம் என்ற கருத்தைச் சிதைத்துவிடுகிறார்கள். பிரச்னைகள் சார்ந்து மக்களின் கவனத்தைத் திருப்புவதோடு, தீர்வுகளை நோக்கி, தங்களது வேலைத் திட்டங்களை அமைத்துக்கொள்கின்றனர். இவ்வகையில் தலித் மற்றும் அதுபோன்ற சமூகத்தார் மத்தியில், தாம் விடுதலைக்காகப் போராடவேண்டிய உண்மையான அரசியல் களத்தைவிட்டு, கவனத்தைத் திருப்பிவிடுகிறது.

இந்த நடைமுறையில் என்.ஜி.ஓக்களின் உயர்சாதி மற்றும் வர்க்க மேலாதிக்கம், அவர்கள் தலித்துகளை அதிகமாகக் கவனிக்கச் செய்கிறது. இது அடிமன அளவில் தலித்துகளிடையே சாதி எதிர்ப்பு என்ற உணர்வின்மீது தாக்கத்தை ஏற்படுத்துகிறது. அதன் காரணமாக தலித்துகள் 'அட! உயர்சாதி, உயர் வர்க்கங்களிடையே நல்ல மனிதர்கள் இருக்கிறார்களே!' என்று சிந்திக்கவைப்பதோடு, தங்களது துன்பங்களிலிருந்து அவர்கள் விடுதலை பெறவைப்பார்கள் என்கிற

எதிர்பார்ப்பையும் ஏற்படுத்துகிறது. அது வர்க்கப் பிரிவினை மற்றும் சமூக சாதிப் பிரிவினைகளைத் துறந்தும், மறந்தும், அடக்குபவர்களும், அடக்கப்படுபவர்களும் ஒற்றுமையாக இருக்கமுடியும் என்று நம்பவைக்கின்றனர். அதற்கு பாலினம், சாதி, இனம், மதம் மற்றும் தேசியத்தன்மை போன்ற அடையாளங்களின் ஒற்றுமையை என்.ஜி.ஓக்கள் உதாரணமாகக் காட்டுகின்றனர். அதன்மூலம் அவர்களுக்கும் வர்க்க சிந்தனை வளராமல் தடுக்கின்றனர்.

என்.ஜி.ஓக்கள் அதுமாதிரியான சமூக மாற்றங்களை வலியுறுத்தும் போது, இரக்க குணம், அதிகாரப்படுத்துதல், மேம்பாடு, பரிவு போன்ற அடிப்படைப் பண்புகளைப் பாதுகாத்து, சிறு அளவிலான சீர்திருத்தங்கள் மூலம் நடப்பிலுள்ள சமூகக் கட்டமைப்பைப் பாதுகாப்பது என்பது அவர்களின் நோக்கமாக அமைகிறது.

## தலித்துகளின் இந்துத்வா

இந்துத்வா என்பது ஆதிகால இந்து சமூகத்தைப் புதுப்பிக்க முனையும் உயர்சாதி பிராமணர்களின் அரசியல் இயக்கம். இந்துராஷ்ட்ரா என்றும் சொல்வார்கள். இது கலாசாரப் பெருமை என்ற மாற்றுருவில் வரும் பலதலைப் பாம்பு போன்ற பல அமைப்புகளைக் கொண்டதாக இருக்கும். தேசியம், மேம்பாடு போன்ற மலர்கள் தூவப்பட்ட மஞ்சமாக இருக்கும். 'ராஷ்ட்ரிய ஸ்வயன்சேவக் சங்' என்ற பெயரில் தேசியத் தன்னார்வ ஊழியர் சங்கமாகத் துவக்கப்பட்ட இந்தக் குடையின்கீழ் நூற்றுக்கணக்கான அமைப்புகள் சமூகத்தின் பல பகுதிகளிலும் செயல்படுகின்றன. அதன் கொள்கையையும் தாண்டி, உயர்சாதியினரிடையே ஆர்வம் கூட்டுகிற அமைப்பு இது.

தனது அரசியல் கட்சியாக பாரதிய ஜனசங்கம் இருந்தாலும் கூட இந்துத்வா சக்திகள் தற்போது பாரதிய ஜனதா கட்சி என நடத்தும்போதும், 1980வரை பெரிய தாக்கத்தை ஏற்படுத்தவில்லை. நவீன தாராளமயக் கொள்கையின் வருகையையொட்டி மீளுருப் பெற்ற இக்கட்சி, குறுகிய காலத்திலேயே அரசியல் அதிகாரத்திற்கான போட்டியாளராக உருவெடுத்தது. சொல்லப் போனால் இந்த 20 ஆண்டு காலத்தில் 4 முறை மத்திய ஆட்சியையும் கைப்பற்றியுள்ளது. பல மாநிலங்களிலும் ஆட்சி புரிந்துவருகிறது. தனது 'இந்துராஷ்ட்ரா' நோக்கத்தை அடைய தேர்தல் வழியில் இதுவரை ஒருவாய்ப்பும் அமையாத நிலையில், அதை அடைய வெகுதூரம் இல்லை என்பது புலனாகிறது. காரணம்? எதிர்கட்சியான காங்கிரசின் பலவீனமான நிலை. மற்றும் ஆங்காங்கே உதயமாகி வரும் மாநிலக் கட்சிகளின் எண்ணிக்கை.

இந்நிலையில் தேர்தல் வழியே தனது நோக்கத்தை ஈடேற்றிக்கொள்ள தலித்துகளின் முக்கியத்துவத்தை இந்துத்வா சக்திகள் உணர்ந்து, அவர்களைத் தம் பக்கம் இழுக்க தந்திரமான உபாயங்களை ஏற்கெனவே துவக்கியுள்ளன.

இத்தகைய உபாயம் அவர்களுக்கு 1970களிலேயே உதயமாகிவிட்டது. மூன்றாவது சர்சங் சலக் பாபாசாகேப் தேவரஸ் காலத்திலேயே, காலையில் எழுந்ததும் நினைவுகூரத்தக்கவர்கள் எனும் வரிசையில் பாபாசாகேப் அம்பேத்கரின் பெயரை இணைத்துக்கொண்டனர். ஆனால் அதற்கு முன்புவரை ஹெட்கேவர், கோல்வால்க்கர் காலத்தில், சங் வட்டத்தில் வெறுப்புக்குரிய நபராக இருந்தார். பின்னர் 1983 ஏப்ரல் 14ம் நாள், ஆர்.எஸ்.எஸ்ஸின் தத்துவவாதி தத்தோபந்த் தெங்டி சமூக நல்லிணக்க முன்னணி என்ற பெயரில் ஓர் அமைப்பை ஏற்படுத்தினார். இந்தவலையில் சில அம்பேத்கரிய அறிவுஜீவிகள் விழுந்தார்கள். காரணம்? அம்பேத்கார் வலியுறுத்திய சமத்துவம் என்பதற்கும் ஆர்.எஸ்.எஸ் வலியுறுத்தும் நல்லிணக்கம் என்பதற்கும் உள்ள வேறுபாட்டை அவர்களால் கண்டறியமுடியவில்லை. இது ஒரு படிநிலை ராஜதந்திரம்.

முதலில் அம்பேத்கரை இந்துத்வா முகமாக்குவது. பிறகு தலித் அறிவுஜீவிகளை வைத்து, தலித் மக்களைக் கவர்ந்திழுப்பது அவர்களது திட்டம். அது 2002 குஜராத் முஸ்லிம் கலவரத்தின்போது சில பகுதிகளில் கைகூடியது. தலித்துகள் இந்துத்வா சக்திகளோடு கை கோர்த்தனர். தலித்துகளில் சாதி எதிர்ப்பு போராட்டம் நடத்திய சில சாதியினரை ஏற்கெனவே இந்துத்வா சக்தியின் வசப்படுத்தி வைத்திருந்தனர். உதாரணமாக, பால்தாக்கரே தலித்துகளை நவீன புத்தமதத்தினர் என்றே அழைத்தார். பலர் அவரது சிவசேனாவில் சேர்ந்திருந்தனர். வெளிப்படையாக தெரியாதபடி இல்லாவிட்டாலும் பிற இந்துத்வா அமைப்புகளிலும் இப்படித்தான். பல ஆய்வாளர்களின் எதிர்பார்ப்புகளுக்கு மாறாக, அம்பேத்கரின் தலித்திய பூமிக்குள் நுழைந்த இந்துத்வா சக்திகள் பீம்சக்தி - சிவ்சக்தி இயக்கம் என்ற பெயரில் பெருமளவு பாதை அமைத்துக்கொண்டு விட்டன.

கடந்த பொதுத்தேர்தலின்போது, தலித் தொகுதிகளுக்குள் வலுவாக நுழைந்துவிட்ட பாஜக அம்பேத்கரைப்பற்றி அதிகமாகப் பேசி உதித் (ராம்) ராஜ், ராம்விலாஸ் பாஸ்வான், ராம்தாஸ் அதாலே போன்ற தலைவர்களின் தளங்களையெல்லாம் தூள் தூளாக்கிவிட்டது. இதே திசையில் கிடைக்கும் எந்த வாய்ப்பையும் நழுவவிடாமல் பெருமளவு சென்றுவிட்டது.

பம்பாயில் உள்ள 'இந்து மில்லில்' அம்பேத்கருக்கு பிரம்மாண்டமான நினைவகம் கட்டும் திட்டம் தொடங்கப்பட்டுள்ளது. 1920-23ல் அம்பேத்கர் லண்டனில் வசித்த இடத்தை அது கையகப் படுத்தியுள்ளது. அங்கு அவருக்கு சர்வதேசப் புகழ் தரும் மணி மண்டபம் கட்டலாம்! டெல்லியில் உள்ள ஜன்பத், லுட்யன் பகுதியில் அம்பேத்கருக்கு நினைவகம் எழுப்ப ஏற்கெனவே அடிக்கல் நாட்டப்பட்டுள்ளது. அரசியல் நிர்ணய சபை உறுப்பினராகவும், நேரு அமைச்சரவையில் மந்திரியாகவும் இருந்தபோது, அம்பேத்கர் டெல்லின் புறநகர் பகுதியில் வாழ்ந்த, 26, அலிபூர் சாலையில் மற்றொரு நினைவகம் எழுப்ப முடிவெடுக்கப்பட்டுள்ளது. மேலும் மத்திய சமூகநீதி மற்றும் அதிகாரப்படுத்துதல் துறை அமைச்சர் தலார் சந்த் கெஹ்லாட், அம்பேத்கர் சம்பந்தப்பட்ட இடங்களிலெல்லாம் அவருக்கு நினைவகம் எழுப்பப்போவதாக அறிவித்துள்ளார்.

அம்பேத்கரின் 125வது பிறந்ததின விழாவை ஆண்டுமுழுவதும், பல்வேறு நிகழ்ச்சிகளுடன் கொண்டாடப்போவதாக மத்திய அரசு அறிவித்துள்ளது. தலித் வாக்காளர்களை வென்றெடுக்க உ.பி.யில் பகுஜன் சமாஜ் கட்சியின் மாயாவதி செலவு செய்ததையும் தாண்டி விட்டது பாஜக அரசு. தலித்துகளைப் பொறுத்தவரை உணர்வு பூர்வமாக தங்களது தலைவராகவும், கொள்கை சார்பாகவும் அம்பேத்கரையே கொண்டுள்ளதால் அவருக்கான பாஜகவின் செயல்பாடுகளால் ஈர்க்கப்பட்டுள்ளனர். இதன் காரணமாக இந்துத்வா சக்திகள் மீதான இறுக்கம் இளகி வரக் காண்கிறோம்.

இன்னும் முக்கியமாக அம்பேத்கரை அந்த இந்துத்வா சக்திகள் காவியுடன் கலந்துவிட்டதாகக் கதைவிட தயார் செய்துவருகிறார்கள். ஆனால் அம்பேத்கர் இவர்களை, கடந்த 2000 ஆண்டுகளாக தலித் தலைமுறைகளை நசுக்கியவர்கள் என்று வீரியமாகவே விமர்சனம் செய்திருக்கிறார். அந்தவகையில் அம்பேத்கரைவிட பெரிய விமர்சகர்கள் வேறு யாரும் இருக்கமுடியாது. அப்படிப் பார்த்தால் இந்துத்வா சக்திகள் அம்பேத்கரை மிக முக்கிய எதிரியாகத்தான் எடுத்துக்கொள்ளவேண்டும். ஆனால் தலித்துகள் கருத்தியலாக சிதைந்து விட்டதாலும், ஆர்.எஸ்.எஸ்ஸின் நடைமுறை தந்திரத்தாலும் இந்த அபாயத்தை அவர்கள் பொன்னான வாய்ப்பாக்கிக்கொண்டார்கள்.

இந்து என்பதால் பெரிதும் பயன்பெற்றவர் அம்பேத்கர் என்கிறார்கள். இந்துக்களோடு அம்பேத்கரை இணைத்துப் பேசுவதால், அம்பேத்கரின் உருவத்தை திட்டமிட்டுச் சிதைக்கிறார்கள். அம்பேத்கரைச் சுற்றி ஒரு 'சிலந்தி வலை' பின்னி அவர்மீது 'காவி' தன்மையைக் கலந்து கெப்பல்ஸ் பிரசாரம் மேற்கொள்கின்றனர்.

அந்தவகையில் கொஞ்சம்கூட கூச்சமில்லாமல் அம்பேத்கரை தங்களது 'கர் வாப்ஸி' ஆதரவாளராக்குகிறார்கள். இந்துமதத்தின் ஒரு பகுதியாகத் திகழும் புத்தமதத்தைத் தழுவியதால் இந்து மதத்தைக் காப்பாற்றிவிட்டதாகவும் சொல்கிறார்கள். ஆனால் அம்பேத்கர் புத்தமதத்தை இந்துக்களின் எதிர்ப்பு மதம் என்கிறார்.

இந்துத்வா வலைக்குள் தலித்துகள் நுழைவது நவீன இந்திய உருவாக்கத்தில் சரித்திர ரீதியிலான ஒரு முடிவாகிவிடும். அமைப்பு ரீதியில் எவ்வளவு சிதைந்திருந்தாலும், கருத்துவ ரீதியில் எவ்வளவு மருவியிருந்தாலும் அரசியல் ரீதியில் எவ்வளவு உருமாறியிருந்தாலும் தலித்துகள் இன்னமும் மிகப் பெரிய ஆற்றல்கொண்ட சக்தியாகவே உள்ளனர். இந்திய சமூகத்தில் தீவிரமான மாற்றத்தைக் கொண்டுவரக் கூடிய நம்பிக்கையாகவும் உள்ளனர். மாற்றத்தின் முதல்படியாக சாதியை அழிக்கும் அதிரடிப்படையாகவும் அதுதான் உள்ளது.

தலித்துகளின் 'இந்துமயமாதல்' என்பது எதிர்புரட்சியாக அமையும். இந்திய மக்களை இருண்ட காலத்திற்குள் தள்ளுவதாக அமையும். அது அப்படியே பிராமண சமூக அமைப்பை மீட்டு வருவதாக இல்லாமல் இருக்கலாம். அது, பாசிசத்தின் நவீன வடிவமாக இருக்கும். எதிலிருந்து வெளிவருவதற்காக கடந்த 2000 ஆண்டுகள் போராடி வருகிறார்களோ, அந்த அடிமைகளாக பெரும்பாலான தலித்துகள் தள்ளப்படுவார்கள்.

ஆக, தலித்துகள் தங்களைத் தாங்களே அடிமைகளாக்கிக் கொள்வதற்கு மட்டுமல்ல; சரித்திரத்தை மீட்டு வருவதில் உள்ள துன்பங்களுக்கும் பொறுப்பேற்க வேண்டும்.

பத்து

## எங்கே தலித் விடுதலை?

**க**டந்த நூற்றாண்டின் முற்பகுதியில் தலித் இயக்கங்கள் அம்பேத்கர் தலைமையின்கீழ் குறிப்பிடத்தக்க பெருமிதங்களை அடைந்தது. அவற்றில் முக்கியமானது, மதம் சார்ந்த பாரம்பரிய சமூக அடையாளத்தை நவீன அரசியல் களத்திற்குக் கொண்டுவந்தது. அதுதான் முன்பைவிட தலித்துகளுக்கு பெருமளவிலான வாய்ப்புகளை வழங்கியது. தலித் சாதிகளை நிர்வாகவியல் அட்டவணைப் பிரிவினர் என்றாக்கியது. இந்துமதத்தின் மதச் சடங்குகளிலிருந்து தலித்துகள் விடுவிக்கப்பட்டதும் முக்கியமானது.

இது, நடைமுறை ரீதியில் சில பயன்களைப் பெறத் தேவையான அடையாளத்தை வழங்கியது. காலனி ஆட்சியின் கீழ் அவர்கள் நிறைய பயனடைந்தனர். தனித் தொகுதி, (இதை காந்தி கொடுத்த அழுத்தத்தின் காரணமாக கைவிட நேர்ந்தது.) பொதுப்பணிகளில் வேலைவாய்ப்பு, கல்வி நிறுவனங்களில் இடஒதுக்கீடு மற்றும் சிறப்புச் சலுகைகளோடு கூடிய சிறப்புப் பிரிவு என அரசு மற்றும் மக்கள் சமூகத்தினுடைய அங்கீகாரம் எனப் பல! இந்தப் பலன்களில் காலூன்றி சாதி அழிப்பு எனும் தமது லட்சியத்திற்குத் தாவலாம்.

அதன்மூலம் பெரும்பான்மையான இந்து சமூகத்தார், தமது சமூக உறுப்பினர்களை சமமாக மதிக்கும் ஆற்றலின்மைக் காரணம் காட்டி, அவர்கள் புதியதோர் கொள்கை வகுத்து, சாதி அழிப்புக்கு ஆவன செய்யத் தூண்டலாம். இந்த மேம்பாட்டு முயற்சிகளை நெருங்கிக் கொண்டிருக்கும் வேளையில் இது ஏனோ விரும்பியே தவிர்க்கப் படுகிறது.

இந்திய அரசியல் சட்டம் வகுக்கப்பட்டபோதே இந்த வாய்ப்புகளுக்கு இறுதிச் சடங்கு செய்யப்பட்டுவிட்டது. அட்டவணைப் பிரிவு எனும் கருத்து, மீட்டுக்கொண்டுவரப்பட்டது. இந்து மதத்தோடு தொடர்பு உடைய நூற்றுக்கணக்கான தலித் சாதிகளோடு தொடர்புபடுத்தப் பட்டது. காலனி ஆட்சிக் காலத்தில் இருந்த அட்டவணை பிரிவினர் எனும் பிரிவு ஆதிவாசிகளோடு இணைப்பதற்கென கைவிடப் பட்டது. இதன்மூலம் அட்டவணைப் பிரிவினருக்குச் சாதகமாக சேர்க்கப்பட்ட விதிவிலக்கு எனும் பிரிவு நிறுவப்பட்டிருந்ததும் கைவிட்டுப் போனது. அதன் காரணமாக 'பிற்பட்டோர்' பிரிவில் இணைப்பதற்கான வாய்ப்பு ஏற்பட்டுப்போனது.

உண்மையிலேயே பிற சாதிகளையும் கண்டறிந்து இத்திட்டத்தை சமூகநீதி என்ற பெயரால் அமல்படுத்தப்போவதாகவும் அரசு அறிவித்தது. இவையெல்லாமே சாதிகளைக் கட்டிக் காக்க செய்யப் பட்ட ஏற்பாடாகவே தெரிந்தது. மதத்தைக் காத்திட அரசியல் சட்டத்தில் 'மதச்சார்பற்ற' என்ற சொல் தவிர்க்கப்பட்டது. அதன் வாதம் மதச்சீர்த்திருத்தங்கள் கொண்டுவருவதில் அரசிற்கு இடம் வேண்டும் என்பதுதான்! இதன் பின்னே பயன்பெறுபவர் யார் எனும் அறிவார்ந்த விஷயத்தை நாம் எளிதாகக் கண்டுணரமுடியும்.

இதுமாதிரியான ஆயுதங்கள் கையில் இருப்பதாலும், இந்தியா போன்ற நாட்டிற்குப் பொருத்தமில்லாத தற்போதைய தேர்தல்முறை களாலும் ஆளும்வர்க்கம், ஜனநாயகம் என்னும் முகமூடி போட்டுக் கொண்டு முடிவற்ற தொடர்ச்சியோடு நாட்டை ஆளமுடியுமென்று உறுதிப்படுத்திக்கொள்கிறார்கள்.

இப்போதும்கூட, ஈவிரக்கமற்ற ஆளும்வர்க்கத்திடம் தமது கொள்கைகளை அடகு வைத்துவிட்டோம் என்று தலித்துகள் உணர வில்லை. இத்தகைய சூழ்ச்சிகளின் மூலம், நாடு முற்றிலும் சாதிமய மாக்கப்படுகிறது. சாதி அழிப்பு என்பதும், தலித் விடுதலை என்பதும் நினைத்துக்கூடப் பார்க்கமுடியாததாகிவிட்டது. மதம் சாதிகளைக் காப்பது, தற்போதைய தேர்தல்முறையை வைத்துக்கொள்வது போன்ற அரசியல் சட்ட சூழ்ச்சிகளாலும் தலித்துகளின் நிலைமை மோசமடைந்துள்ளது.

இந்தத் தவறான செயல்கள் சரிப்படுத்தப்படுமா? இதற்கான் பதில் 'ஆம்'தான்! விகிதாச்சார தேர்தல்முறை வேண்டி, பெரும்பாலான மக்களைத் திரட்டினால், வழக்கத்திலிருக்கும் தற்போதைய தேர்தல் முறை மாறும். நமது நாடாளுமன்ற நடைமுறையிலேயே அதை மாற்றமுடியும்தான்! இது யாரையும் மிரட்டுவது அல்ல! ஆனால் இது எதிர்ப்புக்கு அப்பாற்பட்டதல்ல! இதுவரை இருக்கும் இந்த

நடைமுறையில் மாற்றம் செய்வதென்பது நாட்டை ஆளுகிற உரிமையை இழப்பதாகும். எனவே இந்த நடைமுறைக்கு எதிர்ப்பென்பது வெல்ல முடியாதது. ஆனால், இது நடக்குமென்று வைத்துக்கொண்டால், தலித்துகள் ஆளும் வர்க்கத்தின் பிடியிலிருந்து வெளிவரலாம். தற்போதைய கெஞ்சிப் பணிகிற நிலைமை மாறி, சுயமான பிரதிநிதித்துவத்தைப் பெறலாம். இது சுத்தமாக சாதிகளை அழித்திட இயலாது; ஆனால் தங்களுக்கு உரிய பிரதிநிதித்துவம் கிடைக்கும் என்பதால் சிறு சாதிகளுக்கு உள்ளார்ந்த உந்துதல் ஏற்படலாம்.

இந்த நடைமுறைகள் பெருமளவு சாதிக்கோ சமுதாயத்திற்கோ பயன்படும் என்றில்லை; அவை முற்றிலும் மறைந்துவிடும் என்றும் அர்த்தமில்லை. உணவோ, உரமோ இல்லாவிட்டால் பலவீனப்பட்டு விடும் அவ்வளவுதான்! ஆளும் வர்க்கத்தின் அனைத்துச் சூழ்ச்சிகளும் தலித்துகளை தமது பலமாக அமைக்கின்றன. இடஒதுக்கீடு தலித்துகளை நகரவாசிகளாக்கிவிட்டது. உளவியல் ரீதியில் முடமாக்குகிறது. அரசியல் ரீதியில் கோழைகளாக்குகிறது. சமூக ரீதியில் தனிமைப்படுத்துகிறது. தலித்துகளுக்கு தலைமைப் பொறுப்பு பற்றிப் பேசுகிறது, அவர்களுக்கு என்ன பிரச்னை என்று அறியாமல்!

தலித் இயக்கம் பிறப்பெடுக்கையில், சில பணக்கார தனிநபர்கள் தவிர, தலித்துகள் பெரும்பாலும் ஒரே இயல்பானவர்களாக இருந்தனர். காலனியாட்சி போனதன்பின், அரசியல் பொருளாதார நிலவரம், தலித் பொதுமக்களுக்கு மேலே, ஒரு மெல்லிய வர்க்கக்கோடு வரைந்துவிட்டது. இது தலித்துகளை மேலும் பலவீனப்படுத்தியது. தற்போதைய இந்தியாவில், தலித்துகள் பாரம்பரியமான சாதிகளாக மட்டுமல்லாமல், மதம் மற்றும் நவீன வர்க்க மற்றும் பலவிதமான எதிர்பார்ப்புகளைக் கொண்டவர்களாக ஆக்கப்பட்டுவிட்டனர். அவர்களை தலித் அல்லாத பிறரோடுதான் சேர்த்துப் பார்க்கமுடிகிறது. நிர்வாக ரீதியில் அட்டவணைப் பிரிவினர் ஆக்கப்பட்டுவிட்டனர்.

தலித்துகளில் மிகச் சிறுபான்மையினர் முன்னேறியிருக்கின்றனர். பிரச்னைகள் காரணமாக பெரும்பாலானோர் பின்தங்கியுள்ளனர். ஆக, எதிர்கால தலித்துகளை மரபுரீதியில் பேசமுடியாது. அவர்களின் வர்க்க அடிப்படையில்தான் தகுதிப்படுத்த வேண்டும். மேலும், தலித்துகள் நகரங்களில் வாழ்கிறபோதும், பிற மேல்தட்டு மக்களின் பொறாமைக்கு ஆளாகின்றனர். அது நீண்ட நாள் நிலைக்காது. அவர்கள் அவரவரது வர்க்கத்தில் வாழ்கின்றனர். சம வாழ்க்கைத் தரத்தை அனுபவிக்கிறார்கள். ஏன் கலப்பு மணங்கள்கூட செய்து கொள்கிறார்கள். இருதரப்பும் எதிர்காலத்தில் சாதியை இழந்து

விடுவதால் வேற்றுமை பாராட்டவேண்டியதில்லை. சாதி அழிப்பு என்பதற்கு என்ன பொருள் என்று இருதரப்பும் உணர்ந்துகொள்ள வேண்டும்.

ஏன், சாதிகளற்ற சமூகமாக இருந்தாலும் ஒருவருக்கொருவர் தெரியாதவராக இருப்பதும் பொருத்தமே. ஒரே மாதிரி இறக்கைகள் விரித்துப் பறக்கும் பறவைகள்போல், ஒரே மாதிரித் தன்மை கொண்ட மனிதர்கள் பறப்பார்கள்.

எல்லா சமூகங்களிலும் நலம் தரும் வித்தியாசம் இது! ஒரு சிறு வித்தியாசம் சாதியைக் குறிப்பதில்லை. சாதி ஒடுக்குமுறை இருப்பதில்லை. ஆக, மேல்தட்டு வர்க்க தலித்துகள் சாதிப் பிரச்னைகளிலிருந்து முற்போக்காக வெளியேறி விடுவதாக நினைத்துக் கொள்ளலாம்.

ஆனால், இது கீழ் வர்க்கத்தாருக்கு சாத்தியமில்லை. வர்க்க ஏணியில் அவர்கள் கீழே செல்லச் செல்ல அவர்களைப் பிரித்து வைப்பதும் அதிகரிக்கிறது. அவர்களது சாதி அடையாளம் உறுதியாக நிற்கிறது. அளவில் பிரச்னைகள் அதிகமாவதால், மற்றவர்களைவிட தம்மை தனித்தே வைத்துக்கொள்கிறார்கள். இத்தகைய சூழலில் சாதி உணர்வு குறைவதற்கு வாய்ப்பில்லை. மாறாக பிறர் தம்மை மாற்றுக் கண் கொண்டு பார்ப்பதால் சாதி உணர்வு அதிகரிக்கிறது.

உதாரணமாக தலித் அல்லாத சாதியைச் சேர்ந்த ஒருவன் தமக்கு வேலை இல்லாதபோதும், இடஒதுக்கீட்டால் வேலை பெறுவதன் காரணமாக அவன் தலித்துகளே தனது மோசமான நிலைக்குக் காரணம் என்கிறான். அவனது கோபத்தை நியாயப்படுத்த இவன் தலித்தாக இருப்பதே போதுமானதாகிறது. மறுபுறம், அந்தத் தலித் இளைஞன், தனது நிலைக்கு தலித் அல்லாத இளைஞன்தான் காரணம் என்று கோபப்படுகிறான். இந்த உணர்வு செயலற்றதாக உள்ள அதே வேளையில், உயிர்ப்புடன் ஒரு பொறி பறக்கச் செய்யும். அதை ஊதி ஊதிப் பெரிதாக்குவார்கள் அரசியல்வாதிகள்.

இந்தவகையில் சாதிகள் குறிப்பிட்ட தன்மையிலான அரசியல் பொருளாதாரத்துக்குள் அகப்பட்டுக்கொள்கின்றன. அது பெரும் பான்மையினருக்கு பிரச்னைகளை உண்டு பண்ணுகிறது. அதை அவர்கள் குறிப்பிட்ட அரசியல் உத்தியால் நிலைநிறுத்தி வைக்கின்றனர். இந்த நவீன தாராளமய யுகத்தில் சாதி எங்காவது போய் விழுந்துவிடும்; சாதி என்பதே காலத்திற்கு ஒவ்வாத அமைப்பு என எளிதாகக் கற்பனை செய்துகொள்ளலாம். ஆனால், கடந்த காலத்தின் பல சமூக தீமைகள், இன்னமும் உயிர்பெற்றிருப்பது மட்டுமல்ல; தற்போதும் செழித்தோங்கி உள்ளன.

பழைய அமைப்புகளின் செயலற்ற தன்மையும், தொய்வும் குறைவாக மதிப்பிடப்படுகின்றன. பழைய பழக்கங்களும், மரபுகளும் பின்னடைவு பெற்றிருப்பதில்லை; அவை புதியவற்றுடனும் ஒத்துப்போய் புதிய மாற்றம் பெறும். அவற்றின் அடிப்படை ஆதார அணுக்களை அழித்தால்தான் அது அழியும்.

இந்தியாவில் உள்ள சாதிகள் தனித்துவம் மிக்க அமைப்புகள்; அவை மக்களின் வாழ்வாகவே விளங்குவதோடு தம் அளவில் உயிர் பெற்றும், செழித்தும் வளரக்கூடியவை. அதற்கு சரித்திரமே சான்று.

காலனி ஆட்சிக் காலத்தில் ஏற்பட்ட அப்போதைய மாற்றத்திற்கு ஏற்ப, சாதிகள் தம்மை தகவமைத்துக்கொண்டன. முதலாளித்துவம் அவற்றின்மீது தாக்கத்தைச் செலுத்தியது. காலனி ஆட்சிக்குப் பின் கிராமப்புறங்களில் பரந்து விரிந்த முதலாளித்துவ உறவுகளின் செயல் பாட்டால் பசுமைப் புரட்சி வந்து, அது சூத்திரர்களுக்கும் பிராமணர் களுக்கும் ஒரு முடிச்சுப் போட்டது. அதன்பின் தலித் மற்றும் பிற சாதியினரின் சாதி அடுக்குகளை வர்க்க அடுக்குகளாக மாற்றியது.

அதனைத் தொடர்ந்து தலித்துகள், சாதிய முறையின் முக்கிய அம்சமானார்கள். எனவே காலனி ஆட்சிக்குப் பிந்தைய சமூகம், சாதியின் பயன்பாட்டை அறிந்து அதைப் பாதுகாக்கத் தொடங்கியது. தலித் இயக்கங்களின் அடிப்படைவாதம் உரிய பிரதிநிதித்துவம் பெறுவது; தலித்துகளில் சிலராவது சட்டமன்றங்கள், நிர்வாக சபைகள், நீதிமன்றங்களில் முக்கியமான இடங்களைப் பெற்றால், தலித் மக்களுக்கு பயன்படுவார்கள்; தலித்துகளின் நலன்களைப் பாதுகாப்பதோடு, மேம்படுத்துவார்கள் என்றும் சொல்வார்கள். பிரதிநிதித்துவ ஜனநாயகம் குறித்த வாதத்திற்கு இணையானது இது.

தமது சாதி அடையாளத்தைக் காட்டி ஒன்றுபட்டவர்கள் மட்டுமே பிரதிநிதித்துவம் பெறமுடியும். தலித்துகளைப் பொறுத்தவரை டாக்டர் அம்பேத்கர்கூட சக்திவாய்ந்த மக்கள் பிரதிநிதித்துவத்தை நம்பிக்கொண்டிருக்க முடியாது என்கிறார். தலித்துகளின் பிரதி நிதித்துவத்திற்காக டாக்டர் அம்பேத்கர் நடத்திய அனைத்துப் போராட்டங்களினாலும், கிடைத்தது இடஒதுக்கீடு மட்டும்தான். அதிலும் பெருமளவிலான மக்கள் பங்கு பெற இயலாத நிலை! டாக்டர் அம்பேத்கரே சற்றுக் குறைந்த அளவில் என்றாலும் தோல்வியைச் சந்தித்தார். அந்தத் தோல்விக்கு பிரதிநிதிகளின் நடத்தையைத்தான் காரணம் ஆக்கினார்.

பிரதிநிதித்துவ ஜனநாயகத்தில், பிரதிநிதிகளின் வெற்றி என்பது மக்கள் எந்த அளவுக்கு அவர்கள்மீது ஆளுமை கொண்டிருக்கிறார்கள் என்பதைப் பொறுத்தது. அப்படி இல்லையென்றால் அவர்கள்

கொடுங்கோலர்களாக மாறிப்போவார்கள். சமூக வாழ்விற்கான போராட்டங்களில் பங்கேற்கும்போதுதான் மக்களுக்கு இந்த சக்தி வரும்.

போர் தந்திர அடிப்படையில் பேசுவதானால் போராட்டங்களை மக்களின் உணர்வுபூர்வமான சக்தியைக்கொண்டு கட்டமைக்க வேண்டும். ஒரு தனி உதாரணமாக அய்யன்காளி, தலித்துகளின் உடல் சக்தியை அழுத்தத்தோடு பயன்படுத்தினார். அதேபோல டாக்டர் அம்பேத்கரும் தலித் சக்தியினை உயர்ந்த முடிவுகளுக்காக உயர்ந்த இடத்திற்குக் கொண்டு சென்றார் என்றாலும், அந்த அடிப்படைச் சக்தி துண்டிப்புக்கு உள்ளானது. தலித் இயக்கங்கள் அதிகமாக தலைவர்களை மையமாகக் கொண்டதும், தலைவர்களின் உயர்ந்த பட்ச சந்தர்ப்பவாதங்களும் சமத்துவமற்ற போக்குகளும் அவற்றின் பெரும்பாலான நோய்கள் எனலாம்.

தலித்துகள் கடந்த காலத்தின் ஆபத்துகளை உணர்ந்து அவற்றை சரி செய்ய முயல்வார்களா? அல்லது தமது தனி மனித வெறியால் கொண்டாட்டம் போடுவார்களா? என்ற கேள்விகள் எழுகின்றன. முன்பு இருந்ததைவிட தற்போதைய நிலவரத்தின்படி தலித் எனும் அடையாளம் முன்னுக்கு வந்திருக்கின்றது. இப்படியே இருப்பதை தலித்துகள் எதிர்ப்பின்றி ஏற்றுக்கொள்ளப் போகின்றார்களா? அல்லது மேம்படுத்தப் போகின்றார்களா? சிறு, சிறு உட் சாதிகளாக, பட்டுப்பூச்சியின் கூடு போல பிரிந்து கிடப்பதை ஏற்றுக்கொள் கிறார்களா? அல்லது அதை மறுதலித்தும் ஒரே சக்தியாக ஒன்றிணைந்தும் இந்த சமூக அமைப்புக்கு சவால் விடப் போகிறார்களா? சாதி அடையாளத்திற்குள் தம்மைத் தாமே சிறைப் படுத்திக்கொள்ளப் போகிறார்களா? அல்லது சிறையை உடைத்து, வெளிவந்து, விடுதலையின் பாதையில் நடைபோகப்போகிறார்களா?

தொகுத்துச் சொன்னால், சாதிகளை பத்திரமாக பாதுகாக்கப் போகிறார்களா? அவற்றை அழித்தொழிக்கப் போகிறார்களா? அதனோடு தொடர்புடைய, ஆனால் பெரிதும் சிக்கலான கேள்வியொன்றை தனிநபர் முன்னேற்றம் மற்றும் வசதிக்கான வாய்ப்புகள் முன் வைக்கின்றன. காலந்தோறும் இந்தக் கேள்வி தொடர்ந்து வந்தாலும் சுதந்திரச் சந்தையின் சொல்லடுக்கு அவ்வப்போது ஒரு பாடலாக ஒலித்துக் கொண்டேயிருக்கிறது. ஆட்சியாளர்களோடு தலித்துகளும் சேர்ந்திசைக்கப் போகிறார்களா? அல்லது சுதந்திரம், சமத்துவம், சகோதரத்துவம் என்ற கோஷங்களால் அதற்கு பதிலளிக்கப் போகிறார்களா? இதுதான் உண்மையான கேள்வி!

---